आपल्या स्नेहीजनांना पुस्तके भेट द्या

जळलेला मोहर

वि. स. खांडेकर

मेहता पब्लिशिंग हाऊस

- *या पुस्तकातील लेखकाची मते, घटना, वर्णने ही त्या लेखकाची असून त्याच्याशी प्रकाशक सहमत असतीलच असे नाही.*

JALALELA MOHAR by V. S. KHANDEKAR

जळलेला मोहर : वि. स. खांडेकर / कादंबरी

© सुरक्षित

मराठी पुस्तक प्रकाशनाचे हक्क मेहता पब्लिशिंग हाऊस, पुणे.

प्रकाशक : सुनील अनिल मेहता, मेहता पब्लिशिंग हाऊस, १९४१, सदाशिव पेठ, माडीवाले कॉलनी, पुणे - ४११०३०.

अक्षरजुळणी : एच. एम. टाईपसेटर्स, ११२० सदाशिव पेठ, पुणे - ४११०३०.

मुखपृष्ठ : चंद्रमोहन कुलकर्णी

प्रकाशनकाल : मेहता पब्लिशिंग हाऊस यांची तृतीय आवृत्ती : जानेवारी, १९९७ / फेब्रुवारी, २००१ / फेब्रुवारी, २००६ / डिसेंबर, २००९ / डिसेंबर, २०१२ / एप्रिल, २०१६ / ऑगस्ट, २०१६ / डिसेंबर, २०१६ / पुनर्मुद्रण : जुलै, २०१७

P Book ISBN 9788177666649
E Book ISBN 9788184989816
E Books available on : play.google.com/store/books
www.amazon.in

आमचे मुंबईचे स्नेही
प्रो. वि. द. दाभोळकर
व
सौ. उषाताई दाभोळकर
यांस–

तोंडओळख

पिरँडेलोचे 'Six Characters In Search Of An Author' हे नाटक मी वाचले, तेव्हा त्याने अवलंबिलेल्या तंत्राची मला मोठी गंमत वाटली. लेखकाने जी पात्रे निर्माण केलेली असतात, ती प्रत्यक्ष त्याला भेटतात नि आपली खरीखुरी हकीकत सांगू लागतात, अशी या नाटकाची मध्यवर्ती कल्पना आहे. ही हकीकत ऐकताना लेखकाला आपली निर्मिती आणि वस्तुस्थिती यांच्यांत जे अंतर आहे, त्याची तीव्र जाणीव व्हावी, यात नवल कसले? कारण निर्मिती म्हणजे लेखकाच्या वैयक्तिक संवेदनांचा कल्पनेने केलेला विस्तार असतो. लेखक कितीही प्रतिभावान असला, तरी या विस्तारात एकांगीपणा हा येणारच.

या पद्धतीने एखादी कादंबरी लिहिली, तर ती मनोवेधक झाल्यावाचून राहणार नाही, असे मला वाटले. म्हणून गतवर्षी मी 'पारिजातकाची फुले' ही गोष्ट लिहिली आणि तिच्यात प्रतिपादन केलेल्या विषयाचे उलटसुलट अनुभव आलेली अनेक माणसे लेखकाला भेटतात, असे दाखवून कादंबरीच्या पुढच्या कथानकाची रचना केली. साहजिकच या कादंबरीत मी, माझे कुटुंब, माझे मित्र, माझ्या हालचाली, इत्यादी गोष्टींचे वारंवार उल्लेख येणे अपरिहार्य झाले. हा 'मी' पणा निवेदनपद्धतीच्या नावीन्यामुळे या कथेत शिरला आहे. कादंबरीबरोबरच आत्मचरित्र वाचकांच्या गळ्यात बांधण्याचा उद्देश यात नाही. सत्य हा जसा शास्त्रीय वाङ्मयाचा आत्मा, तसा सत्याभास हा ललित वाङ्मयाचा आत्मा असतो, हे तत्त्व जाणणाऱ्या रसिकांना या बाबतीत अधिक काही सांगायला नको.

मात्र 'पारिजातकाची फुले' ही गोष्ट लिहिताना मी पुढील कथानकाची जी आखणी केली होती, तिच्यात लिहिता-लिहिता अनेक लहानसहान बदल होत गेले. हे बदल मी कलेच्या दृष्टीने केले नाहीत; तर अनुभवांच्या दृष्टीने. 'पारिजातकाची फुले' या नावाखाली या कादंबरीची पहिली पाच प्रकरणे 'किर्लोस्कर'मध्ये प्रसिद्ध होत असताना मला अनेक पत्रे आली. ती वाचता वाचता सामान्य मनुष्याच्या आयुष्यातल्या अत्यंत जिव्हाळ्याच्या, पण तितक्याच नाजूक अशा एका विषयाकडे आपले किती दुर्लक्ष झाले होते, याची मला पूर्णपणे जाणीव झाली. मला आलेल्या पत्रांत पुरुषांप्रमाणे स्त्रियांचीही पत्रे होती. या पत्रलेखकांपैकी कित्येकांनी आपले अनुभव इतक्या प्रामाणिकपणाने सांगितले होते, की एक-दोन ठिकाणी माझ्या

कल्पनेपेक्षा त्या अनुभवांनाच या कादंबरीत जागा देणे मला अधिक इष्ट वाटले.

मात्र प्रत्येक पत्राचा लेखक शेवटी एक ताजा कलम लिहायला विसरत नसे : 'हे पत्र वाचून झाल्यावर फाडून टाका!'

इतके दिवस जपून ठेवलेली ही सर्व पत्रे त्यांच्या मालकांच्या इच्छेप्रमाणे मी आज नाहीशी करणार आहे. पण त्यांतले प्रत्येक पत्र फाडताना माझ्या मनात एकच विचार एकसारखा येत राहील– मी फाडीत असलेले हे पत्र हा कुणाच्या तरी आंतरिक दु:खाचा उत्कट उद्‌गार आहे. जे दु:ख त्या व्यक्तीला उभ्या आयुष्यात कुणापाशी बोलून दाखविता आले नाही, मित्रांच्या कानात सुद्धा जे सांगण्याचे तिला धैर्य झाले नाही, ते या पत्रात शब्दांच्या रूपाने साकार झाले आहे.

कुठल्याही बाबतीत मुका मार सोशीत माणसाने जन्म काढावा, ही कल्पनाच मला भयंकर वाटते. (शरीराच्या बाह्य भागाला झालेल्या जखमेपेक्षा कॅन्सरसारखा आतला रोगच अधिक प्राणघातक असतो.) सामान्य माणसांच्या दु:खांनाही हाच नियम लागू आहे. दारिद्र्याने सुद्धा तो आयुष्याला विटून जाणार नाही; पण संसाराच्या रूक्षपणामुळे मात्र आत्महत्येचे विचार त्याच्या मनात डोकावू लागतील.

असे असूनही संसारसुखाची चिकित्सा करण्याची पद्धत आपल्याकडे फारशी रूढ नाही. स्त्री-पुरुषांच्या संबंधांविषयीचे कुतूहल प्रत्येक मुग्ध मनात वावरत असते. या संबंधांचे सुखद अथवा दु:खद अनुभव प्रत्येक प्रौढाच्या मनात घोळत असतात आणि प्रत्येक तरुण 'स्त्रीप्रेमाविण जन्म नीरस उणा काडीवजा भूवरी' हा चरण म्हणण्यात गुंग होऊन जात असतो. (स्त्रीच्या ऐवजी पुरुष हा शब्द घालून ही ओळ म्हणता येणार नाही, हे खरे. प्रत्येक तरुणीच्या बाबतीत ती खरी असते, यात काही शंका नाही.)

पण कुतूहल, काव्य, कटुता, इत्यादी अनेक पैलू असलेल्या या जिव्हाळ्याच्या विषयाची उघडपणे चर्चा करणे फारसे प्रशस्त नाही, अशीच आपल्यापैकी बहुतेकांची अजूनही समजूत आहे. वर्गात मास्तर येण्यापूर्वी प्रत्येक मुलाची कुजबूज सुरू असते. पण मास्तरांचे वर्गात पाऊल पडले, रे, पडले, की तिथे एकदम गंभीर शांतता पसरते. अगदी तश्शी स्थिती आहे या बाबतीत आपली. प्रत्येक तरुण मनात प्रीतीच्या अस्फुट मधुर कल्पना पिंगा घालीत असतात. संसारसुख हा सामान्य मनुष्याच्या जीवनातला एक मोठा भाग आहे, हे प्रत्येकाला जाणवत असते. पण या विषयाची चर्चा– त्या बाबतीतल्या अनुभवांची देणाण-घेवाण– या प्रश्नाकडे शास्त्रीय दृष्टीने विचार करून केलेले मार्गदर्शन– छे:! समाज हा मोठा तापट तात्यापंतोजी आहे! त्याच्या हातातली ती रूढीची लांबलचक छडी पाहिल्याबरोबर प्रत्येकजण मनात गर्भगळीत होतो नि स्वत:शीच म्हणतो,

'आपण आपलं गुपचूप बसावं, हे बरं!'

लैंगिक बाबतीतली आमची सभ्यपणाच्या कल्पनांची चौकट किती पोलादी आहे, नि त्या चौकटीत जिज्ञासा, विचार, मार्गदर्शन, इत्यादिकांचा समावेश कसा होऊ शकत नाही, याबद्दलच्या एक-दोन गोष्टी आठवल्या, की मला अजून हसू येते.

त्या वेळी मी पाच-सहा वर्षांचा असेन. नुकतेच वाचायला यायला लागले होते मला. कुठलीही नवी गोष्ट साध्य झाली, की मुलांत जॉर्ज वॉशिंग्टनचा संचार होतो. त्याने कुऱ्हाड मिळताच भराभर झाडे तोडायला सुरुवात केली होती ना? मीही रटफ करीत पुस्तक, पोथी, सुखसंचारक कंपनीचे कॅटलॉग, नाटकांच्या जाहिराती, किंबहुना जो जो छापील मजकूर हाताला लागेल, तो तो वाचू लागलो. मला घरी शिकवायला येणारे मास्तर माझ्या या वाचनाच्या वेडाचे नेहमीच कौतुक करीत.

एके दिवशी वडिलांच्या टपालातून आलेले एक छापील कार्ड मी पाहिले. हां हां म्हणता मी ते लंबे केले. कुणाची तरी लग्नपत्रिका होती ती. तिच्यात छापले होते :

'चि. सौभाग्यकांक्षिणी अमुक हिचा विवाह (सोबत तिथी, घटका, पळे, स्टँडर्ड टाइम, वगैरे वगैरे) करण्याचे योजिले आहे. शरीरसंबंध राजमान्य राजश्री तमुक'

शरीरसंबंध या शब्दावर मी अडखळलो. शब्दकोश म्हणून एक ग्रंथ असतो, हे त्या वेळी मला ठाऊक नव्हते. नाही तर त्या जिज्ञासेच्या भरात मी सारे मराठी कोश उलथेपालथे करून टाकले असते. आमच्या धोंडू मोलकरणीची मुलगी माझ्याहून थोडी मोठी होती. तिच्याबरोबर पुष्कळदा खेळत असे मी. मला अडलेल्या या शब्दाचा अर्थ मी तिला विचारला. पण तीही माझ्याइतकीच विद्वान निघाली!

संध्याकाळ केव्हा होते, असे झाले मला त्या दिवशी.

तिन्हीसांजा झाल्या. दिवे लागले. गणपतीच्या देवळापुढच्या रस्त्याने हातात कंदील घेऊन फिरणारा फकीर कोपऱ्यावर दिसू लागला. मी अगदी वाट बघत होतो. मास्तरही येत असलेले दिसले.

आनंदाने नाचतच मी घरात आलो.

मास्तर शिकवायला बसले. लगेच माझी शंका मी त्यांच्यापुढे सादर केली. त्यांनी तो लग्नपत्रिकेतला शब्द वाचला मात्र– त्या शब्दाचा अर्थ फार भयंकर असला पाहिजे, अशी माझी त्यांच्या चेहऱ्यावरून खात्री झाली. मास्तरांनी डोळे वटारून क्षणभर माझ्याकडे पाहिले. त्या कार्डाचे राईराईएवढे तुकडे करून ते फेकून दिले नि ते रागाने उद्‌गारले,

"माझ्यापाशी असला फाजीलपणा चालायचा नाही हं! चल, म्हण– बारा एके बारा!"

मी उच्च स्वरात सुरुवात केली,

"बारा एके बारा, बारा दुणे चोवीस!"

मी तोंडाने पाढे म्हणत होतो; पण मनात? माझे मन एकसारखे म्हणत होते– शरीरसंबंध हा प्राणी वाघ, सिंह, हडळ, राक्षस, वगैरेंपैक्षाही भयंकर असला पाहिजे.

त्याशिवाय काही आपले मास्तर तो शब्द वाचून असे घाबरले नसते. एक कोडे मात्र मला त्या वेळी उलगडले नाही. लग्न म्हणजे वाजंत्री, रांगोळ्या, बुंदीचे लाडू, मठ्ठा, इत्यादी इत्यादी गोष्टींचे संमेलन अशी माझी त्या वेळी ठाम समजूत होती. या संमेलनाशी शरीरसंबंध या भयंकर प्राण्याचा काय संबंध आहे, हेच मला कळेना!

नंतरची आठवण कॉलेजातली आहे. स्कॉटची 'आयव्हॅनो' ही कल्पनारम्य ऐतिहासिक कादंबरी आम्ही मित्रांनी आनंदाने अभ्यासिली होती. गडकऱ्यांचे 'प्रेमसंन्यास' नाटकही त्या वेळी विद्यार्थ्यांत फार लोकप्रिय होते. 'प्रेमसंन्यासा'तला नाटक जयंत याचे लीलेवर प्रेम असते. तो स्वत: काव्यात्म आहे. उलट, त्याची पत्नी मनोरमा ही तोंडाळ व रूक्ष अशी दाखविली आहे. त्यामुळे त्याला मनोरमा आवडू नये व लीला आवडावी, यात अस्वाभाविक असे काहीच नव्हते.

माझ्या मित्रमंडळात मतभेद झाला होता, तो या कथानकाच्या पुढल्या भागाविषयी. लीलेचे चुलते तात्यासाहेब घरातल्या स्त्री-पुरुषांनी एकत्र बसायचे नाही किंवा एकमेकांशी बोलायचे नाही, असा हुकूम फर्मावितात. त्यामुळे लीला व जयंत यांची भेट होऊ शकत नाही. शेवटी ती गुप्तपणे बागेत एकमेकांना भेटतात, खलपुरुष कमलाकर हे पाहतो नि मग– ठिणगी मिळाल्यावर वाळलेल्या रानात वणवा पेटायला कितीसा उशीर लागतो?

माझ्या पक्षाचे म्हणणे होते– जयंत व लीला यांना एकमेकांना भेटण्याची काय जरुरी होती? पहिली बायको जिवंत असल्यामुळे आपल्याला लीलेशी लग्न करता येणे शक्य नाही, हे जयंताला पुरे ठाऊक होते. मग खुशाल आपल्या खोलीत तो लीलेचे चिंतन करीत का बसला नाही? लीला तरी त्याच्या भेटीसाठी इतकी आतुर का होते? जयंतावर आपला हक्क नाही, हे काय तिला कळत नव्हते? ती नुसती त्याची मानसपूजा करीत बसली असती, तर मनोरमेचा मत्सर जागृतच झाला नसता. पण लीला पहाटे एकांतात जयंताची गाठ घ्यायला जी जाते, ती कशाकरिता? मानसिक प्रेमाकरिता? प्लेटॉनिक लव्हसाठी? छे:! तरुण स्त्री-पुरुषांचा परस्परांकडला ओढा केवळ मानसिक असूच शकत नाही! कित्येकदा प्रेमाचा आरंभ बौद्धिक अथवा भावनात्मक असू शकेल; पण एखाद्या व्यक्तीविषयी वाटणाऱ्या उत्कट आकर्षणाचा उगम बुद्धी किंवा भावना यांच्या जननातून किंवा समाधानातून होत असला, तरी त्याची परिणती एकमेकांविषयी वाटू लागणाऱ्या शारीरिक आसक्तीतच होते. बिल्हण किंवा ब्राउनिंग यांच्या प्रेमकथा पाहाव्या अथवा वामनराव जोश्यांसारख्या तत्त्वज्ञ कादंबरीकाराने रेखाटलेल्या इंदु काळेच्या चित्राचे पृथक्करण करावे, सर्वत्र एकच गोष्ट आढळून येईल. (शरीरमीलनाच्या कल्पनेपासून सर्वस्वी अलिप्त असे तरुण-तरुणींचे प्रेम ही सशाच्या शिंगाइतकीच दुर्मीळ चीज आहे.)

लीलेच्या जोडीने बाल पतिमूर्तीच्या चिंतनात गुंग होऊन गेलेली प्रौढ सुशीलाही

गडकऱ्यांनी घडविली असल्यामुळे, आमच्या प्रतिपक्षाला आपली बाजू बरीच बळकट आहे, असे वाटत होते.

खूप वेळ वादविवाद झाल्यावर शेवटी मी प्रतिस्पर्ध्यांना विचारलेला एक प्रश्न अद्यापिही मला आठवतो.

"सुशीलेसारखी स्त्री असू शकेल, हे कबूल केले, तरी जगात लीला किती आहेत नि सुशीला किती आहेत?"

त्यांना वाद जिंकायचा होता, त्यामुळे या प्रश्नाचे उत्तर कुणीच प्रामाणिकपणे दिले नाही. नि आजचा आपला समाजही सर्व पूर्वग्रह बाजूला टाकून या बाबतीत प्रामाणिक मत द्यायला तयार होईल, असे मला वाटत नाही.

अद्भुतरम्य पौराणिक कथांचा नि परलोकाच्या कल्पनेमुळे उत्पन्न झालेल्या अवास्तव वैराग्याचा आमच्या जीवनविषयक तत्त्वज्ञानावर बसलेला पगडा अजूनही दूर झालेला नाही. काम-क्रोध हे मनुष्याचे षड्रिपू नसून त्याचे जिवलग दोस्त आहेत, असे कुणी एखाद्या देवळात उभे राहून सांगितले, तर श्रोते त्याची वेड्यातच गणना करतील. 'न मांसभक्षणे दोष: न मद्ये न च मैथुने। प्रवृत्तिरेषा भूतानां निवृत्तिस्तु महाफला। हे आमचे जुने जीवनसूत्र मैथुन, मद्यपान आणि मांसभक्षण या तिन्ही गोष्टी एका मालिकेत गोवणाराच्या डोळ्यांपुढे 'श्वानं युवानं मघवानम्' हे पाणिनीचे सूत्र उभे होते, की काय, कुणाला ठाऊक! कदाचित या तीन शब्दांतल्या, अनुप्रासाचाही हा श्लोक रचणाराला मोह पडला असेल!

मद्यपान ही चैनीची गोष्ट आहे. ही चैन आत्मघातकी आहे, ही गोष्ट सोडून द्या; पण मांसभक्षण ही काही नुसती चैन नाही. जीवनकलहातली अपरिहार्य गोष्ट आहे ती; आणि म्हणूनच आजच्या मानवाच्या सुसंस्कृत बुद्धीला हिंसेविषयी तिरस्कार वाटणे स्वाभाविक असले, तरी आज जगातले बहुसंख्य लोक मांस खाऊनच जगत आहेत! केवळ तात्त्विक दृष्टीने जगाकडे पाहून सत्प्रवृत्त लोकांनी ठरविलेले नियम पुस्तकातच कसे पडून राहतात, याचे या बाबतीतले उदाहरण ज्याला पाहायचे असेल, त्याने कोकणच्या किनाऱ्यालगतची सर्व गावे पाहावीत– त्यांतल्या गोरगरिबांच्या चुलीपाशी जाऊन यावे, माशाला जीव नसतो, असे काही या लोकांचे मत नाही! दुसऱ्याचा जीव घेणे ही चांगली गोष्ट नाही, हे कळण्याइतकी त्यांची संस्कृतीशी ओळखही आहे; पण मासळी खायची नाही, असे त्यांनी ठरविले, तर या सर्व लोकांना कसाबसा मूठभर मिळणारा भात सुद्धा कोरडा खायची पाळी येईल! मांसाशनात जिव्हालौल्य मुळीच नसते, असे नाही; पण मांसभक्षण तेवढ्यामुळेच रूढ झाले आहे, आणि स्मृतिकार, भूतदयावादी सज्जन व मानवी संस्कृतीचे संवर्धन करणारे नीतिशास्त्रज्ञ यांच्या प्रयत्नांनी ते लवकर नाहीसे होणार आहे, असे मात्र नाही. पृथ्वीच्या पाठीवरल्या सर्व लोकांना पुरेल, इतका शाकाहार निर्माण करण्याचा शोध

एखाद्या शास्त्रज्ञाने लावला, तरच मनुष्यप्राणी मांसाशन सोडून देण्याचा विचार गंभीरपणाने करू लागेल.

मैथुनाचा प्रश्न तर या दोन्ही गोष्टींहून सर्वथैव भिन्न आहे. स्त्री-पुरुषांचे परस्परांविषयीचे आकर्षण, आसक्ती आणि मीलन या गोष्टी नुसत्या चैनीच्या नाहीत किंवा प्रयत्नाने टाळता येण्याजोग्याही नाहीत. इतकेच नव्हे, तर या बाबतीत निवृत्ती फलदायक आहे, असे मानणे हीच एक विकृती आहे. रामदास आणि विवेकानंद यांच्यासारख्या महापुरुषांच्या जीवनाला ही निवृत्ती लाभदायक झालीही असेल; पण महापुरुषांच्या जीवनाचे नियम सामान्य माणसांच्या आयुष्याला लावून त्यांना मार्गदर्शन करणे ही मानवतेची वंचना आहे. सूर्याच्या गतीचे नियम इतर ग्रहांना कुणी लावले आहेत का?

मनुष्य पशू नाही नि देवही नाही. त्याचा अध:पात झाला, की तो पशूहूनही वाईट वागू लागतो नि त्याला उदात्ततेचे शिखर गाठता आले, तर देवांनाही असाध्य असे गुण तो प्रकट करू शकतो, हे खरे आहे. पण याचा अर्थ प्रत्येक सामान्य मनुष्य देव होऊ शकेल किंवा मानवाचा अतिमानव होणे हे त्याच्या आयुष्याचे ध्येय असले पाहिजे, असा मुळीच होत नाही. अतिमानव होण्याची निष्फळ धडपड करणाऱ्या लोकांचे आल्डस् हक्स्लेने केलेले वर्णन वाचण्याजोगे आहे. तो म्हणतो :

"In practice the vast majority even of superhumanists live inconsistently. They are one thing in Church and another out; they believe in one way and act in another; they temper spirituality with fleshliness, virtue with sin, rationality with superstition."

हक्स्लेच्या या वर्णनाची सत्यता पटविणारी माणसे इतिहासातच नव्हे, तर आपल्याभोवती आजकाल वावरणाऱ्या राजकारणी पुरुषांत, सार्वजनिक पुढाऱ्यांत, साहित्यिकांत, कलावंतांत, कुठेही हवी तेवढी मिळतील. त्या सर्वांच्या जीवनक्रमाचे तात्पर्य एकच आहे– मनुष्य म्हणजे नुसता आत्मा नव्हे. मनुष्य म्हणजे शरीर व आत्मा यांचे विलक्षण मिश्रण. मनुष्याचा बुद्धिविकास, त्याचा भावनाविलास आणि मानवतेने आतापर्यंत संपादन केलेली संस्कृती, या गोष्टी जगाला वरच्या पायरीवर नेण्याचा प्रयत्न करीत आहेत. त्यात त्यांना आज ना उद्या थोडे-फार यशही येईल; पण उद्याच्या या उज्ज्वल मानवी संस्कृतीतही मनुष्य मनुष्यच राहील; तो देव होणार नाही. शरीरसुख हा त्याच्या आयुष्यातला उपेक्षणीय भाग होईल, अशी वेडेपणाची आशा कुणीही करू नये. खतातून शोषून घेतलेल्या द्रव्यांतून ज्या जगात फुलांचे पोषण होते, तिथे शरीरधर्म आणि शरीरसुख यांच्याविषयी मनुष्याने उदासीनता दर्शविण्यात काय अर्थ आहे?

आयुष्यात धर्ममोक्षांचे जेवढे महत्त्व आहे, तेवढेच अर्थकामांचेही आहे. त्यांच्यापैकी अमुक श्रेष्ठ व अमुक कनिष्ठ हे ठरविणेच मुळी चुकीचे आहे. कळसावाचून देवळाला शोभा नाही, हे जितके खरे, तितकेच तो कळस स्थिर राहायला त्या

देवळाचा पाया मजबूत असला पाहिजे, हेही खरे! पण यशस्वी जीवनाला धर्ममोक्षांइतकीच अर्थकामांची आवश्यकता आहे. इतकेच नव्हे, तर त्यांच्याकडे शास्त्रीय दृष्टीने पाहण्याचीही आवश्यकता आहे, हे आपल्याला अजून पटतच नाही. (गीतेच्या एका श्लोकाचे शंभर अर्थ लावण्याची पिढ्या न् पिढ्या धडपड करणाऱ्या आमच्या बुद्धिमत्तेला, समाजातले खालच्या थराचे लोक शतकानुशतक कसे जगत आले आहेत, त्याची चौकशी करण्याची जशी जरुरी भासली नाही,) त्याप्रमाणे स्त्री-पुरुषांचे संसार सुखाचे कसे होतील, याविषयीही तिला कधी काळजी वाटली नाही. पत्रिका पाहणे, हुंड्याची रक्कम मोजून घेणे आणि वधूला 'अष्टपुत्रा सौभाग्यवती भव' म्हणून आशीर्वाद देणे, हाच काय तो जुन्या दृष्टीने लग्नाचा अर्थ होता. नव्या दृष्टीने 'लग्न म्हणजे प्रेम' हे समीकरण मांडले; पण त्या प्रेमाचे पृथक्करण करण्याच्या भानगडीत तीही पडली नाही... आणि त्याचा परिणाम...

संसाराला फुलबाग मानून हल्ली तरुण-तरुणी त्यात प्रवेश करतात. पण त्यांच्यापैकी अनेक जोडपी लवकरच काट्यांनी पाय रक्तबंबाळ होऊन सैरावैरा धावू लागतात. हे काटे कुठून येतात, हे त्यांच्यापैकी कुणालाच कळत नाही. पण मध्यमवर्गामध्ये वैवाहिक असंतोष किती मोठ्या प्रमाणात धुमसत आहे, हे मधून मधून होणाऱ्या विचित्र विवाहांमुळे लोकांच्या लक्षात येतच होते.

व्यक्तिजीवनाच्या पूर्वार्धात अर्थ व काम यांना स्वाभाविकच प्राधान्य येते. परिस्थितीमुळे अथवा खोट्या ध्येयवादाला बळी पडून पुष्कळ माणसे या बाबतीत निसर्गाच्या प्रवाहाविरुद्ध पोहण्याचा प्रयत्न करतात; पण शेवटी प्रवाहच त्यांना आपल्याबरोबर ओढून घेऊन जातो. त्याच्या वेगात त्यांची डोकी खडकावर आपटतात नि मग त्या खोकांतून येणारे रक्त जन्मभर पुसत बसण्यापलीकडे त्यांना काहीच करता येत नाही. बालविधवा असूनही चाळिशी उलटेपर्यंत लग्न करायचे नाही, नि एके दिवशी कुणाबरोबर तरी बोहल्यावर अगर रजिस्ट्रारच्या कचेरीमध्ये जाऊन उभे राहायचे, हे काय यशस्वी सांसारिक जीवनाचे लक्षण आहे? आपल्याहून वयाने लहान असलेल्या तरुणाशी लग्न करायचे, नि मग चिरपरिचयाने त्याला आपला वीट येईल, म्हणून आपले आकर्षण टिकविण्याकरिता दोन बिऱ्हाडे करण्याची योजना आखायची! हे काय जीवनातले सुखसर्वस्व प्राप्त झाल्याचे प्रत्यंतर आहे? 'पुरुषजात तेवढी निमकहराम' अशी गर्जना करीत समाजसेवेचा विडा उचलायचा नि शेवटी पूर्वीची बायकामुले असलेल्या एखाद्या अवलियाच्या गळ्यात माळ घालून त्याला विडा देत बसण्यात आनंद मानायचा! हा काय जीवनाच्या सफलतेचा पुरावा आहे?

सध्याच्या तरुणतरुणींच्या प्रेमजीवनात अशा किती तरी स्पष्ट-अस्पष्ट विकृती दिसून येत आहेत. एरवी बुद्धिवान व कर्तबगार असलेली माणसे या विकृतीच्या भोवऱ्यात सापडली, की निस्तेज व कार्यशून्य होतात, असा अनुभव येत आहे.

या विकृतीच्या मुळाशी अनेक कारणे आहेत. त्यां पैकी एकावर या कादंबरीत थोडासा प्रकाश टाकण्याचा मी प्रयत्न केला आहे. पति-पत्नींच्या बौद्धिक व भावनात्मक समरसतेइतके या कारणाला महत्त्व देण्यात अर्थ नाही, असे म्हणणारे अनेक लोक निघतील. आपल्याकडे स्त्री ही अजूनही गरीब गाय असल्यामुळे, नि असल्या नाजूक बाबतीत तोंडाला कुलूप घालणे हेच बरे, असे पुरुषालाही वाटत असल्यामुळे आकडे देऊन त्यांचे तोंड बंद करणे कुणालाही शक्य नाही. पण त्यांना विश्वासार्ह वाटेल, असा एक उतारा इथे सादर करायला हरकत नाही.

'At the Institute of Family Relations, Los Angeles, where domestic difficulties are studied, it was found that out of 500 consecutive cases of unsuccessful marriage examined in 1930, all but one showed sexual maladjustment as a complicating factor. In what percentage this was the primary factor in the domestic upheaval and in what percentage a contributory one, it is impossible to say. Nor is this necessary. Our emotional life is too complicated to allow of our seeing clearly the part played in its pattern by every strand that enters into its composition. It is enough to know that physical mal-adjustment is almost always present when marriage come to grief.'

– 'The Physiology of Sex,'

by Kenneth Walker.

तरुण स्त्री-पुरुषांनी प्रेमजीवनात शरीरसुखाचा भाग अतिशय महत्त्वाचा मानला पाहिजे, परस्परांच्या आनंदसंवर्धनाकरता आपण एकमेकांचे हात हातात घेतले आहेत, याचा त्यांनी स्वत:ला कधीही विसर पडू देऊ नये, आयुष्याच्या प्रवासातली खरीखुरी मौज असल्या सोबतीतच आहे, इत्यादी गोष्टी मी सांगितल्या असल्या, तरी केवळ कामतृप्ती हे संसाराचे कधीच ध्येय होऊ शकत नाही, हे कोण नाकबूल करील? आकाशातल्या चंद्राला हात लावण्याच्या धडपडीत माणसाचे पृथ्वीवरले पाय सुटले, तर तो तोंडघशी पडतो, एवढेच मला सुचवायचे आहे. तो चंद्र योग्य वेळी अनेकांच्या हाताला लागतो, नाही, असे नाही; पण त्याचा लाभ संसाराच्या सुरुवातीला होत नाही. दहा-वीस वर्षे संकटे आणि सुखे यांची चव जोडीने घेतल्यावरच त्या चांदण्याची वृष्टी होऊ लागते. त्या दृष्टीने उदात्त प्रीती हा शुक्लपक्षातला चंद्र नाही; तो वद्य पक्षातला आहे.

कोल्हापूर

वि. स. खांडेकर

८-१०-४१

स्वैरालाप

'जळलेला मोहर' या कादंबरीचा विषय व तिचे तंत्र दोन्ही चाकोरीबाहेरची आहेत, याची जाणीव ती लिहिताना मला पदोपदी होत होती, म्हणून या कादंबरीला स्वत: प्रस्तावना न लिहिता ती या विषयाशी अधिक निकट संबंध आलेल्या व आपले विचार निर्भीडपणाने बोलून दाखवायला न कचरणाऱ्या एखाद्या सद्गृहस्थाकडून घ्यावी, असे मी मनात ठरविले होते. साहजिकच मला डॉ. सान्यांचे नाव सुचले. त्यांच्यामुळेच या कादंबरीतल्या नमूताईंची व माझी ओळख झाली. 'खोटी लाज, खोटा ध्येयवाद, खोटं पावित्र्य यांची पांघरुणं घालून प्रेमातली दु:खं जगापासून लपविता येतात; पण ती मनाला जाळून टाकतात.' हे त्यांचे उद्गार तर मी कधीच विसरलो नव्हतो.

डॉ. सान्यांच्या व माझ्या जेव्हा जेव्हा बैठकी होत, तेव्हा तेव्हा त्यांच्या भाषणात दिसून येणाऱ्या सामाजिक दृष्टिकोनाचे, पुस्तकांपेक्षा माणसांचा अभ्यास करून सत्य शोधण्याच्या त्यांच्या उत्कट इच्छेचे आणि कुणाच्याही मोठेपणाने दिपून न जाता, त्याने प्रतिपादिलेला सिद्धान्त बुद्धिवादाच्या निकषावर घासून पाहण्याच्या त्यांच्या ईर्ष्येचे मला नेहमीच कौतुक वाटे. जगात अस्सल दुष्टपणाइतकाच जातिवंत शहाणपणा ही चीजही दुर्मीळ आहे. जगाच्या बाजारात प्रत्येक प्रकारचा मूर्खपणा मात्र विपुल मिळतो. 'लग्नापूर्वी पतिपत्नी ही दोघेही कवी असतात. पण लग्न झाल्यावर ती एकमेकांचे टीकाकार बनतात.' 'स्त्रियांना छळणाऱ्या पुरुषाइतक्याच नवऱ्यांना त्राहि भगवान् करून सोडणाऱ्या बायका जन्माला आल्या आहेत. तुम्हां लेखकांना मात्र त्या कधीच दिसत नाहीत!' असली वाक्ये व त्यांच्या समर्थनाकरिता त्यांनी सांगितलेल्या सत्यकथा यांच्यामुळे त्यांच्याशी गप्पागोष्टी करताना वेळ कसा जाई, हे माझे मलाच समजत नसे.

म्हणून 'जळलेला मोहर'च्या पहिल्या आवृत्तीचे प्रास्ताविक त्यांच्याकडून लिहून घ्यायचा मी प्रयत्न केला. पण बहुश्रुत, रसिक व मार्मिक मनुष्याला केवळ सराव नसल्यामुळे लेखनाविषयी अकारण एक प्रकारची भीती वाटत असते. सान्यांचेही तसेच झाले असावे. त्या वेळी काही त्यांनी माझ्या विनंतीला मान दिला नाही.

या कादंबरीची पहिली आवृत्ती प्रकाशित झाल्यानंतर तिच्यातल्या नावीन्याचे जसे काही लोकांकडून स्वागत झाले, तशी काही वाचकांकडून तिच्यावर टीकाही

झाली. तिच्यात अतिवास्तवता (Surrealism) आहे, असे कुणी म्हणाले, तर कुणी खांडेकरांनी बाचकत बाचकत या विषयाला हात घातला आहे, असे उद्गार काढले. मी कादंबरी न लिहिता या विषयावर एक शास्त्रीय ग्रंथच लिहायला हवा होता, असे एक सद्गृहस्थांचे म्हणणे पडले. एक-दोन गुजराती लेखकांनी तिचा विषय व तंत्र यांविषयी गौरवपर उद्गार काढले. पण तिचा गुजराती अनुवाद प्रसिद्ध झाल्यावर या कादंबरीची रचना भूमिती पद्धतीची वाटते, अशी तिच्यावर टीकाही झाली. या नाजूक विषयाला अनेक परस्परविरोधी बाजू आहेत व त्या सर्व चित्रित न करणे अप्रामाणिकपणाचे होईल, या दृष्टीने लेखकाने विशिष्ट रचनेचा अंगीकार केला आहे, ही गोष्ट त्या टीकाकाराच्या बहुधा लक्षात आली नसावी. नायक-नायिकांची जागा या विषयाला देण्याचा या कादंबरीत मी प्रयत्न केला. तो यशस्वी झाला नसेल; पण लेखकाच्या यशापयशाची मीमांसा त्याने गृहीत धरलेल्या गोष्टीकडे पाहून केली, तरच टीकाकार त्याच्या अंतरंगाचा खराखुरा आविष्कार करू शकतो, असे मला वाटते.

पढीक पंडितापेक्षा सर्वसामान्य वाचक हाच कुठल्याही कलाकृतीचा अधिक रसिक टीकाकार होऊ शकतो, हा अनुभव गेल्या दोन तपांत मी अनेकदा घेतला आहे. म्हणून दुसऱ्या आवृत्तीच्या प्रस्तावनेत कादंबरीच्या वाङ्मयीन गुणावगुणांची चर्चा न करता तिच्या विषयाचाच ऊहापोह होणे बरे, असे मी ठरविले. या खेपेला डॉ. सान्यांकडून प्रस्तावना वसूल करायचीच, असा माझा निश्चय होता. त्यांनी प्रथम बरेच आढेवेढे घेतले. पण शेवटी पत्ररूपाने लिहिलेले आपले लिखाण त्यांनी माझ्याकडे पाठवून दिले. त्यांच्या पत्राच्या आरंभीचा खासगी मजकूर तेवढा गाळून ते जसेच्या तसे मी खाली देत आहे.

३०-६-४८   वि. स. खांडेकर

डॉ. साने यांचे पत्र

स्त्री-पुरुषसंबंधांच्या बाबतीत आपला समाज अद्यापि फाजील सोवळा आहे, असेच मला वाटते. नैसर्गिक वासनांचा प्रामाणिकपणाने विचार करण्याऐवजी त्यां धार्मिक पडद्याआड लपवून आपण संस्कृतीचा विकास करीत आहो, समाजाचा गाडा मोठ्या शिकस्तीने आवरून धरून तो खड्ड्यात पडणार नाही, अशी दक्षता आपण घेत आहो, असे मानणारे लोक कळत, न कळत आत्मवंचना करीत असतात. पडद्याआड काही झाले, तरी हरकत नाही; पण त्या गोष्टीची उघडपणे चर्चा करता कामा नये, असा आपल्या समाजाचा सनातन दंडक आहे. या दंडकामुळे कामवासनेचे स्वरूप अधिक उन्नत झाले, समाजातल्या विविध विकृतींना आळा पडला किंवा पतिपत्नींची एकमेकांविषयीची निष्ठा वाढत गेली, असे मुळीच नाही. उलट, या बाबतीत मोकळेपणाने बोलण्याची चोरी असल्यामुळे अर्धवट ज्ञान व संपूर्ण अज्ञान यांतून निर्माण होणारे अनेक अनर्थ पिढ्या न् पिढ्या आपल्या सामाजिक जीवनात थैमान घालीत राहिले आहेत. आपल्या दैनंदिन जीवनातल्या लहानसहान गोष्टींवर सुद्धा धार्मिकतेचा एवढा मोठा पगडा होता, (अद्यापिही आहे, असेच म्हणावे लागेल) की त्यामुळे जीवन नैसर्गिक, सुखकारक आणि व्यक्ती व समाज ह्यांना उपकारक व्हावे, म्हणून ज्या शास्त्रीय दृष्टीचा अवलंब करावा लागतो, ती आपल्यांत कधीच विकसित झाली नाही. रूढीचे दास हे दुर्दैवाने आपल्याकडे सामाजिक जीवनाचे नेते मानले गेले, प्रामाणिक विचारवंताला पिढ्या न् पिढ्या नास्तिक म्हणून हिणविण्यात आले, बंडखोर ठरविण्यात आले. या सर्व गोष्टींचा परिणाम आपल्या समाजावर किती भयंकर झाला आहे, ह्याची कल्पना तुमच्यासारख्या लेखकांना करता येणार नाही. घराच्या चार भिंती याच तुमच्या चार दिशा असतात. माझ्यासारख्या डॉक्टराचे तसे नाही. चार तासांच्या अवधीत त्याला दहा दुःखी जीवनकथा पाहायला मिळतात. त्या दुःखाला कारणीभूत झालेले अज्ञान, दारिद्र्य आणि पशुत्व यांचे नग्न दर्शन त्याला होते. माझ्यासारख्या डॉक्टरपुढे दररोज माणसाचे चित्रविचित्र नवे नवे नमुने उभे राहतात. ते पाहिले, की आपल्या समाजातल्या अज्ञानाला, त्यातून निर्माण झालेल्या खोट्या लज्जेला आणि शिष्टाचाराच्या व सभ्यपणाच्या नावाखाली असह्य कुचंबणा करून घेणाऱ्या आपल्या संस्कृतीला हसावे, की रडावे, हेच अनेकदा कळेनासे होते.

कालचीच एक गोष्ट सांगतो– काल संध्याकाळी एक अपरिचित तरुण माझ्या दवाखान्यात आला. तसा काही तो अगदी अडाणी नव्हता. आपल्याला थंडी वाजून ताप येत आहे, असे त्याने मला प्रथम सांगितले. मी थर्मामीटर काढून तो त्याला खाकेत लावायला सांगताच स्वारी म्हणाली,

"तसा काही फार ताप येत नाही मला. अवघड जागी एक गळू झालंय्! त्यामुळं थंडी वाजल्यासारखी वाटते. बहुधा थोडी कसर येत असावी!''

तो खोटे बोलत आहे, हे लगेच माझ्या लक्षात आले. बनावट साक्षीदारापेक्षाही अधिक खोटे बोलल्यावर, आढेवेढे घेत-घेत आपल्याला गुप्त रोगापासून त्रास होत असल्याचे त्याने शेवटी कबूल केले!

डॉक्टरकडे जाऊन त्याच्यापुढे सुद्धा आपला रोग कबूल न करण्याची ही जी वृत्ती दिसते, तिचे मूळ आपल्या हरिदासांनी आणि पुराणिकांनी रूढ केलेल्या आणि समाजाने आंधळेपणाने शिरोधार्य मानलेल्या सांकेतिक कल्पनांत आहे. कामविकार हा माणसाचा नंबर एकचा शत्रू आहे, हे आम्ही हजारो वर्षे घोकीत आलो आहो. विश्वामित्रासारखे उग्र तपश्चर्या करणारे महर्षी सुद्धा मेनकेच्या एका कटाक्षाने घायाळ होऊन तिच्या पायांशी लोळण घेतात, असे आपली पुराणे आणि काव्ये, आपले संत आणि साहित्यिक शतकानुशतक समाजाला पढवीत आले आहेत. या पिढीजाद पोपटपंचीचा कामविषयक नीती सुधारण्याच्या कामी किती उपयोग झाला असेल, ते एका परमेश्वरालाच माहीत! या पोपटपंचीच्या मुळाशी असलेले तर्कशास्त्रच मोठे अजब आहे. लोहपिष्ट भक्षण करून साठ सहस्र वर्षे उग्र तपश्चर्या करणाऱ्या अलौकिक ऋषीला जो मोह टाळता आला नाही, त्याच्यावर सामान्य मनुष्य सहजासहजी मात करू शकेल, ही कल्पना किती हास्यास्पद आहे! पण अस्तित्वात नसलेल्या स्वर्गसुखाच्या मागे धावत सुटलेल्या आणि ज्या पृथ्वीवर आपल्याला प्रत्येक क्षण घालवावा लागतो, तिच्याकडे पाठ फिरवून कल्पनेतल्या परलोकाकडे डोळे लावून बसलेल्या माणसांना तर्कशुद्ध विचार करता येणार तरी कसा? कटु सत्य आणि गोड असत्य, यांच्यामधला भेद जाणून घेण्याची त्यांना इच्छाच नसते. आत्मविकास हे मानवी जीवनाचे उच्चतम ध्येय असले, तरी मनुष्य हा केवळ आत्मा नाही, तो शरीरही आहे, शरीरधर्माकडे दुर्लक्ष करून आत्म्याच्या पाठीमागे लागणे म्हणजे तहानेलेल्या मनुष्याने अंतराळात विहीर खणून तिचे पाणी पिण्याची इच्छा करण्यासारखे आहे. ही गोष्ट सर्वांनीच नेहमी लक्षात ठेवली पाहिजे. पण 'असेल माझा हरि, तर देईल खाटल्यावरी' हे ज्याचे जीवनविषयक तत्त्वज्ञान, कुठल्याही संकटाशी झुंज घेण्याऐवजी, ते आपले पूर्वजन्मीचे पाप आहे, म्हणून कसायापुढे मान टाकणाऱ्या बकऱ्याप्रमाणे त्याला शरण जाण्याची तयारी करणे हा ज्याचा धर्म, त्या समाजात एवढा विवेक कुणाला सुचणार? या विवेकभ्रष्टतेमुळेच

माणसाला मनुष्य म्हणून जगू देण्याइतके विचारांचे औदार्य आपल्यापाशी नसल्यामुळेच, पहिल्या बाजीरावासारख्या अलौकिक पराक्रमी पुरुषाचा मोठा दु:खद अंत झाला. बाजीरावाचे मस्तानीवरले प्रेम, ही त्या काळातल्या नीतिकल्पनांना न पटणारी गोष्ट होती, हे काही खोटे नाही. पण परंपरागत नीतीच्या पलीकडे जाऊन या प्रेमाचे स्वरूप पाहण्याचा त्या काळी एखाद्याने तरी प्रयत्न केला असेल का? इतर देशांत ही प्रेमकथा अलौकिक आणि अद्‌भुतरम्य अशा काव्याचा विषय म्हणून गौरविली गेली असती. पण आपले त्या काळचे कवी राम-कृष्णांच्या लीला वर्णन करण्यात आणि 'जनी निंद्य ते सर्व सोडून द्यावे' या उपदेशाचे घुटके लोकांना पाजण्यात गुंग होऊन गेले होते. त्यांना या प्रेमकथेतली उत्कटता, वास्तवता आणि भव्यता कुठून प्रतीत होणार? जिथे समाजातले कविमनच असे रूढिग्रस्त असते आणि ठरावीक चाकोरीतून फिरत राहते, तिथे बिचाऱ्या जनमनाला दोष लावण्यात काय अर्थ आहे?

पहिल्या बाजीरावाची बायको नेहमी आजारी असे, अशा स्थितीत मस्तानीसारखी लावण्यवती त्याच्या पराक्रमावर लुब्ध होऊन त्याच्या गळ्यात पडली. मराठेशाहीच्या सीमा भरतीच्या लाटांप्रमाणे पुढे पुढे लोटीत नेणारा, निजामाला हां हां म्हणता खडे चारणारा, नादिरशहासारख्या आग्यावेताळाला आपल्या शौर्याने दहशत बसविणारा, असा हा पराक्रमी पुरुष स्त्रीप्रेमासाठी भुकेला असावा, यात अस्वाभाविक असे काय होते? राज्याचा भरिभार वाहून श्रांत झालेले त्याचे मस्तक प्रेयसीच्या बाहुपाशात विसाव्याची अपेक्षा करीत होते. तो कितीही शूर असला, मुत्सद्दी असला, देशभक्त असला, तरी शेवटी मनुष्यच होता! नेमके याच गोष्टीकडे त्या काळात कुणी लक्ष दिले नाही. ते देणे कुणाला शक्यच नव्हते. आपले व्यक्तिजीवन अंध धर्मकल्पनांनी आणि रूढ नीतिनियमांनी इतके करकचून बांधलेले होते, की बाजीराव आणि मस्तानी यांच्या प्रीतीकडे सहानुभूतीने पाहणे हे त्या वेळच्या समाजात नि:संशय मोठे पाप ठरले असते.

पण त्याच काळातली इतर देशांतली माणसे स्त्री-पुरुषसंबंधांकडे कामतृप्ती ही जीवनातली आवश्यक गोष्ट आहे, या तत्त्वाकडे न बुजता, न बाचकता, कशी पाहत होती, हे लक्षात ठेवण्यासारखे आहे. तुम्हांला पत्र लिहीत असताना माझ्यापाशी बेंजामिन फ्रँकलिनचे आत्मचरित्र पडले आहे. या पुस्तकात आत्मवृत्ताबरोबर त्याचे काही लेखही दिले आहेत. पुण्यातले ब्राह्मण मस्तानी-प्रकरणी पहिल्या बाजीरावाला वाळीत टाकण्याचा ज्या वेळी प्रयत्न करीत होते, त्याच वेळी बेंजामिन फ्रँकलिन हा एक प्रसिद्ध अमेरिकन पुरुष आपल्या लेखनाच्या द्वारे लोकांपुढे कोणते विचार मांडीत होता, हे पाहिले, म्हणजे त्यातला विरोध मनाला बोचल्याशिवाय राहत नाही. फ्रँकलिनने एका तरुण मनुष्याला उपदेश म्हणून १७४५ मध्ये एक पत्र लिहिले आहे. त्या पत्रातला मुख्य मजकूर असा आहे :

सतरा

'प्रिय मित्रा, तू आपल्या मनाच्या अनावर वृत्तीचे जे वर्णन केले आहेस, तिच्यावर जगात फक्त एकच औषध आहे. ते म्हणजे लग्न! विवाह केल्यानेच तुला खऱ्याखुऱ्या सुखाचा लाभ होईल. आज ते लग्न न करण्याची तू जी कारणे सांगत आहेस, ती मला तरी पटत नाहीत. पुरुष निसर्गत: अपूर्ण आहे, हे कधीही विसरू नकोस! त्याच्या जीवनाला स्त्री पूर्णता आणते. तिची मृदुता, व्यावहारिकता आणि सौंदर्यदृष्टी त्याच्या आयुष्यात गोडवा निर्माण करते. स्त्रीचे जीवनही पुरुषावाचून असेच अपुरे आणि ओके ओके होते. पुरुषाची पराक्रमाची शक्ती आणि विवेकबुद्धी तिच्या जीवनाला पूर्णता आणते. म्हणूनच तुझ्यासारखा अविवाहित तरुण हा एका दृष्टीने अर्धवट मनुष्य आहे, असे मला वाटते. कात्रीच्या एका पात्यासारखी तुझी स्थिती आहे.'

फ्रँकलिनचे इथपर्यंतचे हे पत्र आपल्याकडल्या सनातनी लोकांना सुद्धा आवडेल. पण त्याने पुढे जो मजकूर लिहिला आहे, तो ऐकल्यावर मात्र ते 'अब्रह्मण्यम्' म्हणून कानांवर हात ठेवतील. फ्रँकलिन पुढे म्हणतो :

'पण लग्न करण्याचा माझा हा सल्ला तुला पटत नसेल, लग्न न करताच तुला राहायचे असेल, तर माझ्या एका सूचनेचा अवश्य विचार कर. ती म्हणजे स्त्रीसुख मिळविताना तरुणीपेक्षा प्रौढ स्त्रियाच तू पसंत करीत जा. तुला माझा हा सल्ला प्रथमदर्शनी मोठा विचित्र वाटेल. पण तो पूर्ण विचारांती मी देत आहे. प्रौढ स्त्रियांना व्यवहारज्ञान अधिक असते. जगाच्या अनुभवाने त्यांची मने समृद्ध झालेली असतात. त्यामुळे त्यांच्या संभाषणात चातुर्य आणि मोहकता अधिक आढळते. उलट, तरुण स्त्रियांना आपल्या रूपाचा मोठा अभिमान असतो. या गर्विष्ठपणामुळेच त्या बेपर्वाईने वागतात. आपल्यापाशी सौंदर्याचा हुकमी पत्ता नाही, हे प्रौढ स्त्रीला कळत असते. त्यामुळे सौंदर्याची उणीव ती सौजन्याने भरून काढते. आजारीपणात तिच्याइतक्या प्रेमळपणाने दुसरी कोणतीच स्त्री रोग्याची शुश्रूषा करू शकणार नाही. स्त्री जितकी वयाने अधिक मोठी, तितकी ती स्वभावाने अधिक चांगली, असा सर्वसामान्य सिद्धान्त सांगितला, तर तो काही सर्वस्वी चुकीचा ठरणार नाही! अशा स्त्रियांशी मैत्री करण्यात फारसे पापही नसते. कुमारिकेला आपल्या प्रेमपाशात गुंतविल्याने एखादे वेळी तिच्या आयुष्याचा सत्यनाश होण्याचा संभव असतो. कदाचित तिला सारा जन्म रडत आणि कुढत काढावा लागेल, अशी परिस्थिती एखादे वेळी उत्पन्न होते. तसल्या संबंधांमुळे आपल्या मनात पश्चात्तापाची शल्ये सलत राहतात. प्रौढ स्त्रीच्या बाबतीत असे कधीच होत नाही. उलट, तिची कृतज्ञताच आपल्या पदरी पडते.'

फ्रँकलिनने एका तरुणाला केलेल्या उद्देशातला अधिक सभ्यपणाचा असा भाग मी इथे उद्धृत केला आहे. विवाहबाह्य संबंधांच्या बाबतीत तरुणींपेक्षा प्रौढ स्त्रियाच

अधिक सुखप्रद का होतात, याची त्याने जी आणखी दोन-तीन कारणे दिली आहेत, त्यांचा या पत्रात उल्लेख करण्याची सुद्धा मला छाती होत नाही. मी ती नुसती सूचित केली, तरी सारी संस्कृतिसंरक्षक मंडळे माझ्यावर हिरिरीने तुटून पडतील. कृष्णराव मराठे गुंड कायद्याखाली मला पकडावे, म्हणून सरकारच्या मागे लागतील. एवढेच नव्हे, तर स्वत:ला पुरोगामी म्हणविणारी अनेक माणसेही कानांत बोटे घालून आपल्या भुवया वर चढवितील.

याचा अर्थ फ्रँकलिन हा एक चावट मनुष्य होता, असा मात्र मुळीच नाही. तो व्यवहाराकडे वास्तव दृष्टीने पाहतो. पदोपदी प्रत्येक गोष्टीला काव्याचा मुलामा देणे त्याला पसंत नाही. निसर्गावर पांघरूण घालून किंवा त्याची शाब्दिक उपेक्षा करून कुणी त्याच्या पाशातून मुक्त होत नाही. उलट, नैसर्गिक गोष्टी वेळी अवेळी चोरून ठेवल्यामुळे त्यांना रहस्याचे स्वरूप प्राप्त होते; आणि रहस्याविषयी आकर्षण वाटणे हा तर मनुष्याचा स्वाभाविक धर्मच आहे. जीवनात कामवासनेचे स्तोम माजविणे जितके चुकीचे आहे, तितकेच तिला क्षुद्र किंवा ओंगळ लेखणेही चुकीचे आहे. ही दुसरी चूक भारतीय समाज गेली दोन हजार वर्षे करीत आला आहे. निवृत्तीचा पगडा सर्वसामान्य समाजमनावर कधीच बसणे शक्य नसते. पण त्याला वैराग्याचे सोंग मात्र आणता येते. तसाच काहीसा प्रकार या बाबतीत झाला आहे. ऐतिहासिक काळात राजे लोक सुंदर स्त्रियांसाठी लढाया करीत होते, पळवून आणलेल्या बायकांचे जनानखाने बाळगीत होते! सामान्य लोक सामान्य व्यभिचार करीत होते. स्त्रीच्यापायी इतिहासाचा प्रवाह बदलल्याचे दाखले तुम्हांला हवे तेवढे मिळतील. पण असे असूनही स्त्री-पुरुषसंबंध हा मानवी जीवनातला एक आवश्यक आणि विचारणीय भाग आहे, असे म्हणायची मात्र आपल्याकडे कुणाचीच तयारी नव्हती.

या बाबतीत आपले प्राचीन साहित्य अधिक प्रामाणिक आहे, असे म्हणता येईल. जाता जाता महाभारतातले एक उदाहरण आठवले. तेच इथे देतो. अर्जुनाने धर्म व द्रौपदी ह्यांना चुकून एकांतात पाहिले. या नियमभंगाचे प्रायश्चित्त म्हणून अर्जुनाला पुढे तेरा वर्षे तीर्थयात्रा करावी लागली. एखाद्या आधुनिक लेखकाला अर्जुनाच्या या तीर्थयात्रेचे वर्णन करायचे असते, तर या प्रायश्चित्ताच्या कालात तो किती विरक्त वृत्तीने वागत होता, ईश्वरचिंतनाशिवाय त्याला दुसरे काहीही कसे सुचत आणि रुचत नव्हते, इत्यादिकांविषयी त्याने गोड गोड थापा मारल्या असत्या. पण महाभारतकाराला असला लपंडाव संमत नव्हता. या तीर्थयात्रेतील अर्जुनाची अनेक प्रेमप्रकरणे त्याने सविस्तर वर्णन केली आहेत. अर्जुनाच्या ह्या प्रणयिनींपैकी उलूपीचे महाभारतातले वर्णन स्त्री-पुरुषांच्या प्रेमसंबंधांकडे पाहण्याच्या आपल्या काव्यमय परंतु कृत्रिम पद्धतीवर पूर्ण प्रकाश टाकणारे असल्यामुळे ते मुद्दाम जसेच्या तसे पुढे देत आहे.

वैशंपायन सांगतात :

राजा, कुरुकुलाला कीर्तीस चढविणारा तो महाबाहू अर्जुन वनात जाऊ लागला असता विद्वान, वेदवेदांगवेत्ते व ब्रह्मचिंतन करणारे ब्राह्मण, भिक्षुक, भगवद्भक्त, सूत, पुराणिक, मधुरवाणीने देवादिकांची आख्याने गाऊन दाखविणारे कथेकरी, ऊर्ध्वरेते ब्रह्मचारी, संन्यासी, वगैरे श्रमणसंज्ञक वनौकस हे सर्व व दुसरे कित्येक मृदुभाषी अनुचर बरोबर असल्याने, मरुद्गणांनी परिवेष्टित अशा इंद्राप्रमाणे तो शोभू लागला. मार्गात त्याने कित्येक रमणीय, विचित्र वने, सरोवरे, नद्या व समुद्र, देश व पवित्र तीर्थे पाहिली. नंतर त्याने गंगाद्वारी वास्तव्य केले. राजा, त्या स्थळी त्या पांडवश्रेष्ठाने जे अद्भुत कर्म केले, ते ऐक. तो तेथे असता त्याचे आश्रयावर सर्व ब्राह्मणांनी अनेक ठिकाणी अग्निहोत्रे आरंभिली, त्याकरिता सर्व तीरांवर जागजागी कुंडे बांधली होती; आणि जितेंद्रिय व सत्यनिष्ठ ब्राह्मणांनी स्नानसंध्या करून अग्निप्रबोधन केल्यामुळे त्यांतील अग्नी धडाडले होते. ब्राह्मण हे मंत्रघोषपूर्वक आत आहुती देत होते व होमांती अग्नीची पुष्पांनी पूजा करीत बसले होते. अशा समयी त्या गंगाद्वाराचा देखावा काही अवर्णनीयच दिसत होता. याप्रमाणे वेदींनी व ब्राह्मणांनी ते स्थान गजबजून गेले असता एके दिवशी अर्जुन स्नानार्थ गंगेत उतरला; व स्नान आणि पितृतर्पण करून अग्निकार्य करण्याच्या हेतूने तो गंगेतून बाहेर पडणार, तो त्याचे रूप पाहून मदनार्त झालेल्या उलूपी नामक नागकन्येने त्याला एकाएकी पाण्यात ओढून पाताळात नेले. सुदैवाने तेथे कौरव्यनामक नागाचे घरी उत्कृष्ट रीतीने पूजिलेला अग्नी आयताच त्याला आढळला. तेव्हा त्या अग्नीतच अर्जुनाने नि:शंकपणे आहुती देऊन आपले अग्निकार्य संपविले; आणि त्यायोगाने हुताशन संतुष्ट झाला. नंतर अग्निकार्य उरकल्यावर त्या उलूपीकडे वळून व गालांतल्या गालांत हसून तो तिला म्हणाला,

"हे कल्याणि, हे तू का साहस केलेस? हे सुभगे, हा देश कोणाचा? तू कोण व कोणाची कन्या? सुंदरी, हे सर्व मला सांग."

उलूपी म्हणाली :

ऐरावत कुलात उत्पन्न झालेला कौरव्य नावाचा नाग आहे, त्याची मी कन्या. माझे नाव उलूपी. तू स्नानाकरिता गंगेत उतरला असता तुला पाहताच मी मदनाकुल झाले. हे निष्पापा, मला अद्यापि दुसऱ्या पुरुषाचा स्पर्श नाही, व तुझ्यापायी हा मदन मला पीडा देत आहे. तर तू आपला देह माझे कामी लावून मला आज संतुष्ट कर.

अर्जुनाने उत्तर दिले,

हे कल्याणि, तू म्हणतेस ते नीट आहे; परंतु मी स्वतंत्र नाही; मी धर्मराजाच्या अधीन असून त्याने बारा वर्षेपर्यंत ब्रह्मचर्य पाळण्याची मला आज्ञा केली आहे. हे जलचारिणि नागकन्ये, खरे पुसशील, तर तुझ्यासारख्या सुंदरीला संतुष्ट करण्याला

मी तयार आहे. परंतु मी धर्माज्ञा स्वीकारून चुकलो आहे व ती मला मोडता येत नाही. कारण, मी आजपर्यंत कोणत्याही कारणास्तव अनृत बोललो नाही. तस्मात, हे नागकन्ये, तुझी इच्छा तर पूर्ण व्हावी, आणि मजवर खोटेपणा येऊन माझी धर्महानी होऊ नये, अशी काही तरी तोड काढ!

उलूपी म्हणाली,

हे पांडुपुत्रा, तू पृथ्वीपर्यटन का करीत आहेस, वडील भावाने तुझे गळ्यात ब्रह्मचर्य का बांधले, ते सर्व मी जाणते. द्रौपदीशी एक बंधू एकांतात असता चुकून सुद्धा दुसरा तेथे प्रवेश करील, तर त्याने बारा वर्षे वनात ब्रह्मचर्याने काढावी, असा तुमचा परस्पर करार आहे. परंतु हे ब्रह्मचर्य केवळ द्रौपदीसंबंधाने होय. कारण तिच्याकडे अकाली दृष्टी टाकल्याबद्दल बारा वर्षेपर्यंत तिचा उपभोग अपराधकर्त्यास मिळू नये, हा या कराराचा तात्पर्यार्थ आहे. तस्मात या ब्रह्मचर्याचे पालन द्रौपदीपुरतेच आहे. इतर स्त्रियांसंबंधाने नाही, हे उघड दिसते. यासाठी माझे अंगीकाराने तुझा व्रतभंग होत नाही, हे सिद्ध झाले. शिवाय, हे कमलनयना अर्जुना, मी अगदी मदनार्त झाले आहे, आणि आर्तांचे परित्राण करणे हा राजधर्मच आहे. तेव्हा या दृष्टीने पाहता मदनपीडेपासून माझे त्वां संरक्षण केल्याने तुजकडे अधर्म येत नाही. बा अर्जुना, या कृतीने थोडा तरी धर्माला बाध येईल, असेही तुला वाटत असले, तरी मी तुला सांगते, की तेवढा दोष माझे मनोगत पूर्ण करून मला जिवंत राखल्याच्या पुण्याने निवृत्त होईल. पार्था, तुझ्या ठिकाणी माझी अनन्य भक्ती आहे व भक्ताची उपेक्षा करू नये, असे सज्जनांचे मत आहे. यास्तव, पार्था, तू या दासीचा अंगीकार कर. असे न करशील, तर मी खचित वाचणार नाही. हे महाबाहो, दीन, अनाथ अशांचे तू सदासर्वदा संरक्षण करतोस, असा तुझा लौकिक आहे. मग मजपुरतीच तू इतकी ओढाताण का मांडली आहेस? अरे, माझे प्राण रक्षण करून प्राणदान दिल्याने अनुपम पुण्य तू गाठी बांध. हे पुरुषोत्तमा, मी तुला आज शरण आले असून, मदनपीडेने गांजून गेल्यामुळे धाय मोकलून रडत आहे, इकडे लक्ष दे. मी काय करू? तू दृष्टीस पडताच माझ्या शरीरात या मदनाने जसा काही पेट घेतला आहे; आणि म्हणूनच मी इतक्या तुझ्या विनवण्या करीत आहे! तस्मात कृपाळू होऊन, तू आपला देह मला वाहून, माझ्या मनासारखे कर!

वैशंपायन सांगतात,

याप्रमाणे त्या नागकन्येने गळ घातली, तेव्हा तिचे म्हणणे धर्माला धरूनच आहे, असे पाहून तो प्रतापी अर्जुन त्या रात्री तिचेच महालात राहून तिच्या इच्छेप्रमाणे वागला; व सूर्योदय होताच तेथून उठून पुन्हा गंगाद्वारी आला. मग त्याला तेथे सोडून ती साध्वी उलूपी आपल्या घरी गेली. जाण्यापूर्वी 'तू जलात सर्वत्र विजयी होऊन, सर्व जलचर तुला वश राहतील!' असा तिने अर्जुनाला वर दिला.

एकवीस

उलूपीची ही शृंगाररसपरिप्लुत कथा आमच्या हिंदी चित्रपटनिर्मात्यांनी अजून पडद्यावर कशी आणली नाही, याचे मला राहून राहून नवल वाटते. अर्घ्यदान करण्याकरिता पाण्यात उभा राहिलेल्या अर्जुनाला एक लावण्यवती नागकन्या ओढून पाताळात नेते. चित्रणाच्या दृष्टीने केवढा कलात्मक प्रसंग आहे हा! फोटोग्राफीच्या दृष्टीने 'Bathing Beauty'वर असले चित्र सहज ताण करू शकेल. पाताळातले भव्य देखावे, ती तिथली रत्नखचित सुंदर मंदिरे, शेकडो अर्धावृत नागकन्यांची आकर्षक नृत्ये, वगैरे मालमसाला या कथेत भरपूर घालता येण्याजोगा आहे. पाहा. बुवा, हे कथानक कुठे खपतेय् का? ते खपले, तर पडद्यावर माझे नाव तरी चमकेल, 'मूळ कल्पना-डॉ. साने.'

मी मात्र या कथेकडे नेहमीच निराळ्या दृष्टीने पाहत आलो आहे. रामायणकाळी आर्य लोक या देशात स्थिर झाले नव्हते. स्थैर्य प्राप्त करून घेण्याच्या धडपडीत असलेला समाज साहजिकच आदर्शवादी बनतो. प्रत्येक भावनेचे उज्ज्वल स्वरूप त्याला आकृष्ट करते. रामायणात महाकवी वाल्मीकीने अशा आदर्शांची चित्रे रेखाटली आहेत. पित्याच्या हातून वचनभंग होऊ नये, म्हणून चौदा वर्षे वनवास स्वीकारणारा राम, सिंहासनावर बसण्याची सोन्यासारखी संधी प्राप्त झाली असताना संन्यस्त वृत्तीने रामाच्या पादुकांची पूजा करीत राहणारा भरत, पत्नीप्रेमाकडे पाठ फिरवून भावाच्या सेवेकरिता अरण्यवासाचे कष्ट हसतमुखाने स्वीकारणारा लक्ष्मण, लोकानुरंजनाकरिता प्राणाहूनही प्रिय असलेल्या पत्नीचा त्याग करणारा राजा– गुहकापासून मारुतीपर्यंत आदिकवीने निर्माण केलेली सर्व लहानमोठी स्वभावचित्रे पाहिली, म्हणजे ती ध्येयवादित्वातून निर्माण झाली आहेत. मनुष्य कसा आहे, हे सांगण्यापेक्षा तो कसा असावा, याचे चित्रण करण्याची प्रेरणा कविमनावर अधिक प्रभाव गाजवीत आहे, हे उघड दिसून येते. यामुळे आदर्शाचे सौंदर्य रामायणात विपुल असले, तरी वास्तवाच्या विविध छटा, मनुष्यस्वभावाचे अगणित पैलू, जीवनाचे सारे कोनेकोपरे त्यात कवीने रंगविलेले आपल्याला आढळून येत नाहीत. त्यांचे खरेखुरे दर्शन आपल्याला महाभारतातच होते. वाल्मीकीची सृष्टी दैवी आहे. व्यासाची मानवी आहे. महाभारत हा पाचवा वेद मानण्याचा प्रघात पडला, तो काही उगीच नाही. व्यासांच्या काळी आर्य समाज सुस्थिर झाला होता. त्यामुळे मनुष्यस्वभावातल्या चिरंतन गुणावगुणांचा, विविध वासनाभावनांचा आणि नैसर्गिक व सामाजिक संघर्षांचा जितका वास्तव, तितकाच मार्मिक आविष्कार महाभारतात प्रकट झाला आहे. 'सुईच्या अग्रावर राहील, एवढी माती सुद्धा मी पांडवांना देणार नाही' असे म्हणणारा अहंकारी दुर्योधन, पतिव्रता असूनही, क्षणभर का होईना, कर्णाविषयी मनात अभिलाषा बाळगणारी द्रौपदी...

जाऊ दे! डॉक्टरी चालत नसल्यामुळे मी हल्ली पुराणसंशोधक झालो आहे,

असा कदाचित तुमचा या लिखाणावरून ग्रह व्हावयाचा! आता एखाद्या अक्षरे उडून गेलेल्या शिलालेखाचे चरित्र सुरू होईल, या भीतीने तुम्ही माझे पत्र कदाचित वाचणारही नाही. म्हणून हे पुराणप्रकरण इथेच संपवतो.

माझा मुख्य मुद्दा उलूपीच्या कथेवरून प्राचीन काळातल्या स्त्री-पुरुष संबंधांवर पडणारा प्रकाश हा आहे. चुकून हातून झालेल्या नियमभंगाचे प्रायश्चित्त घेण्याकरिता अर्जुन तीर्थाटनाला निघालेला असतो. ही बारा वर्षे आपण संन्यस्त वृत्तीने काढली पाहिजेत, याची पुरेपूर जाणीव त्याला आहे. पण उलूपीसारखी नागकन्या आपल्यावर फिदा झाली आहे, असे पाहताच या व्रतस्थ वीराचे मन डळमळू लागते. तो उलूपीला म्हणतो, 'धर्मराजाची आज्ञा पाळणे हे माझे कर्तव्य असून, त्याने बारा वर्षेपर्यंत ब्रह्मचर्य पाळण्याविषयी मला सांगितले आहे. पण खरे विचारशील, तर तुझ्यासारख्या सुंदरीला संतुष्ट करण्यास मी तयार आहे.' अर्जुनाच्या वैराग्याचा हा तकलुपीपणा पाहून त्याच्या मनाची रुखरुख घालवण्याकरिता उलूपी जो युक्तिवाद करते, तोही मोठा मजेदार आहे. ती म्हणते, 'मी अगदी मदनार्त झाले आहे आणि आर्तांचे परित्राण करणे हा राजधर्मच आहे. पार्था, तुझ्या ठिकाणी माझी अनन्य भक्ती आहे व कुणीही भक्ताची उपेक्षा करू नये, असे सज्जनांचे मत आहे. तू या दासीचा अंगीकार केला नाहीस, तर मी खचित वाचणार नाही. माझे प्राणरक्षण करण्याकरिता तरी माझ्या मनासारखे कर!' तिचा हा सारा कोटिक्रम पाहून आधुनिक काळी ही नागकन्या जन्माला आली असती, तर ती उत्तम फौजदारी वकील झाली असती, असे वाटल्यावाचून राहत नाही. अर्जुनाचे मन ताब्यात असते, तर असल्या शाब्दिक कोटिक्रमाने फसून त्याने उलूपीचा कधीच स्वीकार केला नसता. पण त्याने तिला होकार दिला. तो तिच्या शब्दांच्या जाळ्यात सापडून नाही, तर सौंदर्याच्या जाळ्यात सापडून! तो पडत्या फळाच्या आज्ञेची वाटच पाहत बसला होता. उलूपीचे हे भाषण ऐकताच ते धर्माला धरून आहे, अशी त्याची खात्री झाली व तो रात्री तिच्या महालात राहिला. या प्रकरणाचा समारोप करताना मदनबाधेने व्याकूळ होऊन अर्जुनाच्या गळ्यात पडणाऱ्या उलूपीला साध्वी हे विशेष वैशंपायनाने लावले आहे, ही गोष्टही तुम्ही विसरू नका.

इतक्या विस्ताराने मी या कथेचा ऊहापोह करीत आहे, याचे कारण एकच आहे. ते म्हणजे जीवनाकडे–विशेषत: सामान्य मनुष्याच्या जीवनाकडे–आपण आदर्शापेक्षा वास्तवाच्या दृष्टीने पाहणे आवश्यक आहे, हे होय. ही आवश्यकता आपल्या भारतीय संस्कृतीने कधीच लक्षात घेतली नाही. आदर्श हा आकाशातला चंद्र असतो. त्याचा प्रकाश पृथ्वीला मोहक रूप देतो; पण तो चंद्र पृथ्वीवरल्या माणसांच्या हातात कधीच येत नाही, याचे तिला विस्मरण झाले. समाजात आदर्श अवश्य असावे लागतात. ते नसले, तरी कवींनी व संतांनी, सुधारकांनी आणि

समाजनेत्यांनी ते जनमनापुढे निर्माण करून ठेवायचे असतात. पण त्याच वेळी आदर्शांचा उपयोग सामान्य मनुष्याच्या मनावर सुसंस्कार करण्यापुरताच होतो, हेही त्यांनी लक्षात ठेवले पाहिजे. पण आम्ही इहलोकापेक्षा परलोकाकडे दृष्टी देऊन शतकानुशतक काढले. प्रवृत्तीच्या उन्हात धावण्यापेक्षा निवृत्तीच्या छायेत स्वस्थ बसण्यात जीवनाचे साफल्य आहे, अशी आम्ही आमची खोटी समजूत करून घेतली. जीवनाविषयीच्या या एकांगी तत्त्वज्ञानाची कटु फळे आज आपण प्रत्येक क्षेत्रात चाखीत आहोत. काळाबरोबर धावण्याचे सामर्थ्य आम्ही कधीच संपादन केले नाही. 'थांबला, तो संपला!' या उक्तीचा विचार करण्याऐवजी 'ब्रह्म सत्यं जगन्मिथ्या' याचा काथ्याकूट करण्यात आम्ही आमची बुद्धी शिणविली. जुनी ध्येये आम्ही कधी प्रामाणिकपणे आचरणात आणली नाहीत. मात्र ढोंगीपणाने त्यांची पूजा करण्यात आमचा सारा जन्म गेला. दुटप्पी आणि दुबळ्या मनुष्याला आपल्या ढोंगाचे आणि दुबळेपणाचे स्तोम माजवावेसे वाटू लागते. आपल्या समाजाचेही तसेच झाले आहे. न पाळले जाणारे पावित्र्य, आचरणात न उतरणारी नीतिमूल्ये, निसर्गाशी व प्रचलित जीवनक्रमाशी सुसंगत नसलेली ध्येये, यांचा अंध बडिवार माजविण्यात अजूनही आम्हांला मोठा आनंद होतो. आमचा दैनंदिन आयुष्यक्रम व आमचे जीवनविषयक तत्त्वज्ञान यांचा जवळजवळ काही संबंधच उरलेला नाही!

बंगालच्या काळ्या दुष्काळात लाखो लोकांच्या राक्षसी हत्येला कारणीभूत झालेले लोभी नराधम दररोज देवपूजा करीत होते. घरातल्या प्रत्येक मंगल कार्याला धर्मशास्त्राप्रमाणे मुहूर्त पाहत होते, भटाभिक्षुकांना दानधर्म करीत होते, नियमाने गीतापाठ करीत होते, स्वर्गात इंद्राच्या दरबारात आपल्यासाठी पहिल्या रांगेत खास खुर्ची राखण्यात आली आहे, अशा खात्रीने स्मशानकळा आलेल्या शहरात स्वत:पुरते नंदनवन निर्माण करीत होते. भाताच्या चार शितांसाठी टाहो फोडणाऱ्या निष्पाप अर्भकांच्या केविलवाण्या किंकाळ्यांनी त्यांची झोप कधी उडाली नाही. पोटातली आग विझविण्याकरिता रुपया, दोन रुपयांसाठी आपले प्राणांहून प्रिय असलेले शील विकावे लागणाऱ्या अल्लड खेडवळ तरुणींच्या हृदयविदारक वेदना पाहून त्यांची निर्घृण मने कधी अस्वस्थ झाली नाहीत. कलकत्त्यातल्या रस्त्यात कुजत पडलेल्या प्रेतांच्या दुर्गंधीचा त्यांच्या नाजूक नाकांना कधीच त्रास झाला नाही. तो होणार तरी कसा? त्यांच्या बड्या बंगल्याभोवतालच्या बागांत सुगंधी फुलांचे ताटवे फुलत होते, त्यांच्या कपाटातल्या सुंदर सुंदर बाटल्यांतून निरनिराळ्या अत्तरांचे मधुर गंध घरभर दरवळत होते. आपल्या हजारो दुर्दैवी देशबांधवांची प्रेते कोल्ही-कुत्री फाडीत आहेत, अनेक बालकांचे प्राण पुरे जाण्यापूर्वीच त्यांचे डोळे गिधाडे फोडीत आहेत, हे भयानक दृश्य त्यांच्या डोळ्यांपुढे उभे राहून त्यांना कधीच भेवडावू शकले नाही. त्यांच्या डोळ्यांपुढे क्षणोक्षणी जॉर्जेटच्या तलम साड्या नेसलेल्या आणि विविध

रीतीने नटलेल्या त्यांच्या नाजूकसाजूक ललना गुंजारव करीत होत्या, त्यांच्या मालकीच्या ऐटबाज 'मर्क्युरी' आणि 'ओपेल' गाड्या त्यांच्या सेवेला क्षणोक्षणी हजर होत होत्या. दुपारी भोजनाच्या वेळी दारात उभे राहून कुणी अतिथी येत आहे, की काय, हे पाहावे, तसा कोणी आल्यास त्याला आदराने आपल्या पंक्तीला घेऊन मग गृहस्थाने जेवण करावे, हा ज्या संस्कृतीतला दंडक, त्याच संस्कृतीत जन्माला आलेल्या विसाव्या शतकातल्या सुशिक्षित आणि सुसंपन्न माणसांनी आपल्यासमोर हजारो निरपराधी माणसे तडफडत, टाचा घाशीत मृत्युमुखी पडताना पाहिली. असे होण्याचे एक प्रमुख कारण आपला परंपरागत जीवनविषयक दृष्टिकोन हे आहे.

हा दृष्टिकोन सर्वच बाबतींत दुबळा, आंधळा आणि म्हणून दैववादी झाला आहे, वास्तववादाकडे सोयिस्कर रीतीने पाठ फिरविण्यात, जे उग्र आहे, ते उघड्या डोळ्यांनी पाहण्यापेक्षा डोळे झाकून घेऊन, ते सौम्य आहे, अशी आत्मवंचना करून घेण्यात, जे कटु आहे, ते धैर्याने चाखण्यापेक्षा ते न चाखण्यात धैर्य आहे, असे मानण्यात, जे नैसर्गिक आहे, त्याचा प्रामाणिकपणाने स्वीकार करण्यापेक्षा त्याची निंदा करून आपले अज्ञान आणि अतृप्ती लपविण्यात किंवा गुप्तपणाने त्याच्या उपभोगाचा आनंद चाखून ढोंगीपणाने जगण्यात आपल्या समाजाला अजूनही समाधान वाटते! या ढोंगीपणाला तुमच्यासारख्या कवींनी आणि लेखकांनी फार मोठा हातभार लावला आहे, असे माझे मत आहे. उदाहरण म्हणून पुन्हा एका पौराणिक कथेचा उल्लेख करतो. हे वाचून माझ्या अंगात आज पुराणिक संचारला आहे किंवा काय, असे मनातल्या मनात म्हणत तुम्ही मला हसाल. या कथेसारख्या ऐतिहासिक किंवा सामाजिक अनेक गोष्टी मला सांगता येतील, नाही, असे नाही; पण या कथेशी तुमचाही संबंध येत असल्यामुळे मी तिचा मुद्दाम उल्लेख करीत आहे.

सुभद्राहरणाच्या कथेवर जुन्या कवींनी लिहिलेली आख्याने आपण सोडून देऊ. पण किर्लोस्करांच्या 'सौभद्र' नाटकापासून तुमच्या 'सुभद्रा' चित्रपटापर्यंत सर्व लेखकांनी या कथाभागाला मधुर प्रणयरम्यतेचा मुलामा दिला आहे. अर्जुन आणि सुभद्रा यांचे लहानपणापासून एकमेकांवर प्रेम होते, ती दोघेही जणू काही एकमेकांसाठीच जन्माला आली होती, त्यांचे प्रेम अत्यंत सात्त्विक आणि अतिशय उदात्त होते वगैरे वगैरे गोष्टी तुम्ही सर्वांनी गृहीत धरल्या आहेत. पण महाभारत वाचले, म्हणजे तुम्हां सर्वांच्या गोड गोड कल्पना या कवींच्या थापा आहेत, असे स्पष्टपणे दिसून येते. बारा वर्षे तीर्थयात्रा करून आणि त्या तीर्थयात्रेत उलूपीबरोबर एक दिवस आणि चित्रांगदेबरोबर तीन वर्षे विलासात घालवून अर्जुन पुढे द्वारकेला गेला, अशी मूळ कथा आहे. तो तिथे गेला, तेव्हा रैवतक पर्वतावर एक महोत्सव सुरू झाला होता. या उत्सवात सुभद्रा प्रथम अर्जुनाच्या दृष्टीला पडली. त्यापुढचे महाभारतातले वर्णन असे आहे :

'तिला पाहताच अर्जुनाच्या मनात मदनाचा प्रादुर्भाव झाला व तो तिच्याकडे टक लावून पाहू लागला. हे कृष्णाच्या ध्यानात आले आणि तो अर्जुनास हसत हसत म्हणाला, 'पार्था, वनवास करणाराचे मन कामाने असे व्याप्त व्हावे, हे मोठे आश्चर्य आहे, रे! ही सारणाची भगिनी–माझी बहीण सुभद्रा ना? ही बाबांची फार लाडकी आहे. हिच्यावर जर तुझे मन जात असेल, तर मी स्वत: त्याविषयी पित्याजवळ गोष्ट काढीन.' मदनपीडित अर्जुन सुभद्रेचा स्वीकार करायला एका पायावर तयार होताच. पण कृष्ण त्याला म्हणतो, 'अर्जुना, क्षत्रियांनी स्वयंवर विधीने विवाह करावा, हा उत्तम पक्ष होय. परंतु स्त्री स्वभावत:च चंचल असल्यामुळे तसे केल्यास आपला कार्यभाग होईलच, असा नियम नाही. आता बलात्काराने स्त्रीस हरण करावे, हेही क्षत्रियास प्रशस्त होय. शूरांनी याच प्रकारे विवाह करावा, असे धर्मशास्त्रज्ञ सांगतात. यास्तव, अर्जुना, तू माझ्या बहिणीस बलात्कारानेच हरण कर. कारण स्वयंवर केल्यास ती कोणास माळ घालील, कोण जाणे!'

कवींच्या पलटणीने ही प्रेमकथा रंगविताना पदरचा मालमसाला वापरून आणि काव्यमय संकेताची फोडणी देऊन तिचे स्वरूप किती बदलले आहे, हे लक्षात आणले, म्हणजे कवीइतके लबाड लोक उभ्या दुनियेत दुसरे कोणीही नसतील, असे वाटू लागते. प्लेटोने आपल्या राज्यातून कवींना हद्दपार करण्याचे ठरविले होते ना? त्याचे कारण कवींचा असला कल्पनाविलास हेच असावे! कलादृष्टीने लेखकाला मूळ कथेत बदल करावा लागणे अपरिहार्य आहे. अशा फेरफाराकडे वाचकाने रसिकतेच्या दृष्टीने पाहिले पाहिजे, हे मी मान्य करतो. पण स्त्री-पुरुषांच्या प्रेमाचे चित्रण करताना आमचे कवी प्रीतीच्या क्वचित प्रतीत होणाऱ्या आत्मिक भागांवरच वेळी अवेळी भर देतात! प्रीती जितकी आत्मिक, तितकीच शारीरिक असते, हे ते सोयिस्करपणाने विसरतात. परंपरागत संकेतांची आणि समाजाच्या अंध निषेधाची त्यांना बहुधा भीती वाटत असावी! पण यामुळे प्रीतीचे खरेखुरे चित्रण करून तिच्यातल्या बिकट समस्यांवर प्रकाश टाकणे आणि मानवी स्वभावाचे रम्य, गूढ, उदात्त, विकृत असे जे निरनिराळे भाग असतात, त्यांच्या प्रीतीशी होणाऱ्या विविध संघर्षातूनच जीवनातली अनंत लहानमोठी सुखदु:खे निर्माण होतात, हे दाखविणे त्यांना अशक्य होऊन बसते. त्यांच्या संकेतनिष्ठ साहित्याने वाचकांच्या वरवरच्या भावना संतुष्ट होत असल्या, तरी जीवनमूल्यांची यथार्थ जाणीव करून देणे हे कार्य त्याच्या प्रीतिकथांतून सहसा पार पडत नाही.

'जळलेला मोहर' मी प्रथमच वाचले, तेव्हा तुम्ही या कोंडीतून बाहेर पडण्याची धडपड करीत आहात, असे मला दिसून आले. सर्वसामान्य वाचकांच्या मनात शृंगारविषयक सुप्त आसक्ती स्वाभाविकच असते. ती चाळविणे हे काही मोठ्या कुशलतेचे काम नाही. रेखीव शारीरिक वर्णनांनी सांकेतिक नीतीच्या मर्यादेत

बसणाऱ्या चुंबनालिंगनाच्या सूचक उल्लेखांनी आणि साहचर्यामुळे शृंगारपोषक वाटणाऱ्या काव्यमय वातावरणाने वाचकांच्या मनातल्या प्रीतिभावनेला गुदगुल्या करण्याचे कार्य बहुतेक लेखक करीत असतात. पण संकेतांच्या पकडीतून सुटण्याचे धैर्य नसल्यामुळे म्हणा, अथवा सत्य सांगण्याचे धाडस केल्यास आपली लोकप्रियता जाईल, या भीतीने म्हणा, त्यांच्या नायक-नायिका एकीकडून शारीरिक मीलनाकरिता धडपडत असल्या, तरी दुसरीकडून प्रीतीच्या उदात्त, उज्ज्वल आणि उत्कट स्वरूपाचा आपल्याला पदोपदी साक्षात्कार होत आहे, असा त्या आव आणीत असतात. लग्नपूर्व प्रणयातच नव्हे, तर लग्नोत्तर जीवनातही स्त्री-पुरुषांमधले शारीरिक आकर्षण ही एक अत्यंत महत्त्वाची गोष्ट आहे. या आकर्षणाचे स्वरूप प्रामाणिकपणे समजावून घेण्याच्या प्रयत्न न केल्यामुळे लाखो जोडपी नेहमी दुःखी होतात. 'बापहो, संयम पाळा, ब्रह्मचर्य सांभाळा.' किंवा 'खा, पी, मजा कर. आयुष्य हा दोन घडींचा डाव आहे.' या दोन्ही घोषणा जीवनाचे अज्ञानच दर्शवितात.

प्रीती हे नुसते काव्य नाही; ते शास्त्रही आहे, हे कटु सत्य 'जळलेला मोहर' मध्ये सूचित करण्याचा तुम्ही जो प्रयत्न केला आहे, तो अनेकांना आवडला नाही, हे मला ठाऊक आहे. पण वाचकांच्या आवडीनिवडीची कारणे प्रत्येक पुस्तकांच्या बाबतीत भिन्न भिन्न असू शकतात. या कादंबरीसंबंधी तुम्हांला आलेली काही निवडक पत्रे तुम्ही मला पाठवून दिली आहेत. ती मी लक्षपूर्वक वाचली. त्या पत्रांवरून ज्यांच्यासाठी ही कादंबरी तुम्ही लिहिली होती, त्यांना ती आवडली, असे मला वाटते. सर्व प्रौढ पत्र-लेखक तुमच्या बाजूचे आहेत. आता एखाद्या सतरा-अठरा वर्षांच्या मुलीने 'तुमच्या कादंबऱ्यांपैकी 'जळलेला मोहर' तेवढी मला आवडत नाही. बाकीच्या सर्व आवडतात.' असे लिहिले, तर ते एक प्रकारे तुम्हांला दिलेले शिफारसपत्रच नाही का? तुमच्या जागी मी असतो, तर त्या मुलीला मी सरळ उत्तर पाठविले असते, 'बाई, चाकू-कात्र्या ही जशी लहान मुलांची खेळणी नव्हत, तशी असल्या कादंबऱ्या ही अल्लड मुलांमुलींची करमणूक करणारी पुस्तके नव्हत. एखाद्या कथेतले काव्य-सौंदर्य कळणे निराळे आणि तिच्यातली जीवनसत्ये जाणवणे निराळे! तीस-पस्तीस वर्षांपूर्वी मी कॉलेजात गेलो, तेव्हा मला पहिल्या वर्षी संस्कृतला शाकुंतल होते. त्यातला चौथा अंक वाचताना कालिदासाच्या सुंदर कल्पनाचे मला कौतुक वाटले. पण पतिगृही जायला निघालेल्या शकुंतलेचे दुःख पाहून माझ्या डोळ्यांत तेव्हा काही पाणी उभे राहिले नाही. पण गतवर्षी माझ्या वडील मुलीचे लग्न झाले. कन्यादान करताना मी मोठ्या आनंदात होतो. तेव्हा उत्सवाची धुंदी नाचत होती माझ्या डोळ्यांवर! पण जेव्हा वरात निघाली आणि माझ्या मुलीने सासरी जाण्याकरिता मला नमस्कार केला, तेव्हा मला एकदम भडभडून आले. तिला पोटाशी धरून मी एखाद्या लहान मुलासारखा रडलो. दुसरे

दिवशी मला शाकुंतलाची आठवण झाली. मी मुद्दाम ते पैदा करून चौथा अंक पुन्हा वाचला. बरेच दिवस संस्कृत वाचण्याचा सराव नसल्यामुळे काही काही ठिकाणी मला अडखळल्यासारखे झाले; नाही, असे नाही. पण ते वाचताना कॉलेजात न चाखलेल्या एका नव्या अपूर्व रसाचा आस्वाद मला मिळाला. कण्व, शकुंतला, तिच्या सख्या, गौतमी किंबहुना शकुंतलेची आवडती हरिणी आणि लाडकी नवमल्लिका या सर्वांच्या विरहदुःखांशी मी समरस होऊन गेलो. 'बाबा, पुन्हा केव्हा मला या तपोवनाचे दर्शन घडेल?' या शकुंतलेच्या वाक्याने तर माझ्या पापण्या ओलावल्या. अनुभूतीशिवाय काव्य खरेखुरे समजत नाही, हेच खरे! 'जळलेला मोहर' या कादंबरीच्या बाबतीत थोडेसे असेच म्हणता येईल. आज तुला ती न आवडणंच स्वाभाविक आहे. पण उद्या तिशी-चाळिशीत तू ही कादंबरी वाचलीस, तर तिचे मर्म समजून ती कदाचित तुला आवडेलही! नाही कुणी म्हणावं?'

कला, वाङ्मय वगैरे दृष्टींनी या कादंबरीची योग्यता ठरविण्याची लायकी माझ्या अंगी नाही. ते काम मी तुमच्या टीकाकारांकडे सोपवितो. पण जीवनातला एक जिव्हाळ्याचा परंतु नाजूक, वास्तवाशी अत्यंत निकट संबंध असूनही बुद्ध्या उपेक्षिला गेलेला असा विषय समतोलपणाने हाताळण्याचा तुम्ही या कादंबरीत जो प्रयत्न केला आहे, तो माझ्यासारख्या प्रौढ वाचकांना निःसंशय महत्त्वाचा वाटतो. असे अनेक उपेक्षित विषय, लोक काय म्हणतील, या भीतीने आपले कलावंत बहुधा हाती घेत नाहीत. पण मला वाटते, कलावंत हा लोकांचा गुलाम नाही. तो स्वतंत्र आहे. तो सत्याचा साथी आहे, स्वतःच्या आत्म्याचा प्रामाणिक साक्षीदार आहे. लोकांच्या लहरींच्या तालावर तो नाचू लागला की, त्याच्या कलेचा अधःपात होतो. हळूहळू जीवनाकडे भेदक आणि प्रामाणिक दृष्टीने पाहण्याची त्याची शक्तीच नाहीशी होते. लोकांच्या अंध आवडी-निवडी, त्यांच्या संकुचित कल्पना आणि आकांक्षा, अज्ञानामुळे त्यांना आवडणारी अर्धसत्ये, इत्यादिकांची कळत न कळत तो पोपटपंची करू लागतो. मानवी जीवनाचा श्रेष्ठ मार्गदर्शक हे जे त्याचे स्वरूप आहे, ते साहजिकच लोप पावते. लोकाराधन हा कलेचा शाप आहे.

शरीर व आत्मा यांचे परस्परसंबंध हा विषय आपल्या वाङ्मयात आजपर्यंत उपेक्षिला गेलेला आहे. समाजातले बहुसंख्य लोक शारीरिक प्रेरणांनाच जीवन समजतात. वासनांच्या तृप्तीतच आनंद मानतात, सात पडद्यांआड लपलेल्या आपल्या आत्म्याचे दर्शन घेण्याइतकी धडपड त्यांच्यापैकी एखाद्याच्याच हातून होते. पण परंपरागत कल्पनांची पोपटपंची करण्यापलीकडे त्यांच्या बुद्धीची उडी जात नसल्यामुळे ते नेहमी शरीरापेक्षा आत्मा श्रेष्ठ आहे, असे तावातावाने सांगत सुटतात. आपल्या जुन्या निवृत्तिपर तत्त्वज्ञानातून आणि गोंधळलेल्या पारमार्थिक कल्पनांतून या विचारसरणीचा उगम झाला आहे, हे उघड आहे. पण शरीरापेक्षा आत्मा मोठा आहे, असे मानणारी

ही असंख्य माणसे त्या आत्म्याच्या विकासाकरिता कितीसे कष्ट करतात? उलट, ज्या शरीराची ते निंदा करतात, त्याचीच ती गुलाम झालेली असतात.

एक दंतकथा आहे. रामदासस्वामींना खीर फार आवडत असे, म्हणे! जिभेची ही आसक्ती नाहीशी व्हावी, म्हणून त्यांनी ओकारी येईपर्यंत खीर खाल्ली. या ओकारीच्या रामबाण औषधाने स्वामींचे खिरीवरले अमर्याद प्रेम नाहीसे झाले, असे त्या दंतकथेत वर्णन आहे. पण केवळ उपभोगाच्या अतिरेकाने माणसाच्या मनात कुठल्याही गोष्टीविषयी विरक्ती उत्पन्न होते, ही कल्पना किती चुकीची आहे, हे महाभारतातले ययाति राजाचे चरित्रच सांगत आहे. या दंतकथेचे मर्म माझ्या दृष्टीने निराळेच आहे. एवढे वैराग्यशाली रामदास स्वामी! महाराष्ट्राचे आनंदवनभुवन बनविण्याच्या आपल्या कार्यात व्यत्यय येऊ नये, म्हणून लग्नाची बेडी पायात पडण्याच्या आधीच बोहल्यावरून त्यांनी पळ काढला! पण अशा विरक्त व्यक्तीलाही खिरीचा मोह काही केल्या आवरता आला नाही, हेच या दंतकथेचे सार आहे. समर्थभक्त माझ्या या तर्काला तर्कट म्हणून संबोधतील, माझ्यावर अश्रद्ध, नास्तिक, वगैरे शिक्के मारतील, हे मी जाणून आहे. पण रामदास काय किंवा तुकाराम काय, केवढेही मोठे संत असले, मानवी जीवन उन्नत करण्याचे अमोघ सामर्थ्य त्यांच्या वाणीत असले, तरी तीही माणसेच होती. तुकारामाची पहिली बायको दुष्काळात मेल्यानंतर त्याने दुसरे लग्न केले. ही दुसरी बायको मनाने प्रेमळ, पण जिभेने कठोर होती; तिचा तो विलक्षण तोंडाळपणा पचवून तुकारामाने तिच्याबरोबर संसार केला. त्याला मुलेबाळेही झाली. त्याचा हा सारा चरित्रभाग असामान्य माणसांच्या जीवनातही शरीरसुखाला स्थान असते, नव्हे, असलेच पाहिजे, हेच सिद्ध करीत नाही काय?

शरीर हे मातीने भरलेले साडेतीन हातांचे पोते आहे. शरीरसुख क्षणभंगुर आहे. आत्मसुख हेच काय ते जगातले खरे सुख, वगैरे पोपटपंची आपल्या देशातली अगदी सामान्य माणसे सुद्धा पिढ्या न् पिढ्या करीत आली आहेत. पण त्यांच्यापैकी कितीकांना शरीरसुखाचा मोह आवरता आला आहे? आत्मविकासासाठी 'हे पाहा, माझं शरीर मी फेकून दिलं!' असे प्रामाणिक उद्‌गार कितीकांच्या तोंडून बाहेर पडले आहेत? इहलोकी शरीरसुख तुच्छ मानणाऱ्या या पोपटांची परलोकातल्या सुखाविषयीची कल्पना कितीशी उच्च असते, ते पाहण्याजोगे आहे. किंबहुना आपल्या समाजातल्या स्वर्गाच्या साऱ्याच कल्पना मला हास्यास्पद वाटतात. तिथे, म्हणे, सुंदर सुंदर अप्सरा असतात. मनुष्य जितका अधिक पुण्यवान, तितकी अधिक वरच्या नंबरची अप्सरा त्याच्या गळ्यात तिथे पडते! तिथल्या या अप्सरा कुमारिका असतात, असे थोडेच आहे? उर्वशी, मेनका वगैरे त्यांतल्या अनेक प्रमुख सुंदरींची निरनिराळी कुलंगडी आपल्या पुराणकारांनी ठिकठिकाणी नमूद करून ठेवलीच आहेत. स्वर्गात गेल्यावर पुण्यवान माणसे वेश्यागमन करतात, एवढाच या अप्सराप्रकरणाचा अर्थ

आहे. जे शरीरसुख इहलोकी निषिद्ध मानावयाचे, तेच स्वर्गात उपभोग्य व उच्च दर्जाचे ठरवायचे, हे अजब तर्कशास्त्र फक्त रूढीच्या आंधळ्या राज्यातच चालू शकते. आमच्या प्रचलित धार्मिक कल्पना जितक्या खुळचट आहेत, तितक्याच शरीर आणि आत्मा त्यांच्या परस्परसंबंधांच्या, शरीरसुखाच्या, क्षुद्रपणाच्या आणि जीवनमूल्यांच्या कल्पना भ्रामक आहेत. अजामिळाने जन्मभर पापे केली, पण मरताना मुलाला हाक मारण्याच्या निमित्ताने त्याच्या तोंडातून 'नारायण, नारायण' असे शब्द बाहेर पडले. विष्णूच्या हजार नावांपैकी नारायण हे एक असल्यामुळे त्याने मरताना देवाचे नाव घेतले, म्हणून त्याच्या खात्यावर चित्रगुप्ताला फार मोठे पुण्य नोंदून ठेवावे लागले! आणि त्या पुण्याईच्या बळावर सदरहू अजामिळमहाशय विमानात बसून वैकुंठाप्रत गमन करते झाले! पिढ्या न् पिढ्या आमचे हरदास आणि पुराणिक ही गोष्ट लोकांना रंगवून सांगत आले आहेत. या मूर्खपणाच्या तत्त्वज्ञानाचा सामाजिक परिणाम किती विचित्र झाला असेल, याची कुणालाही कल्पना करता येईल. पाप आणि पुण्य, ऐहिक आणि पारलौकिक, सुख आणि दुःख, जीवन आणि मरण, इत्यादी बाबतींत वस्तुनिष्ठ पद्धतीने, बुद्धिवादी दृष्टीने, आणि जीवन जगताना जे अनुभव येतात, त्यांतूनच जीवनाचे सामाजिक तत्त्वज्ञान निर्माण झाले पाहिजे, या श्रद्धेने आम्ही विचार करीत राहिलो असतो, तर आपल्या समाजाला आजची अवनत अवस्था कधीच प्राप्त झाली नसती. आज स्वराज्य प्राप्त होऊनही आपण कुठे उभे आहोत? अज्ञानाच्या चिखलात, दारिद्र्याच्या खातेऱ्यात, धर्मभोळेपणाच्या धुंदीत, निष्क्रियेच्या नशेत–

शरीरसुखाची मनसोक्त निंदा करीत-करीत त्याच्या आसपास सदैव घुटमळत राहिल्यामुळे येणाऱ्या मानसिक दुबळेपणाचे, भारतीय जीवनातल्या प्रत्येक क्षेत्रात आज आढळून येणाऱ्या अगतिकतेचे मूळ आणखी एके ठिकाणी आहे. माझे पत्र मारुतीच्या शेपटाप्रमाणे लांबत चालले आहे, ही जाणीव असूनही त्याचा उल्लेख केल्यावाचून मला राहवत नाही. आपण असामान्य तत्त्वज्ञानाचे कलम सामान्यांच्या आयुष्यांवर करण्याचा वायफळ खटाटोप करीत आलो. माणसांतले इतर भेद कधी काळी तरी नाहीसे होतील, अशी कल्पना करणे चुकीचे होणार नाही. पण सामान्य आत्मा व असामान्य आत्मा हा भेद मात्र चिरंतन आहे. असामान्य मनुष्य कसा निर्माण होतो, याची मीमांसा करणे फार कठीण आहे. पण तो सामान्यांपेक्षा नेहमीच निराळा असतो. केवळ बुद्धीने हे असामान्यत्व निर्माण होत नाही. त्या आत्म्याच्या ठिकाणी एक स्वयंभू शक्ती असते. तिच्या तेजाने सामान्यांचे डोळे दिपून जातात. त्या तेजाची पूजा करण्याचा मोह त्यांना अनावर होतो. त्यामुळे तो असामान्य आत्मा जे जे म्हणेल, ते ते त्यांना वेदवाक्य वाटू लागते. पण असामान्य माणसे ही धूमकेतूप्रमाणे असतात. त्यांचे उदयास्त जितके आकस्मिक, तितकीच त्यांच्या

जीवनांतून सूचित होणारी उच्च तत्त्वेही सामान्यांना सहसा न पेलणारी! एक प्रेत आणि एक रोगी मनुष्य पाहून बुद्धाला उपरती झाली. अभूतपूर्व ऐश्वर्य, लावण्यवती पत्नी, पितृत्वाचा नवा सुखद अनुभव, इत्यादिकांचा त्याग करून एका मध्यरात्री तो आपल्या अस्वस्थ आत्म्याच्या समाधानाकरिता राजगृहाबाहेर पडला. आत्म्याचा हा जिवंतपणा (Sensitiveness) ही काही केवळ प्रयत्नाने मिळविता येणारी, पोपटपंचीने प्राप्त होणारी, धार्मिक ग्रंथांच्या पारायणाने पदरात पडणारी गोष्ट नाही. या कारणामुळे असामान्य व्यक्तीने पुरस्कारलेले तत्त्वज्ञान कितीही उच्च असले, तरी ते संपूर्णपणे सामान्य मनुष्याच्या पचनी पडत नाही. बुद्धाच्या अवसानानंतर त्याच्या धर्माची काय स्थिती झाली, हे इतिहास सांगतच आहे. बुद्ध धर्माचे अनुयायित्व अभिमानाने मान्य करणाऱ्या चीन व जपान या राष्ट्रांत गेल्या दहा-वीस वर्षांत काय काय उत्पात झाले, मानवाचे दुःख कमी व्हावे, म्हणून तळमळणाऱ्या बोधिसत्त्वाच्या तत्त्वाची बिरुदे मिरविणाऱ्या या दोन देशांत मनुष्याला जे जे दुःख होणे शक्य आहे, ते लक्षावधी लोकांच्या कपाळी कायमचे ठाणे देऊन कसे बसले आहे, हे तुम्ही जाणताच. हा सामान्य मानवाने असामान्यावर उगवून घेतलेला सूड आहे.

गेल्या पाच हजार वर्षांचा जगाचा इतिहास पाहिला, म्हणजे महात्म्यांची तत्त्वज्ञाने ही महाकवींच्या काव्याप्रमाणेच असतात, असे मनात आल्यावाचून राहत नाही. ती काव्ये वाचून सामान्य मनुष्याला बौद्धिक व भावनात्मक आनंद होतो, त्याच्या मनावर थोडे-फार सुसंस्कार घडतात, पण त्या संस्कारांच्या शक्तीला अनंत मर्यादा आहेत. रामायण वाचणाऱ्या कुटुंबातले भाऊ भाऊ भांडणार नाहीत, ही आशा वेडेपणाची आहे! मोठ्या माणसांच्या तत्त्वज्ञानाचीही अशीच गत होते. गांधीजींची सत्य, अहिंसा, अपरिग्रह, वगैरे वगैरे तत्त्वे त्यांच्यापूर्वी अगदी बावनकशी होती. हिंदुस्थानातल्या सर्वसामान्यांनी त्यांच्या व्यक्तित्वाने दिपून जाऊन या तत्त्वांना माना डोलावल्या. पण एका विशाल देशातल्या पिढीच्या मनावर अपूर्व प्रभुत्व गाजवूनही गांधीजी सामाजिक मनात ही तत्त्वे कितीसे उतरवू शकले? त्यांच्या डोळ्यांदेखत नौखालीचे हत्याकांड झाले. ती आग विझते, न विझते, तोच पंजाबमध्ये वणवा पेटला. कोणत्याही कारणाकरिता मानवी रक्ताचा एक थेंबही या देशात सांडला जाऊ नये, ही गांधींच्या अंतरीची उत्कट इच्छा होती. पण पराभूत हृदयाने आणि विषण्ण मनाने त्यांना आपल्यासमोर निरपराधी रक्ताच्या नद्या वाहत असलेल्या पाहाव्या लागल्या. त्यांच्या अपरिग्रहाच्या तत्त्वाचा खून त्यांचे लहान-मोठे अनुयायी आजकाल किती लीलेने करीत आहेत? एका छोट्या पांढऱ्या टोपीत केवढा मोठा काळाबाजार दडलेला असतो, हे प्रसंगी सहस्राक्ष सरकारला सुद्धा उमगत नाही. याचा अर्थ गांधींची तत्त्वे चूक होती, असा मुळीच नाही. ती त्यांच्यापुरती सर्वस्वी बरोबर होती. पण कुशल शस्त्रवैद्याच्या हातात जी शस्त्रे रोग्याला प्राणदान देणारी

ठरतात, तीच शस्त्रक्रियेचे ज्ञान नसलेल्या मनुष्याच्या हातात पडली, म्हणजे निरुपयोगी होतात किंवा तो मनुष्य माथेफिरू असला, तर ती हजारांच्या हत्येला कारणीभूत होतात. म्हणूनच असामान्य माणसे आणि सामान्य माणसे यांची जीवनविषयक तत्त्वज्ञाने निश्चितपणे भिन्न असली पाहिजेत, असे मला वाटते. चिमणीचे खरे सामर्थ्य काड्या आणि कापूस जमवून घरातल्या एखाद्या कोपऱ्यात सुंदरसे घरटे बांधण्यात असते. बाहेर कुठेही पडलेले दाणे चटकन् टिपण्यात ती आपली चतुरता दर्शवू शकते. पण गरुडाप्रमाणे उंच अंतराळात जाऊन तिने सूर्याकडे टक लावून पाहावे, किंवा गगनमंडलातून वेगाने खाली येऊन पृथ्वीवर सरपटणाऱ्या सर्पावर झडप घालावी, अशी अपेक्षा करणे चुकीचे नाही काय? सामान्य माणसाचे जीवन या चिमणीसारखे असते. त्याची सुखदुःखे, त्याचे विचार-विकार किंवा त्याच्या वासना भावना असामान्याच्या मोजमापाने मोजून चालणार नाही. त्याच्या जीवनात शरीरसुखाला फार मोठे स्थान आहे असे, मी म्हणतो, त्याचे कारण हेच आहे. ते सुख त्याला विवेकपूर्ण दृष्टीने भोगून देण्यानेच त्याची उन्नती होण्याचा संभव आहे. तुळस कितीही वाढली, तरी ती काही ताडामाडाइतकी उंच होत नाही. सामान्याच्या आत्म्याचा विकास असाच असतो. ती हळूहळू होतो. एका विशिष्ट मर्यादेपर्यंतच तो होण्याची शक्यता असते, हे आदर्शवाद्यांनी क्षणभरही विसरता कामा नये. मानवाला बुद्धीच्या रूपाने देवत्वाची देणगी निसर्गाने दिली आहे, हे काही खोटे नाही. पण त्याच्याकडे पशुत्वाचाही वारसा त्याच निसर्गाच्या कृपेने आला आहे. हेही तितकेच खरे आहे.

प्रख्यात चिनी लेखक लिन् यू टांग याने मनुष्याच्या पहिल्या भुकेविषयी जे लिहिले आहे, ते त्याच्या दुसऱ्या भुकेच्या बाबतीतही तितकेच यथार्थ आहे. तो म्हणतो :

'अगदी जीवश्चकंठश्च असलेले दोन मित्र घ्या. दोघांनाही सपाटून भूक लागली आहे, अशी कल्पना करा. अशा वेळी त्यांची गाठ पडून एखाद्या मुद्द्यावर त्या दोघांचा वाद सुरू झाला, तर त्याचा शेवट हटकून भांडणात झाल्याशिवाय राहणार नाही. पण पोटभर जेवून स्वस्थ चित्ताने त्यांना त्या मुद्द्याचा खल करायला बसवा. मतभेद होण्याऐवजी त्यांचे लवकरच एकमत होते, असे तुम्हांला दिसून येईल. आपल्याला घरी जेवायला बोलावून पंचपक्वान्नांचा आग्रह करणाऱ्या मनुष्याच्या पुस्तकांचे परीक्षण करण्याची पाळी आपल्यावर आली, तर त्याच्याविरुद्ध लिहिणे आपल्या जिवावर येते. मनुष्यस्वभावाचे हे मार्मिक ज्ञान असल्यामुळेच सर्व भांडणतंटे आणि वादविवाद यांचा निकाल न्यायमंदिराऐवजी भोजनाच्या पंक्तीत लावण्याचा प्रघात प्राचीन चिनी लोकांनी रूढ केला.'

लिन् यू टांगच्या या लिखाणातला विनोद थोडा बाजूला केला, म्हणजे मी म्हणतो, त्या सत्याचे दर्शन त्यात झाल्यावाचून राहत नाही. जग सुधारू इच्छिणाऱ्यांनी,

मानव अधिक अधिक सुखी व्हावा, म्हणून धडपड करणारांनी त्याला वेळी-अवेळी आत्मिक भुकेची औषधे पाजण्यापेक्षा त्याच्या ज्या नैसर्गिक शारीरिक भुका अज्ञानामुळे, विषम समाजरचनेमुळे, अथवा अंध पावित्र्यामुळे अतृप्त राहत आहेत, त्या आधी पूर्ण करण्याची दक्षता घेतली पाहिजे. कबुतरांनाही ज्यांचा कंटाळा येईल, अशा खुराड्यात राहणारा, आठ आठ तास गिरणीच्या भट्टीत शिजून निघणारा, कोणत्याही प्रकारचे शिक्षण नसल्यामुळे बौद्धिक आनंदाला पारखा झालेला आणि आपल्या लाडक्या मुलांबाळांच्या कपाळी हेच जनावराचे जिणे येणार आहे, या कल्पनेने जीवनाला विटलेला मजूर मद्यपानापासून परावृत्त व्हावा, म्हणून पावित्र्यवाद्यांनी प्रयत्न करणे प्रामाणिकपणाचे असले, तरी फारसे शहाणपणाचे ठरणार नाही. पावसाळ्यात नदीला महापूर येऊन तिचे पाणी वाट मिळेल तिकडे पसरू लागते. मुंबईसारखी अवाढव्या नगरे सध्या अशीच बेफाम वाढत आहेत. अशा शहरांत लाखो तरुणांना पोटासाठी राहावे लागते, राबावे लागते. त्यांना आपल्या बायकोमुलांना घेऊन तिथे राहता आले, तर ते नको आहे, असे थोडेच आहे? पण जिथे पथारी पसरायला जागा मिळावी, म्हणून पाच-पाचशेची पागडी द्यावी लागते, तिथे कुटुंबवत्सल सामान्य मनुष्याला या साध्या सुखाचा लाभ कुठून होणार? आणि जोपर्यंत अशी पत्नीपासून दीर्घकाल दूर राहावे लागणारी, मुलांबाळांच्या गाढ सहवासात फुलणाऱ्या नाजूक भावनांना पारखी झालेली, कौटुंबिक जीवनामुळे सहजासहजी निर्माण होणाऱ्या संयमाचा संपर्कही नसलेली माणसे बकाली शहरात आपले दारिद्र्यामुळे कंटाळवाणे झालेले जीवन कंठीत आहेत, तोपर्यंत सरकारने वेश्यांनी अमुक ठिकाणी राहू नये आणि तमुक ठिकाणी जाऊ नये, असे कितीही निर्बंध घातले, तरी त्यांचा चिरस्थायी असा सामाजिक फायदा काय होणार आहे?

अंध रूढीच्या आहारी गेलेल्या आपल्या संस्कृतीत धर्माच्या नावाखाली शरीर व आत्मा यांची फारकत करण्यात आली. 'शरीरमाद्यं खलु धर्मसाधनम्' हे कविवचन अनेक अर्थांनी खरे आहे, याची जाणीव आपला समाज विसरत गेला. आत्मविकास शरीरसुखापेक्षा श्रेष्ठ असला, तरी कवित्वाप्रमाणे विशेष व्यक्तीतच प्रकट होणारी ती एक शक्ती आहे. समाजातल्या सर्व लोकांना सक्तीने कवी करण्याचा उपद्व्याप जितका मूर्खपणाचा ठरेल, तितकाच शरीरसुखाकडे दुर्लक्ष करून सर्वसामान्य मनुष्याची आत्मिक उन्नती साधण्याचा प्रयत्न विफल होईल, ही साधी गोष्ट आमच्यांतल्या मोठमोठ्या लोकांच्या ध्यानी क्वचितच आली. म्हणूनच माझ्यासारख्याला वारंवार मनात येणारे वरच्यासारखे विचार कुठे तरी व्यक्त केल्यावाचून राहवत नाही. त्यात 'जळलेला मोहर' च्या पहिल्या आवृत्तीला प्रस्तावना लिहिण्याविषयी तुम्ही माझा पाठपुरावा केला होता, त्या वेळी मी तुमच्या तडाक्यातून कसाबसा बचावलो. दुसऱ्या आवृत्तीपर्यंत तुम्ही ती गोष्ट विसरून जाल, अशी माझी कल्पना होती. पण

माझ्या दुर्दैवाने तसे घडले नाही. गेले सहा महिने तुम्ही माझा चांगला पिच्छा पुरविला. तेव्हा धंद्याच्या निमित्ताने जे अनेक चित्रविचित्र सामाजिक अनुभव मला मिळाले, माझ्या तपासण्याच्या खोलीत माणसाच्या मनाचे मला जे दर्शन झाले, ते साररूपाने तुमच्यापुढे मांडावे, व तुम्ही माझ्या वर टाकलेल्या जबाबदारीतून मोकळे व्हावे, असे मी ठरविले. लेखणीपेक्षा थर्मामीटरशीच माझा अधिक संबंध आला असल्यामुळे 'मी स्वैर काही तरी लिहीन; त्याचा तुम्हांला फारसा उपयोग होणार नाही.' असे मी एकदा तुम्हांला लिहिले होते. पण उत्तरादाखल तुम्ही लगेच लिहिलेत, 'तुमचे स्वैरालापही वाचकांना मार्गदर्शक होऊ शकतील. अरण्यातल्या वृक्षवेली काही माळ्याने लावलेल्या अथवा जोपासलेल्या नसतात. पण त्यांच्यांतही एक प्रकारचे सौंदर्य असतेच.' बहुधा तुमच्या या स्तुतीला बळी पडूनच मी तुम्हांला चार शब्द लिहून पाठवायचे कबूल केले असावे. ते चार शब्द गप्पागोष्टींच्या पद्धतीनेच लिहिणे मला शक्य होते. त्याप्रमाणे हे लांबलचक पत्र तुम्हांला पाठवीत आहे. त्याचा तुम्हांला योग्य वाटेल तो उपयोग करावा. एक गोष्ट मात्र सांगतो. ज्यांचे स्वैरालाप कथांइतकेच रंजक-बोधक होतात, अशी माणसे जगात नसतात, असे नाही. पण डॉ. सान्यांची मात्र त्यांत गणना करता येणार नाही.

माझ्या या सर्व लिहिण्यावरून मी शरीरसुखालाच फार महत्त्व देतो, असा अनेकांचा ग्रह होण्याचा संभव आहे. म्हणून जाता-जाता माझे एक मत स्पष्टपणे नमूद करतो. अष्टौप्रहर अनिर्बंध शरीरसुखाच्या मागे लागल्यामुळे मनुष्याच्या बुद्धीचा व हृदयाचा विकास कुंठित होतो, हे मलाही मान्य आहे. मानवधर्माचे खरे शत्रू नास्तिक लोक नव्हेत. 'कशाला उद्याची बात? बघ उडुनी चालली रात!' हे मनामध्ये चोवीस तास गुणगुणत चंचल चैनीच्या मागे धावत सुटणारे उथळ सुखवादी लोक हेच मानवतेचे खरे शत्रू होत. चालू घडी हेच त्यांचे युग असते. ती पिळून तिच्यातून शक्य तेवढी मजा लुटणे हेच ते आपले जीवितकार्य मानतात. स्वत:च्या सुखासक्त जीवनापलीकडे दुसरे जग ते जाणतच नाहीत. अंतर्मुखता, सामाजिकता, चिंतनशीलता, वगैरे गोष्टींचा त्यांना सहसा स्पर्श होत नाही. शरीराला जी जी गोष्ट सुखप्रद वाटत जाईल, ती ती पुन: पुन्हा करीत राहावयाचे, एवढेच त्यांना ठाऊक असते. त्यामुळे उथळ उपभोग हाच त्यांचा देव बनतो. गजबजलेल्या शहराबाहेर ज्याला क्षणभर करमत नाही, क्षणोक्षणी शरीरसुखाचा नवा चाळा जवळ केल्याशिवाय ज्याचा वेळ जात नाही, असा बहिर्मुख यांत्रिक मनुष्य विसावे शतक निर्माण करीत आहे; या मनुष्याची जात जगात सर्वत्र झपाट्याने वाढत आहे, हे मी मुळीच नाकारू इच्छीत नाही. या लोकांना ख्रिस्त, बुद्ध, श्रीकृष्ण यांचे जुने धर्म नकोत; मार्क्स, गांधी किंवा विवेकानंद यांची नवी तत्त्वज्ञानेही नकोत! संपत्ती आणि सत्ता यांची सदैव पूजा करणे हाच त्यांचा धर्म!

भारतीय संस्कृतीत आत्म्याच्या गौरवाकरिता शरीराचा बळी देण्याची प्रथा पडली. आता जो नवा यांत्रिक मनुष्य निर्माण होत आहे, तो शरीराच्या क्षुद्र अथवा क्षणभंगुर सुखाकरिता आत्म्याचा बळी देण्यात आनंद मानीत आहे. शारीरिक सुखाच्या अंध आसक्तीतून, उपभोगाच्या अमर्याद लालचीतून, जास्तीत जास्त द्रव्याचा संग्रह करण्याचे वेड मनुष्याला जडते. या हृदयशून्य लोभातून इतरांवर राक्षसी प्रभुत्व गाजविण्याची इच्छा उत्पन्न होते. लाभ आणि मद यांनी मनाचा मृदुपणा मारून टाकल्यामुळे त्याची प्रीती एका व्यक्तीच्या ठिकाणी स्थिर होऊ शकत नाही. कामवासनेची स्वच्छंद आराधना आणि एक स्त्री मिळाली, की दुसरीच्या मागे लागण्याने जो शिकारीतला कैफ चढतो, त्याची उपासना, हीच दुर्दैवाने त्याच्या प्रीतीची व्यक्त स्वरूपे ठरतात.

अशा प्रकारचा चंचल, उथळ आणि समाजविमुख मनुष्य निर्माण होणे हे मानवी संस्कृतीचे दुर्दैव आहे. संयमाचे वावडे असलेला आणि अंतर्मुखतेची उभ्या आयुष्यात ओळख न होणारा सामान्य मनुष्य कधीच सुखी होऊ शकणार नाही. पण संयमाचे जे तत्त्वज्ञान समाजापुढे ठेवावयाचे, ते ढोंगीपणाचे असता कामा नये. अज्ञानातून, विषमतेतून आणि धर्मभोळेपणातून त्याचा उगम होता कामा नये. व्यक्तिविकास व मानवतेची प्रगती या दोन्ही दृष्टींनी आवश्यक असलेल्या संयमाचे मी नेहमीच समर्थन करतो. पण 'जळलेला मोहर' मध्ये तुम्ही चर्चिलेला प्रश्न काय किंवा त्याहून बिकट असलेल्या अनेक सांसर्गिक समस्या काय, त्यांची उत्तरे देण्याची आजपर्यंतची आपली दृष्टी केवळ निषेधाची, कोंडमाऱ्याची, ऐहिक आयुष्य हा तुरुंग असून मनुष्यप्राणी हा त्यात ठेवलेला कैदी आहे, अशा अर्थाची होती. शरीर व आत्मा या दोन्हींचे नैसर्गिक समाधान व विकास कोणत्या मार्गांनी साधता येतील, सामान्य मनुष्याच्या जीवनात असलेले शरीरसुखाचे महत्त्व ओळखून व त्याला योग्य ते स्थान देऊन, त्याला संयमी कसे बनविता येईल, या दृष्टीने आपण काहीच विचार केलेला नाही. आता तो करणे अगत्य आहे. देवधर्माच्या भ्रामक कल्पनांवर आधारलेली जुनी सामाजिक बंधने तटातट तुटून पडत आहेत. बुद्धीला पटणारे उन्नत ऐहिक जीवन हेच माणसाचे ध्येय होत आहे. या ध्येयाशी सुसंगत असणारी आणि शरीर व आत्मा या दोन्हींचा सुंदर समन्वय साधणारी नवी सामाजिक बंधने निर्माण झाली, तरच नवा मानव, नवे जग, इत्यादिकांविषयीची कवीची, शास्त्रज्ञाची, सज्जनांची आणि तत्त्वज्ञांची स्वप्ने अंशत: सत्यसृष्टीत उतरतील. पण त्याकरिता एक गोष्ट आपण कटाक्षाने लक्षात ठेवली पाहिजे. मनुष्य हा नुसता आर्थिक, केवळ कामुक किंवा निव्वळ आध्यात्मिक असा प्राणी नाही. आर्थिक किंवा कामविषयक समाधान हे काही त्याच्या आयुष्यातले एकमेव सुख नाही. नैसर्गिक वासनांचा कोंडमारा करून सामान्य मनुष्याचा आत्मविकास साधण्याची कल्पना ही मृगजळ शिंपून नंदनवन

निर्माण करण्याइतकीच मूर्खपणाची आहे. मार्क्स, फ्रॉईड व गांधी हे सर्व आधुनिक मानवसमाजाची चिकित्सा करणारे प्रतिभावान धन्वंतरी आहेत. या प्रत्येकाच्या चिकित्सेत सत्यांश आहे; पण पूर्ण सत्य मात्र एकीतही नाही. हे सर्व सत्यांश जीवनात समरस करून, त्यांच्या साहाय्याने नवे जग निर्माण करण्याचे सामर्थ्य जर सामान्य मनुष्य दाखवील, तरच यापुढे तो सुखी होण्याचा संभव आहे.

आणखी पुष्कळ लिहावेसे वाटत आहे. कितीही बडबडले, तरी वेड्यांची तृप्ती होत नाही! तसेच आहे हे. म्हणून आता इथेच थांबतो. तुम्ही माझे हे पत्र छापले, तर तुमच्या कादंबरीचे वाचक तुमची कोणत्या प्रकारची संभावना करतील, याची कल्पना मला नाही. त्यांनी आपली नापसंती दर्शविल्यास पुढल्या आवृत्तीतून तुम्हांला माझे हे लिखाण गाळण्याची परवानगी मी आताच देऊन ठेवतो.

२७-४-४८

तुमचा स्नेहांकित
डॉ. साने

पारिजातकाची फुले

कॉलेजात संस्कृतचा लेक्चरर म्हणून नेमणूक झाल्याची तार रघुनाथच्या हातात पडताच त्याचे मन आनंदाने फुलून गेले. त्या फुलांच्या सुगंधावर तरंगता तरंगता त्याच्या मनात आले– आपले मन ही आज साधी वेल राहिलेली नाही; पारिजातकाचे झाड झाले आहे ते! लहानपणी हिवाळ्यात सकाळी उठून थंडीची पर्वा न करता पारिजातकाच्या झाडाखाली गेले की जे दृश्य त्याच्या दृष्टीला पडत असे त्याची त्याला एकदम आठवण झाली. झाडाखाली त्या नाजुक चिमुकल्या फुलांचा गालिचाच पसरलेला असे! या गालिचावरून नजर वर केली की डहाळी न डहाळी कळ्या-फुलांनी डवरून गेलेली दिसे. त्या कळ्या-फुलांकडे पाहता पाहता रघुनाथला शेजारच्या कुसुमची आठवण होई. कुसुम गोरीगोरी पान होती. या गोरेपणामुळे तिचे लाल ओठ नेहमीच अधिक मोहक दिसत. रघुनाथ फुले वेचायला लागला की कुसुमही तेथे धावत येई न फुले वेचू लागे. सारी फुले वेचून झाली की रघुनाथ तिला थट्टेने म्हणे,

"आणखी एक फूल वेचू का?"

छोटी कुसुम भोळ्या भावाने म्हणे, "हं!"

मग रघुनाथ तिला दोन्ही हातांनी वर उचलून हसू लागे. कुसुम मात्र न हसता गंभीरपणाने म्हणे,

"मी नाही बाबा प्राजक्ताचं फूल होणार! हे फूल काय नुसतं देवाच्या उपयोगी! जे फूल केसात घालता येईल, जे कध्धी कध्धी कोमेजणार नाही असं फूल होणार आहे मी!"

बालपणच्या आठवणींची गोड स्वप्ने कधीच संपत नाहीत. त्यामुळे रघुनाथचे मन या बालपणच्या आठवणीत आणखी किती तरी वेळ गुंगून राहिले असते. पण त्याच्यासमोर पडलेली तार म्हणत होती, "चल, आटप लवकर, तयारी कर! संध्याकाळच्या मेलनं निघायलाच हवं तुला!"

लगेच त्याच्या मनात आले– आता परक्या कुसुमच्या आठवणीत कोण रमून जाईल? तिच्या सासरच्या गावीच आपण प्रोफेसर म्हणून जात आहोत. आता कुसुमच्या घरीच आपला संध्याकाळचा चहा होणार. तिच्या नवऱ्याबरोबर आपण सिनेमाला जाणार. तिच्या दारात पाऊल टाकले की सशाची दोन पिले–"मामा आले, मामा आले–" म्हणून आपले स्वागत करणार...

रघुनाथचे भावनाशील मन भूतकाळातून भविष्यकाळात भराऱ्या मारू लागले. आपल्या या सुखस्वप्नांचे त्यालाच हसू आले. तो हसत मनात म्हणाला, "माणसाचं मन हे विमानासारखं आहे! त्याला विशाल पोकळीतच उडता येतं. मग ती पोकळी भूतकाळाची असो नाही तर भविष्यकाळाची असो!"

कॉलेजातला त्याचा पहिला तास सुरू होईपर्यंत त्याचे हे विमान एकसारखे भ्रमंती करीत होते– या कॉलेजात आपणाला प्रेमळ सहकारी मिळतील का? इथली मुले दंगेखोर आहेत की सालस आहेत? नि मुली? या परक्या गावात आपले मन रमेल का?– एक ना दोन! अनेक प्रश्न त्याच्या मनाला भंडावून सोडीत होते नि तो त्या प्रश्नांची एकसारखी अनेक उत्तरे तयार करीत होता. मात्र त्या उत्तरांपैकी एकाचा दुसऱ्याशी मेळ नसल्यामुळे त्याच्या मनाचा गोंधळ काही केल्या कमी होत नव्हता. 'या परक्या गावात आपलं मन रमेल का?' या प्रश्नाचे त्याचे पहिले उत्तर 'हे गाव आपल्याला परकं नाही!' असे होते. ज्या गावात कुसुमसारखी आपली बालमैत्रीण राहत आहे, तो गाव आपल्याला परकं वाटण्याचं कारण काय? कुसुम मोठी बुद्धिवान मुलगी आहे. मॅट्रिक होताच लग्न झाल्यामुळे तिला कॉलेजचे शिक्षण मिळाले नाही; पण मॅट्रिकच्या वर्गात असतानासुद्धा ती किती वाचीत असे आणि त्याहीपेक्षा किती सुंदर लिहीत असे! तिचे सुंदर निबंध वाचून आपण तिला नेहमी चीडवीत असू–

"एक मुलगी उद्या मोठी लेखिका होणार आहे. पुढे साहित्य संमेलनाचं अध्यक्षस्थानसुद्धा तिला मिळेल नि मग ती आमच्यासारख्या माणसाशी बोलणारसुद्धा नाही! हो, मोठ्या लेखकाच्या प्रत्येक शब्दाला किंमत असते म्हणे!"

भरती पुरी झाल्याबरोबर ओहोटी सुरू होते, त्याप्रमाणे कुसुमविषयींच्या या अनुकूल विचारांच्या पाठोपाठ प्रतिकूल विचारही त्याच्या मनात येऊ लागले. कुसुमचा नवरा सुस्वभावी असेल तर सर्व ठीक आहे! पण–

तिच्या नवऱ्याविरुद्ध त्याने एक अवाक्षरही ऐकले नव्हते. तो शहरातला एक प्रमुख सावकार व कापड दुकानदार आहे एवढेच त्याला ठाऊक होते. मात्र नेहमी पुस्तकी जगात वावरल्यामुळे असो अथवा लहानपणी एका कापड दुकानात धोतरावरचे रंगीत चित्र फाडल्याबद्दल दुकानदाराने दिलेल्या प्रसादाची आठवण अंतर्मनात जागृत

असल्यामुळे असो; कापड दुकानदार हा सद्गृहस्थ असू शकतो हे काही केल्या रघुनाथच्या मनाला पटत नव्हते. शेवटी कुसुमचा नवरा तुसडा आहे असे आढळून आले तर तिच्या घरी न जाता 'संस्कृत वाङ्मयातला प्रेमविकास' हा आपला संकल्पित प्रबंध लिहायला घ्यायचा असे त्याने जेव्हा मनात ठरविले तेव्हा कुठे या प्रश्नाने त्याचा पिच्छा सोडला.

संध्याकाळी पाचच्या सुमाराला तो कुसुमच्या घराचा पत्ता काढीत पायीच निघाला. घर सापडले नाही तर निदान फिरण्याचे श्रेय तरी पदरात पडेल असे तो मनात म्हणत होता.

पण त्याला भेटलेल्या पहिल्याच मनुष्याने त्याला कुसुमच्या घराचा अचूक पत्ता सांगितला तेव्हा त्याला आश्चर्य वाटले. तो मनुष्य मोठा बडबड्या होता. तो आणखी म्हणाला,

"मालक मात्र आत्ता तुम्हाला घरी भेटायचे नाहीत! पलिकडच्या मैदानात मोठी सभा आहे तिथं गेले आहेत ते!"

रघुनाथचे कुतूहल जागृत झाले. त्याने विचारले, "कशाला गेले आहेत?"

"अहो. त्याचंच मुख्य भाषण आहे आज!"

रघुनाथला विजेचा धक्का बसल्यासारखे वाटले. कापड दुकानदार सभेत भाषण करू शकतो? सुदाम्याने द्रोणागिरी उचलून आणला असे एखाद्या पुराणिकाने सांगावे तशी ती बातमी वाटली त्याला.

तो मुद्दाम मैदानाकडे वळला. कुसुमच्या नवऱ्याचे भाषण नुकतेच सुरू झाले होते. "शहरातल्या सर्व वेश्यांना अगदी बाजूच्या भागात म्युनिसिपालिटीने वस्ती करायला लावली पाहिजे," हा ठराव मांडून तो त्याच्यावर बोलत होता. संस्कृती, नीति, पावित्र्य वगैरे शब्द त्याच्या प्रत्येक वाक्यात येतच होते. पण "वेश्यावर्ग हा मधुमेहाच्या जखमेसारखा चरत जाणारा सामाजिक रोग आहे. तो शस्त्रक्रियेसारख्या जालीम उपायानेच बरा केला पाहिजे!" या त्याच्या वाक्याला तर टाळ्यांचा प्रचंड कडकडाट झाला. वक्त्याच्या बोलण्यात विचाराचा गोंधळ असला तरी एक प्रकारचा आवेश आहे, हे रघुनाथलासुद्धा मान्य करावे लागले. पाच मिनिटे तो भाषण ऐकत उभा राहिला. मग तीच वाक्ये आणि तेच शब्द ऐकून त्याला वाटू लागले– गाण्याच्या तबकडीला पडलेल्या चऱ्यातून टाचणी फिरू लागली, म्हणजे ते गाणे ऐकणे जसे अशक्य होते तसे हे भाषण ऐकणेही–

तो चालू लागला.

मध्येच त्याने मागे वळून पाहिले. लोकांचा तो भला मोठा जमाव हंशा-टाळ्यांनी वक्त्याचे अभिनंदन करीत होता.

का कुणास ठाऊक त्याच्या डोळ्यापुढे दोन दृश्ये उभी राहिली– एक खेडेगावातला

दारूचा गुत्ता. घोंघावणाऱ्या माशांप्रमाणे तेथे संध्याकाळी लोक जमतात.

दुसरे दृश्य— शर्यतीचे मैदान. मुंग्यांसारखी तेथे माणसांची गर्दी होते.

दारू, शर्यत नि व्याख्यान— या तिन्हींमध्ये काही तरी साम्य आहे अशी विचित्र कल्पना त्याच्या मनात येऊन गेली.

कुसुमचे घर त्याला लगेच सापडले. कुसुम घरीच होती. तिने त्याला चटकन ओळखले.

पण त्याने मात्र—

तो क्षणभर दचकलाच! कालपासून जेव्हा जेव्हा त्याच्या डोळ्यापुढे कुसुमची मूर्ती उभी राहिली होती, तेव्हा तेव्हा त्याला लहानपणचे आपले ते वाक्यही आठवले होते, ''पारिजातकाचं आणखी एक फूल वेचू का?'' त्याच्या कल्पनेला गोरीगोरी पान आणि लाल लाल ओठ असलेली अशी कुसुम एकसारखी दिसत होती. पण आता त्याचे स्वागत करण्याकरिता त्याच्यापुढे येऊन उभी राहिलेली कुसुम—

पारिजातकाचे देठ पांढरे फिक्कट झाले होते.

आणि त्या फुलाच्या पांढऱ्या शुभ्र रंगातला मोहकपणाही नाहीसा झाला होता. संगमरवराला चुन्याची कळा यावी तशी तिची कांती फिक्कट वाटत होती.

रघुनाथला राहवेना. त्याने प्रश्न केला, ''आजारी आहेस वाटतं, कुसुम?''

तिने हसत उलट प्रश्न केला, ''तू प्रोफेसर होऊन इथं आलायस की डॉक्टर होऊन?''

कुसुम चहा करीत असताना तो एकसारखा तिच्याकडे निरखून पाहत होता. एखाद्या यांत्रिक बाहुलीप्रमाणे ती सर्व व्यवहार करीत होती. त्याच्या मनात आले— पूर्वीच्या कुसुमची हालचाल एखाद्या नर्तिकेप्रमाणे मोहक असे. पण आताचे हिचे बोलणे-चालणे— छे:! त्यात सौंदर्य तर नाहीच; पण जीवसुद्धा नाही! इतक्या दिवसांनी आपला बालमित्र भेटायला आला म्हणून तिने आनंदाने नाचायला हवे होते!

पण—

कुसुमने पुढ्यात ठेवलेला चहा घेता घेता तो म्हणाला,

''लिहितेबिहितेस की नाही हल्ली?''

''थोडं लिहिते.''

''कविता?''

''अंहं!''

''गोष्टी?''

''छे:!''

''मग काय गीतारहस्याचं लेखन चाललंय्?''

"हूं!"

तिच्या त्या 'हुं'कारात विषादाचाच भाग अधिक होता. त्यामुळे रघुनाथला पुढे काही बोलण्याचा धीरच झाला नाही. "मुलं कुठं गेली आहेत?" म्हणून त्याने विचारल्याबरोबर–

"ती मावशीकडे गेली आहेत." असे अगदी निर्विकार स्वरात तिने सांगितले.

"तुला सोडून बरी राहतात ती?"

"पिकवील त्याचा मळा नि लावील त्याचा लळा!" तिने उत्तर दिले.

आल्यासारखे तिच्या नवऱ्याला भेटून जावे म्हणून रघुनाथने इकडल्या तिकडल्या गोष्टी काढून पाहिल्या. पण पूर्वीची बोलकी कुसुम आता अबोल झाली आहे असा पदोपदी त्याला अनुभव येऊ लागला. तो पुन:पुन्हा हसत म्हणाला,

"तू माझ्यापासून मुद्दाम लपवून ठेवते आहेस; पण तुला काही तरी होतंय. होय ना?"

"सारेच आजार सांगण्यासारखे नसतात रघुनाथ."

एखादा गलिच्छ रोग– नवऱ्याने कुठून तरी पैदा करून बायकोला दिलेला प्रसाद– दुसऱ्या एखाद्याच्या बाबतीत रघुनाथला या शंका खऱ्या वाटल्या असत्या; पण कुसुमच्या नवऱ्याचे मघाचे ते भाषण त्याच्या कानात घुमत होते. 'जगाला स्वच्छतेचा उपदेश करणारा मनुष्य स्वत: घाणीत लोळणे शक्य नाही' असे तो मनातल्या मनात तीन-चारदा तरी म्हणाला.

तिन्हीसांजा झाल्या कुसुम त्याला जाण्याचा आग्रह करू लागली.

"ते बाहेरून दमून आले म्हणजे कुणाशी बोलत नाहीत. ते बोलले नाहीत म्हणजे तुला वाईट वाटेल! पुन्हा केव्हा तरी ये म्हणजे गाठभेट होईल. आता काय इथंच आहेस तू!"

हे तिचे शब्द ऐकल्यानंतर त्याला उठणे प्राप्तच होते; मात्र बिऱ्हाडी परत जाईपर्यंतच नव्हे, तर रात्री अंथरुणावर झोपी जाईपर्यंत त्याच्या मनात एकच शल्य सलत होते–

"पुन्हा केव्हा तरी ये" असे कुसुम म्हणाली.

"उद्या ये" असे ती का म्हणाली नाही? हिच्या नवऱ्याला एखादे व्यसन आहे की तो फाल्गुनरावासारखा भलताच संशयी आहे?

थोड्या वेळाने रघुनाथला झोप लागली.

पण रात्रभर त्याला एकसारखी स्वप्ने पडत होती. त्या स्वप्नात एकच गोष्ट त्याला वारंवार दिसत होती... पारिजातकाच्या नाजुक फुलांचा सडा आणि त्याच्यावर नाचणारी वेडीवाकडी राक्षसी पावले!

पहाटे उठल्याबरोबर रघुनाथला पुन्हा कुसुमची आठवण झाली. या आठवणीने

आपले मन उगीच व्यग्र होत राहणार हे त्याच्या लक्षात आले. लगेच 'संस्कृत वाङ्मयातला प्रेमविकास' या आपल्या संकल्पित प्रबंधाच्या टाचण-वह्या त्याने ट्रंकेतून बाहेर काढल्या. पहिल्या वहीच्या पहिल्या पानावरच्या–

दुष्यंत - शकुंतला

राम - सीता

चारूदत्त - वसंतसेना

पुंडरीक - महाश्वेता

चंद्रापीड - कादंबरी

या पाच प्रेमी युगुलांकडे पाहताच त्याचे मन एका मधुर सृष्टीत विहार करू लागले. एकवेणी वियोगिनी शकुंतला, स्पर्शाने संजीवनी देणारी पतिव्रता सीता, मुसळधार पावसातून प्रियकराकडे धाव घेणारी प्रणयिनी वसंतसेना, प्रेमासाठी संन्यासिनी झालेली गंधर्वकन्या महाश्वेता– किती सुंदर चित्रे! किती रम्य मूर्ती! प्रीतिलतिकेवर फुललेली स्वर्गीय फुलेच जणू!

मध्येच कुसुम त्याच्या डोळ्यापुढे उभी राहिली.

पारिजातकाचे फूल? छे:! एक वाळून गळून पडलेले पान!

एखाद्या गायिकेने मध्येच बेसूर व्हावे, तशी या नायिकात कुसुमची मूर्ती त्याला वाटली.

तिची आठवण मनातून काढून टाकून तो आपली टिपणे चाळू लागला.

थोड्या वेळाने बॉय चहा घेऊन आला. चहाबरोबर त्याने एक वर्तमानपत्रही आणले होते. स्थानिक दैनिकाच्या संपादकाचे हे व्यवहार चातुर्य पाहून रघुनाथला आश्चर्य वाटले. काल आपण इथे लेक्चरर म्हणून येतो काय आणि लगेच आज आपल्या नावाने अंक सुरू होतो काय! रघुनाथने थोडा विचार केला असता तर या तत्परतेत व्यवहार चातुर्यापेक्षा बुभुक्षितपणाचाच भाग अधिक आहे, हे त्याच्या सहज लक्षात आले असते. पण त्याला विचार करायला वेळ होता कुठे?

वर्तमानपत्राच्या पहिल्याच पानावर कुसुमच्या नवऱ्याचे भाषण प्रत्येक वाक्यानंतर हंशा आणि टाळ्या घालून छापण्यात आलेले होते. गावातल्या वेश्यांची वस्ती एका बाजूला नेण्याच्या या महत्त्वाच्या चळवळीचे नेतृत्व योग्य माणसाकडे असल्यामुळे ती लवकरच यशस्वी होईल, अशी आशाही भाषणाच्या शेवटी संपादकांनी प्रदर्शित केली होती.

कुसुमच्या नवऱ्याचे गावात चांगलेच वजन असून त्याच्या चारित्र्याबद्दल सर्वांना आदर वाटत होता, हे वर्तमानपत्रातल्या त्या मजकुरावरून उघड होत होते.

मग कुसुम इतकी दु:खी का? ही गाणारी मैना मुकी का झाली? ही सदा हसतमुख असणारी मैना–

कालचे कुसुमचे वागणे आठवून रघुनाथला एकदम घुबडाची आठवण झाली. ही अभद्र कल्पना मनातून नाहीशी करण्याकरिता त्याने वर्तमानपत्राचे आतले पान उघडले—

परक्या घरात ताठ मानेने चालता चालता कुठल्या तरी दारावर धाडकन डोके आपटावे नि क्षणभर ते बधिर होऊन जावे तसे रघुनाथला झाले!

त्याचा आपल्या डोळ्यावर विश्वासच बसेना—

तो पुन्हा वाचू लागला—

वधू पाहिजे

"सुंदर, सुदृढ, सुशिक्षित. वराचे वार्षिक उत्पन्न कापड दुकानाचे तीन हजार रुपये. याशिवाय शेतीवाडी. पहिली बायको जिवंत असली तरी तिचीही या लग्नाला संमती आहे.''

पुढे रघुनाथला वाचवेना आणि वाचायचे तरी काय राहिले होते असे? कुसुमच्या नवऱ्याचे नाव, त्याचा पत्ता ते सारे रघुनाथला ठाऊक होतेच!

नाही नाही त्या शंकांनी त्याचे मन भरून गेले. कॉलेजला जाईपर्यंत त्याने नित्य व्यवहार कसेबसे पार पाडले; पण ढेकूण चावत असताना झोपलेल्या माणसाची जी अवस्था होते तशी त्याच्या मनाची स्थिती झाली होती.

त्याला एकदा वाटे— कुसुमचे दुसऱ्या कुणावर प्रेमबिम तर नसेल ना?

ते फारसे शक्य दिसत नव्हते आणि ते असले तरी दोन मुले झाल्यावर संसारात रमून न जाण्याइतके ते उत्कट असणे शक्य नव्हते.

आज कॉलेजात शाकुंतल शिकविताना शकुंतलेऐवजी राहून राहून कुसुमची मूर्ती त्याच्या डोळ्यापुढे उभी राहू लागली. एकदा तर 'शकुंतले' ऐवजी 'कुसुम' हा शब्दच त्याच्या तोंडून बाहेर पडला. त्याबरोबर उजवीकडच्या बाकावरच्या दोन मुलींनी आपापसात नेत्रपल्लवी केली. ''आपल्या नव्या प्रोफेसरांचं प्रेम कुसुम या नावाच्या मुलीवर बसलं आहे हं!'' हा त्या नेत्रपल्लवीचा अर्थ रघुनाथच्या लक्षात येताच त्याने मल्लीनाथी केली, ''कुसुम म्हणजे फूल. शकुंतला ही वनात विकसित झालेल्या एखाद्या फुलाप्रमाणं होती. व्यवहारातल्या काट्याकुट्यांशी तिचा कधीच संबंध आला नव्हता म्हणून मी तिला कुसुम म्हटलं. असली फुलं डोक्यावर मिरवायची असतात पायदळी तुडवायची नसतात. पण दुर्दैव दुर्वासाच्या शापासारख्या गोष्टींच्या रूपानं उभं राहतं आणि—''

एखाद्या लहान मुलाने आईला 'बाळ कुठून येतं ग?' म्हणून विचारावे, तसे तास संपल्यावर रघुनाथचे मन त्याला एकच प्रश्न विचारू लागले– 'कुणाच्या शापामुळे कुसुम दुःखी झाली आहे?'

पूर्वीकाळी शाप द्यायला बिचारे कोपिष्ट ऋषी तरी असत; पण हल्ली माणसांचेच शाप माणसांना भोवत असतात!

कॉलेज सुटताच रघुनाथ तडक कुसुमच्या घराकडे गेला.

कालच्यासारखी ती एकटीच घरात होती. कालच्याप्रमाणेच तिने चहा केला.

तिने चहाचा पेला पुढे ठेवल्यावर रघुनाथ म्हणाला, "मी चहा प्यायला आलेलो नाही!"

कुसुमने निर्विकार मुद्रेने त्याच्याकडे पाहिले.

खिशातून वर्तमानपत्राचा अंक काढून त्यातली जाहिरात दाखवीत रघुनाथ म्हणाला,

"ही जाहिरात पाहिलीस का?"

"पाठ झाली आहे ती मला."

रघुनाथ स्तंभित झाला.

"या दुसऱ्या लग्नाला तुझी परवानगी आहे?"

कुसुमने होकारार्थी मान हलविली.

"बायकांना सवत आवडत नाही अशी माझी कल्पना होती!"

"ती काव्यातली कल्पना आहे. काव्यातले अनुभव व्यवहारात नेहमी येतातच असं नाही!"

"पण हे लग्न झाल्यावर–"

"मी थोडी तरी सुखी होईन!"

"तुला वेड तर लागलं नाही ना कुसुम?" रघुनाथ रागाने उद्गारला

त्याच्याकडे शांतपणाने पाहत कुसुम म्हणाली,

"रघुनाथ, काही काही वेळा वेड लागणं हे सुद्धा भाग्याचं लक्षण असतं."

ती क्षणभर थांबली. आवंढा गिळून ती पुन्हा बोलू लागली–

"रघुनाथ, माझं दुःख... ते आईलासुद्धा सांगायचा धीर झाला नाही मला! लाज, अभिमान, राग काय वाटेल ते म्हण; पण माणसानं आपल्या दुर्दैवाशी टक्कर मारताना उगीच आरडाओरडा करू नये असं मला वाटतं. पण जखमेत पू फार झाला म्हणजे ती कोणी तरी पिळावी असं वाटतं ना! तसं झालंय माझ्या दुःखाचं. तुझ्याशी बोलून ते मला सांगता येणार नाही पण..."

आतल्या खोलीत झटकन जाऊन ती एक पत्र घेऊन आली. ते त्याच्या हातात देत ती म्हणाली, "डॉक्टरपुढं माणूस लाज बाळगीत नाही. तशीच मीही तुझ्यासारख्या

बालमित्रापुढं– आज ना उद्या तुला सारं सांगावं लागणार हे कालच माझ्या लक्षात आलं म्हणून–''

पुढे तिला बोलवेना.

आलेला हुंदका आतल्या आत दाबण्याचा तिने प्रयत्न केला. पण जाळ मोठा असला म्हणजे उतू जाणाऱ्या दुधावर पाणी शिंपडले तरी ते खाली जात नाही. तिच्या दु:खाचेही असेच झाले. तोंड फिरवून ती डोळे पुसू लागली.

रघुनाथ ते पत्र घेऊन जड पावलांनी तिच्या घराबाहेर पडला.

व्हरांड्यातल्या आरामखुर्चीतून रघुनाथला टेबलावरील सर्व पुस्तके दिसत होती– शाकुंतल, मृच्छकटिक, कादंबरी! या सुंदर काव्यमय पुस्तकातला प्रेमाचा अनुभव आणि त्याच्या हातात असलेल्या पत्रातला प्रेमाचा अनुभव– दोन्हीत काय साम्य होते?

ती काव्यमय पुस्तके म्हणत होती– प्रेम हे पौर्णिमेचे चांदणे आहे. त्याच्या हातातले पत्र तळमळून सांगत होते– प्रेम हे उन्हाळ्यातले भर दुपारचे ऊन आहे!

कालिदास, शूद्रक आणि बाण हसत म्हणत होते– तरुण-तरुणींची प्रीति ही फुलबाग आहे. कुसुम स्फुंदत सांगत होती– तरुण-तरुणींची प्रीति ही भयंकर आग आहे!

रघुनाथ सुन्न मनाने ते हातातले पत्र दुसऱ्यांदा वाचू लागला–

"रघुनाथ,

काल तू दारात दिसलास... नि मला फार आनंद झाला. पण तो क्षणभरच! दुसऱ्या क्षणी माझ्या मनात आलं– तुला या कॉलेजातली जागा मिळाली हे फार वाईट झालं!

दु:खानं माणसाचं मन दुष्ट होतं का रे?

लहानपणी पारिजातकाचं फूल म्हणून तू माझी थट्टा करीत होतास. रघुनाथ, तुला कल्पनाही नसेल ती थट्टा तू करीत नव्हतास, माझं नशीब तुझ्या रूपानं भविष्य सांगत होतं!

कधीही न कोमेजणारं गुलबकावलीचं फूल होणार होते मी! पण– दैवानं माझ्या कपाळावर 'प्राजक्त' हीच अक्षर लिहून ठेवली होती!

उगीच लांबण लावीत नाही. माणूस मेल्यावर त्याचं प्रेत फार वेळ घरात ठेवीत नाहीत. माझं सुख मेलं आहे. मग आता त्याला कवटाळून बसण्यात–

तू मनात म्हणत असशील– कुसुमला काय कमी आहे? प्रकृती बरी नसली तर मुंबईचा डॉक्टर विमानानं येईल तिला पाहायला!

एखाद्या घराला बाहेरून चांगला रंग दिलेला असावा; पण आतल्या भिंती मात्र वाळवीनं पोखरून टाकलेल्या असाव्यात! तसं झालं आहे माझं आयुष्य.

याला कारण माझे पतिराज! लगेच तुझ्या मनात येईल– हिचा नवरा दारू पीत असेल किंवा बाहेरख्याली असेल. पुस्तकं वाचून माणसांची दुःख पाहणाऱ्या लोकांना दारू आणि बाई यांच्याखेरीज नवऱ्यात दुसरं वाईट असं काय दिसायचंय?

पण तुला आश्चर्य वाटेल दारू आणि बाई या दोन्ही बाबतीत त्यांचे शत्रूसुद्धा त्यांच्याविषयी शंका घेणार नाहीत!

लिहू नये असं वाटतं– आपलं गुपित आपल्यापाशीच ठेवावं आणि एके दिवशी मरून जावं, असं मनात येतं! पण पुन्हा वाटतं– माझ्यासारख्या किती तरी मुली आतल्या आत जळत असतील! किती फुलं अशी कोमेजून जात असतील! त्यांचं दुःख कुणी तरी वेशीवर टांगायला नको का?

येईल तसं लिहिते– क्षमा कर मला.

लग्नाच्या वेळी मी गौरीहर पूजायला बसले तेव्हा पतीच्या प्रेमळ सहवासाची आणि पुढल्या सुखाच्या संसाराची किती रम्य चित्रं माझ्या डोळ्यापुढं उभी राहिली होती! आम्ही चांदण्यात फिरायला जाऊ, कविता गाऊ, जवळ जवळ जेवायला बसलो की हळूच एकमेकांच्या ताटातले घास घेऊ. मी त्यांचं फूल होईन आणि ते माझं फूल होतील. कविता, गोष्टी नि कादंबऱ्या वाचून जे जे सुचलं ते ते माझ्या डोळ्यापुढं उभं राहिलं. 'प्रेम हे अगदी नाजुक वासाचं सुंदर फूल आहे' असं मनात म्हणत मी त्यांना माळ घातली.

पण आमच्या पहिल्याच भेटीत मला कटु सत्य कळलं– प्रेम हे एक उग्र वासाचं फूल आहे असा मला अनुभव आला.

प्रेमात शरीर सुखाचा भाग आहे हे कळण्याइतकी मी भोळी किंवा ढोंगी नाही. पण त्यांच्या प्रेमाच्या कल्पनेत शरीर सुखापेक्षा दुसरं काहीच नाही. त्यांनी मला जॉर्जेटची पातळं दिली नि सुंदर दागिने घातले; पण हा शृंगार माझ्या मनाच्या सुखाकरता नव्हता. त्यांच्या शरीराच्या सुखाकरता होता.

मी एक विकत घेतलेली आणि त्यांनी आपल्या आवडीप्रमाणं शृंगारलेली सुंदर बाहुली आहे अशा दृष्टीनं ते माझ्याकडे चोवीस तास पाहत होते. बाहुलीशी लहर लागेल तेव्हा मूल खेळतं. तेही लहर लागली की–

दिवस नाही, रात्र नाही; वेळ नाही, अवेळ नाही! गंमत म्हणून माणसं हवा तेव्हा चहा पितात ना? त्यांच्या हिशोबी–

किती लवकर त्यांची किळस आली मला! माझ्या शरीराचीही लाज वाटू लागली मला. एकदा भर दिवसा... काय सांगू, रघुनाथ? थोरल्या मुलानं आम्हा दोघांना एके ठिकाणी पाहिलं. त्याच दिवशी मी मुलांना मावशीकडे पाठवून दिलं.

त्यांचं माझ्यावरचं प्रेम ही शुद्ध गुलामगिरी आहे माझी! तुरुंगातल्या कैद्याप्रमाणं

माझं आयुष्य झालं आहे. माझं शरीर कधीच मेलं! मनही मरणाच्या पंथाला लागत आहे.

कमळाच्या वेलीची मुळं चिखलात असतात. पण तिची फुलं– ती पाण्यावर उमलतात आणि सूर्यप्रकाशाला कवटाळतात. म्हणून कमळाची वेल आपल्याला आवडते. पण माझ्या पतीचं प्रेम– नुसता चिखल! सूर्यप्रकाश कुठंच नाही! असल्या चिखलात जगण्यापेक्षा– कुजण्यापेक्षा...

पुरुषाच्या पशुत्वाला जगातल्या लाखो बायका दररोज बळी पडताहेत! त्यातलीच मी एक. पण त्यांच्या या पशुत्वावर लग्नाचा नि पावित्र्याचा केवढा मोठा छाप आहे!

या तुरुंगातून सुटून जाण्याचा एक मार्ग मला दिसू लागला. मी विरोध करू लागले. माझ्या बंडखोरीला कंटाळूनच त्यांनी दुसऱ्या लग्नाची जाहिरात दिली आहे.

त्यांचं दुसरं लग्न झालं तर मी सुटेन! पण ती दुसरी मुलगी–

तिचा बळी देऊन मी सुखी होऊ? एका पारिजातकाच्या फुलाचा चोळामोळा झाला; आता दुसऱ्याचा...''

रघुनाथने मोठा सुस्कारा सोडून हातातले पत्र पुढ्यातल्या टी-पॉयवर ठेवले आणि आतल्या टेबलावरल्या पुस्तकांकडे वळून पाहिले; जणू काही तो बाण कालिदास व शूद्रक यांना विचारीत होता–

"तुम्ही रंगविलेलं प्रेम हे अर्धसत्य आहे होय ना?''

बॉयने टी-पॉयवरल्या पत्रावर बागेतल्या पारिजातकाची फुले आणून ठेवली. रघुनाथ म्हणाला,

"ही फुलं आवडत नाहीत मला. उद्या कुठं गुलाबाची फुलं मिळाली तर बघ!''

◆

गुलाबाचे काटे

दारावरच्या पाटीवरची 'आहेत' ही अक्षरे बदलून 'नाहीत' अशी केली आणि मी जिन्याच्या पायऱ्या चढू लागलो. पाटीवरचा हा बदल चित्रगुप्ताच्या वहीत माझ्या 'पापा'च्या खात्यात जमा होणार याची मला खात्री होती. पण तो केल्याशिवाय दुसरी गतीच नव्हती मला! मुंबईत मी तब्बल महिना काढला होता. या एका महिन्यातली तुंबून राहिलेली सारी कामे उरकायला दिवस पंचवीस तासांचा झाला तरी मला हवाच होता. तेव्हा–

मी तिसऱ्या मजल्यावरच्या माझ्या खोलीकडे वळलो. दार उघडता उघडता सहज मागे वळून पाहिले मी. आठही कुंड्यांतली गुलाबाची झाडे खूप वाढली होती. पण या आठ कुंड्यात एकसुद्धा फूल दिसत नव्हते.

मुंबईला जाण्यापूर्वी या कुंड्यातली फुले प्रत्येक दिवशी मला मूक समाधान देत असत. सकाळी उठून खोलीचे दार उघडले की एका ना एका झाडावर गुलाबाचे सुंदर फूल उमललेले दिसे. पूर्वेकडच्या अरुणोदयाचे सर्व सौंदर्य जणू काही चिमुकल्या पुष्पाच्या हसणाऱ्या पाकळ्यात साठविलेले आहे असा मला भास होई.

उठल्याबरोबर उमललेले फूल दृष्टीला पडले की मला वाटे– माझा आजचा दिवसही असाच फुलणार आहे, हसणार आहे; दरवळून जाणार आहे.

पण आज त्या आठ झाडांपैकी एकावरही फुलच काय, पण चिमुरडी कळीसुद्धा दिसत नव्हती! मात्र एका महिन्यात झाडांच्या फांद्या बऱ्याच विस्तारल्या होत्या. तसे म्हटले तर फुलातले मला काही कळत नाही; पण माझ्या मनात चटकन एक विचार येऊन गेला– झाडाची सारी शक्ती पानांच्या पोषणात खर्च झाली म्हणजे त्याल फूल येत नसावे.

लगेच वनस्पतीशास्त्रातल्या स्वत:च्या या शोधाचे मला हसू आले. मात्र 'माळ्याला बोलावून ही गुलाबाची झाडे लवकरच व्यवस्थित कापून घेतली पाहिजेत' असे मी मनाशी ठरविले.

खोलीतल्या बैठ्या टेबलापाशी बसून गेल्या महिन्यातला सारा पत्रव्यवहार मी

चाळू लागलो. इतक्यात खालून कुणाचा तरी आवाज आला,

"खांडेकर आहेत का?"

आवाज ओळखीचा तर नव्हताच; पण तो थोडासा कठोरही होता. मी मनात म्हटले– या गृहस्थाला अक्षर-ओळख असली तर फार बरे होईल. म्हणजे पाटीवरची 'नाहीत' ही अक्षरे वाचून स्वारी मुकाट्याने निघून जाईल!

पण आपल्या ज्ञानाचा उपयोग न करण्याचेच त्याने ठरविले असावे. खाली त्याचे नि गड्याचे इतक्या उच्च स्वरात संभाषण चालले होत की त्यातला शब्दन्शब्द मला ऐकू येत होता.

तो अपरिचित गृहस्थ म्हणत होता, "मी पोलीस खात्यात दहा वर्षे काढली आहेत. मला या सगळ्या युक्त्या ठाऊक आहेत. खऱ्यापेक्षा खोटंच जगात जास्ती असतं! जा, तुझ्या साहेबांना जाऊन सांग जा की–"

गडी गोंधळून गेला असावा. पोलीस खात्यातले कोण सद्गृहस्थ मुद्दाम आपल्या भेटीला आले आहेत हे जाणण्याची इच्छा माझ्याही मनात प्रबळ झाली होती. मीच गड्याला हाक मारून म्हटले,

"ते कोण पाहुणे आलेत त्यांना वर पाठवून दे."

पोलीस खाते म्हटले की भरदार आणि आकडेबाज मिशा, वाकडी टोपी, हातात एखादी छडी, विड्याने रंगलेले ओठ, डोळे थोडेसे तारवटलेले– अशा प्रकारचे चित्र माझ्या डोळ्यापुढे उभे राहते; पण जिना चढून जो माणूस माझ्यापुढे उभा राहिला त्याच्यापाशी यापैकी कुठलेच भांडवल नव्हते. 'मी प्रोफेसर आहे' असे त्याने सांगितले असते तरी मी ते मुकाट्याने मान्य केले असते.

अपरिचित माणसाशी बोलायला सुरुवात करणे हे एखाद्या नव्या चालीवर पद करण्याइतकेच कठीण असते. पदाला सुरुवात करताना काही केल्या मनासारखे सुंदर शब्द जसे एकदम सुचत नाहीत, त्याप्रमाणे ओळख नसलेल्या माणसाशी बोलताना कोणता प्रश्न विचारला असताना त्याला आवडेल, हेच माणसाला कळत नाही. पूर्वीच्या काळी प्रवासाची साधने नसल्यामुळे हवापाण्याच्या गोष्टींत नाविन्य असे. परंतु हल्ली हवापाण्याच्याच काय, पण लढाईच्या गोष्टीसुद्धा शिळ्या वाटतात. सकाळच्या वर्तमानपत्रात त्या प्रत्येकाने वाचलेल्या असतातच की.

मी माझ्या पाहुण्याकडे पाहू लागलो. गृहस्थ चांगला उंच होता. सहा फूट नसला तरी पाच फूट अकरा इंचात कमी भरला नसता. वर्णाने तो सावळाच दिसत होता. पण त्याचा चेहरा मात्र त्या मानाने गोरा होता. त्यामुळे कमळाच्या पानांमधून डोकावणाऱ्या पांढऱ्या शुभ्र कळीशी माझ्या मनाने चटकन त्याची तुलना केली आणि ही कळीची उपमा शोभून दिसावी असा फुगीरपणाही त्याच्या मुद्रेला होता. त्या फुगीरपणाचे कारण परकेपणामुळे त्याने मुद्दाम धारण केलेले गांभीर्य होते की

त्याच्या ओठांची ठेवणच तशी होती–

एकदम माझी दृष्टी त्याच्या खालच्या ओठाकडे गेली. मी चपापलो कामशास्त्रावरच्या एक-दोन पुस्तकात वाचलेले वर्णन मला आठवले. ज्याचा खालचा ओठ–

बोलण्याकरिता पाहुण्याचे ओठ हलू लागल्यामुळे मला माझे निरीक्षण अर्धवट सोडून देऊन वाचनाचा पडताळा पाहण्याची ही अपूर्व संधी गमवावी लागली.

आलेले गृहस्थ आपले नावगाव वगैरे सांगून मग इतर गोष्टींविषयी बोलतील अशी माझी अपेक्षा होती. मी मनात म्हणत होतो– नट म्हणून पडद्यावर चमकण्याची तर या गृहस्थाची इच्छा नसेल ना? हो, पोलीस म्हणून अंधारात काम करण्यापेक्षा नट म्हणून अंधारात–

त्या गृहस्थांनी मला पहिलाच प्रश्न केला, ‘‘तुम्ही ज्या गोष्टी लिहिता त्या घडलेल्या असतात की–’’

त्याने आपले वाक्य पुरे केले नाही. पण त्याच्या बोलण्याचा रोख मला कळला. माझ्या गोष्टीत कल्पनेचा खेळ असतो की वस्तुस्थितीचे प्रतिबिंब असते याचे उत्तर त्याला हवे होते. या बाबतीत माझ्या आवडीची दोन उदाहरणे मला चटकन सुचली. एक इब्सेनचे नि दुसरे तात्यासाहेब कोल्हटकरांचे. आपल्या हक्काकरिता नवऱ्याशी भांडणारी जी नोरा इब्सेनने निर्माण केली. तिचे मूळ एका विलासी स्त्रीने चेकवर केलेल्या खोट्या सहीत आहे आणि कोल्हटकरांना मूकनायकाचे कथानक सुचले ते मदिराक्षीला मदिरेचा मत्सर वाटलाच पाहिजे या चमत्कृतीपूर्ण कल्पनेवरून.

ही उदाहरणे देऊन ‘कलेची निर्मिती’ या विषयावर एखादे लांबलचक व्याख्यान माझ्यासमोर बसलेल्या पाहुण्यांना सुनावण्याची लहर मला आली होती. पण दोन अडचणींमुळे माझे व्याख्यान मला मनातल्या मनातच ठेवावे लागले. पहिली अडचण ही की माझा श्रोता पोलीस खात्यातला होता. त्यामुळे इब्सेन लांब राहिले पण कोल्हटकर हे नावसुद्धा त्याच्या कानावरून गेले असण्याचा संभव नव्हता आणि दुसरी गोष्ट– तो म्हापणकरांच्या भविष्याकरिता ‘धनुर्धारी’ विकत घेत असला तरी अलीकडे त्यात आलेल्या कलानिर्मितीच्या चर्चेने तो आधीच बेजार होऊन गेला असला पाहिजे.

हे विचार मनात येताच मी स्वत:शीच हसलो. पण माझ्या हसण्याचा पाहुण्यांनी मात्र विपरीत अर्थ केला. स्वारी थोडीशी चवताळलेली दिसली.

किंचित रागीट स्वरात तो म्हणाला,

‘‘मला कसं बनवावं याचा विचार करीत असाल तुम्ही! पण–’’

मी आश्चर्याने त्याच्याकडे पाहू लागलो. मुद्रेवर उसन्या हास्याचे प्रदर्शन करीत तो उद्‌गारला, ‘‘मी पोलीस खात्यातला माणूस आहे. बनावट जबाब आम्हाला हां हां म्हणता ओळखता येतो!’’

पहारेकऱ्याच्या हातावर तुरी देऊन वेड्याच्या इस्पितळातून निसटलेला माणूस

तर माझ्यासमोर बसला नाही ना अशी शंका माझ्या मनात येऊन गेली. पण लगेच त्याने आपले खिसे चाचपायला सुरुवात केली. डाव्या खिशातून त्याने एक पाकीट काढले. थोडेसे जाडजूडच होते ते. लगेच ते जागच्या जागी परत ठेवून त्याने उजव्या खिशात हात घातला. कुठल्या तरी मासिकातले फाडलेले कागद होते ते. ते माझ्यापुढे टाकून तो म्हणाला,

"ही गोष्ट तुम्ही कुणावरनं लिहिलीत?"

त्याने टाकलेले कागद उचलून मी गोष्टीचे नाव वाचले- 'पारिजातकाची फुले' नुकतीच 'किर्लोस्कर' मध्ये प्रसिद्ध झालेली माझी गोष्ट. कोळी जसे जाळे विणतो त्याप्रमाणे नुसत्या स्वत:च्या कल्पनेच्या तंतूंनी काही मी गोष्ट लिहिली नव्हती. तिला सत्य सृष्टीतला आधार होता. पण-

पण त्या आधाराशी माझ्यासमोर बसलेल्या या अनोळखी सद्गृहस्थाला काय करायचेय ते मला कळेना! त्याला मी जन्मात पाहिले नव्हते. त्याचे नावगाव- एका अक्षरानेही त्याची माहिती नव्हती मला! मग-

मी उत्तर देण्याच्या आधीच तो तावातावाने बोलू लागला, "ही गोष्ट तुम्ही माझ्यावरनं लिहिली आहे. हिच्यातला तो संस्कृतचा प्रोफेसर रघुनाथ तुम्ही आपल्या पदरचा घातला असेल; पण बाकी सारं अगदी जस्संच्या तस्सं आहे! अहो, पोलीस इन्स्पेक्टरचा कापड दुकानदार केला म्हणून काही इतर गोष्टी कुठं लपत नाहीत!"

त्याचे समाधान करण्याकरिता मी मध्येच म्हणालो, "पण हे पाहा-"

"तुम्ही काय सांगणार ते ठाऊक आहे मला. जरा स्पष्ट बोलतो म्हणून रागावू नका हं. चोराइतका सावाचा आव दुसरा कुणीच आणीत नाही! नित्याचा अनुभव आहे हा आमचा."

त्याच्या या बोलण्याचा मला राग आला. पण वरकरणी हसत हसत मी म्हटले,

"पोलीस खात्यातल्या लोकांना चोराखेरीज दुसऱ्या कसल्या उपमा सुचणार?"

"त्या उपमा नि अलंकार तुमचे तुम्ही पाहून घ्या. आला दिवस आमचा एकाच अलंकाराशी संबंध येतो. तो म्हणजे हातापायातल्या बेड्या!"

आपण मोठा विनोद केला अशा समजुतीने तो गृहस्थ हसला. पण उतू जाणाऱ्या दुधावर थंड पाण्याचा हबका बसावा, त्याप्रमाणे माझ्याकडे दृष्टी जाताच त्याची स्थिती झाली.

मात्र पोलिसाचा कधीच पराभव होत नाही हा अनुभव मला लगेच आला. स्वारीने पुन्हा उजव्या खिशात हात घालून वर्तमानपत्राचे एक कात्रण बाहेर काढले नि ते माझ्या हातात दिले.

मी ती जाहिरात वाचू लागलो:

वधू पाहिजे

सुंदर, सुदृढ, सुशिक्षित. वराचे वार्षिक उत्पन्न दीड हजार रुपये. शिवाय शेतीवाडी. पहिली बायको हयात. तिचीही या लग्नाला संमती आहे.

C/o विश्वसेवक कार्यालय,

नाशिक.

ही जाहिरात वाचता वाचता माझ्यावर या पोलीस बहादुरांनी हल्ला का चढविला याची मला अंधुक कल्पना आली. माझ्या गोष्टीतली जाहिरात जवळ जवळ अशीच होती!

मी कागदावरून दृष्टी वर करताच तो बोलू लागला, ''गेले सहा महिने 'विश्वसेवका'त माझी जाहिरात येतेय तीच तुम्ही आपल्या गोष्टीत दिली आहे. उत्पन्न तेवढं दीड हजाराचं तीन हजार केलंय! ते तुम्ही दहा हजारसुद्धा केलं असतं! हो, त्यात काही लेखकाच्या पदरची पैसुद्धा खर्च होत नाही!''

'मी माझी गोष्ट तुमच्यावरून लिहिलेली नाही' हे या सद्गृहस्थाला कसे समजून सांगावे या विचारात मी पडलो. इतक्यात तोच बोलू लागला,

''सहा महिने जाहिरात देऊन काही जमेना, तेव्हा झोन काढून स्वत: बाहेर पडलो. परवा आगगाडीत तुमची ही गोष्ट वाचली. तेव्हा म्हटलं– दोन-तीन मुली पाह्यला कोल्हापुरला जायचंच आहे. जाता जाता या खांडेकरांना पाहून घेऊ! काल मी तुमची चौकशी करून गेलो होतो; पण तुम्ही मुंबईहून आला नाही असं कळलं–''

डाव्या खिशात हात घालून स्वारी काय शोधीत होती कुणास ठाऊक! पण गृहस्थाच्या आवाजात मघाचा आवेश उरलेला नाही हे मी ओळखले. मी भेटणार नाही या कल्पनेनेच मघाशी त्याने पाटीवरच्या 'नाहीत' या अक्षरावर टीका केली असावी! पण माझ्यासमोर येताच– अंत:पुरात वीरश्रीच्या गोष्टी करणारा उत्तर रणांगणावर थरथर कापू लागतो हा अनुभव काही नवीन नाही. ही कल्पना मनात घोळत असतानाच त्याने संतापाच्या भरात आपली सर्व हकिगत मला सांगितली असती तर बरे झाले असते असे मला वाटू लागले. हो, ज्योतिष्यांना एक नवा ग्रह सापडला की जो आनंद होत असेल, तोच लेखकांना एका नव्या माणसाच्या अंत:करणातल्या अगदी चोरकप्प्यात जायला मिळाले म्हणजे होतो. माणसाच्या अंत:करणाचे यथार्थ वर्णन करायचे झाले तर मी म्हणेन ती एक गुहा आहे-साधी गुहा नाही, अल्लीबाबाला जिच्यात केवळ दैवयोगाने प्रवेश करता आला त्या चोरांच्या गुहेसारखी–

पाहुणे बोलू लागले होते, ''माझी खात्री आहे की तुम्ही माझी ही जाहिरात

वाचलीत, कुणाकडून तरी अर्धवट माहिती मिळविलीत नि ही गोष्ट लिहिलीत.''

मी नकारार्थी मान हलविली. पण त्याचे तिकडे लक्षच नव्हते. तो म्हणाला,

''तुम्हा लेखकांना बायकांच्या दु:खाचा नेहमी पुळका येतो. पण पुरुषांनाही दु:ख असतात हे–''

आता आपल्याला हवी असलेली हकिगत ऐकायला मिळणार म्हणून मी मोठ्या उत्कंठेने पाहू लागलो. पाहुण्यांनीही डाव्या खिशात काही तरी चुळबुळ करीत आपले ओठ हलविले.

इतक्यात गडी खालून टपाल घेऊन वर आला. पत्रावरून झर्रकन नजर फिरवून मी पाहुण्याकडे पाहू लागलो. पण मघाच्या भरतीचे रूपांतर आता ओहोटीत झाले होते. माझ्या पुढ्यात पडलेल्या पत्रातल्या वरच्याच पाकिटाकडे स्वारी स्थिर दृष्टीने पाहत होती.

क्षणभर थांबून त्याने मला प्रश्न केला, ''हे पत्र कुणाचं आहे?''

चेहरे आणि अक्षरे यांच्या थोड्याशा परिचयावरूनसुद्धा आपणाला माणूस ओळखता येतो. मी त्या पाकिटावरच्या अक्षराकडे बारकाईने निरखून पाहिले; पण हे पत्र कुणाचे असावे याचा काही तर्क करता येईना मला!

पाहुणे माझ्याकडे रोखून पाहत म्हणाले, ''अगदी माझ्या बायकोसारखं अक्षर आहे हे!''

आता मला राहवेना.

मी पाकीट फोडून खालची सही वाचली– ''एक भगिनी–''

तिकिटावरचा पोस्टाचा शिक्का पाहिला– Na., पुढे सारे अस्पष्ट होते. नाशिक असेल किंवा नागपूरही असेल!

''काय म्हणतेय तुमची भगिनी?'' पाहुण्यांनी प्रश्न केला.

''तिनं माझं अभिनंदन केलंय– 'पारिजातकाची फुले' या गोष्टीसाठी!''

''तुम्हाला वाचायला वेळ असेल तर माझ्या डायऱ्या मी तुम्हाला पाठवून देईन. त्या वाचल्या म्हणजे स्त्रिया ही पारिजातकाची फुलं असून पुरुष त्यांचा पदोपदी चोळामोळा करीत असतात हे सहज तुमच्या लक्षात येईल...'' वगैरे गोष्टी माझ्या या अपरिचित भगिनीने लिहिल्या होत्या. पण त्या सांगितल्या तर समोरचे पाहुणे हे एकदम मेहुणे ठरून अधिक गोंधळ होईल म्हणून मी गप्प बसलो.

मी पत्र पाकिटात घालून टेबलावर ठेवताच पाहुणे मला म्हणाले,

''न्यायाधिशानं निकाल द्यायच्या आधी दोन्ही बाजूंचं म्हणणं ऐकून घ्यायला हवं. तेव्हा...''

त्याने डाव्या खिशातून एक जाड पाकीट माझ्या हातात दिले आणि खुर्चीवरून उठत तो म्हणाला, ''आजही तुम्ही भेटणार नाही असं वाटून हे पत्र मी लिहून

आणलं होतं. ते–''

पुढे काही न बोलता त्यांनी मला नमस्कार केला आणि मागे वळूनसुद्धा न पाहता तो खोली बाहेर पडून जिन्यावरून उतरूनसुद्धा गेला. माझ्या मनात आले– किती आकस्मिक रीतीने हा माणूस आला नि गेला. जणू काही एखादा धूमकेतूच!

धूमकेतूचा उदय जगाच्या परिस्थितीत मोठमोठे बदल घडवून आणतो अशी एक समजूत आहे. ती आठवून मला वाटले– माझ्या मनानं क्रांती करणारा काही मजकूर तर या विचित्र माणसाच्या पत्रात नसेल ना?

मोठ्या उत्सुकतेने मी ते पत्र फोडले. माझी गोष्ट– तिच्यातली जाहिरात– ही गोष्ट स्वतःची हकिगत कर्णोपकर्णी ऐकून लेखकाने लिहिली आहे, ही त्या गृहस्थाची समजूत– माझी दृष्टी भरभर पुढे जात होती. ती एकदम एका जागी खिळली.

(''...आयुष्य हा तल्लख कल्पनेचा खेळ नाही किंवा नाजुक भावनेचा नाच नाही. तुमच्यासारख्या लेखकांना माणसं आहेत तशी दिसतच नाहीत– निदान आहेत तशी रंगविता येत नाहीत. कुठं अधिक सफेती दे, कुठं अधिक काळा रंग फास, असं केल्याशिवाय तुम्हाला चैनच पडत नाही. मी लेखक नाही. एक साधा माणूस आहे. या साध्या माणसाचे साधे अनुभव मी तुम्हाला सांगत आहे. ते सांगताना मला संकोच वाटत नाही असे नाही. पण संकोचानं साधी माणसं गप्प बसली की लेखक हवेत कल्पनेचे मनोरे उभारू लागतात आणि– तुम्हाला सांगण्याचा मला अधिकार नाही; पण सांगतोच. खांडेकर, माणसं हवेतल्या मनोऱ्यावर जिवंत राहू शकत नाहीत; ती जमिनीवरच्या बंगल्यात, घरात, प्रसंगी झोपड्यातसुद्धा सुखानं जगतात.)

खांडेकर, तुमची गोष्ट वाचून माझ्या मनात जे विचार आले ते सारे लिहायला लागलो तर एक ग्रंथ होईल! मनाचे ते सारे कढ–

जाऊ दे! सारं चऱ्हाट वाचण्याचा तुम्हाला कंटाळा येईल. पण माझ्या मनात आलेली एक कल्पना सांगतोच. लेखक आणि पोलीस यांच्यात साम्य शोधणाऱ्या माणसाला मी पूर्वी वेड्यात काढलं असतं. मात्र तुमची गोष्ट वाचल्यापासून मला वाटायला लागलंय– लेखक हे पोलिसासारखेच असतात. इकडला तिकडला पुरावा गोळा करून पोलीस निरपराधी माणसालासुद्धा गुन्हेगार ठरवितात ना? तुम्ही लेखकही तेच करता! 'पारिजातकाची फुले' या गोष्टीत तुम्ही तेच केले आहे. त्या गोष्टीतला नवरा निरपराधी आहे! पहिली बायको जिवंत असताना त्यानं दुसऱ्या लग्नाची तयारी चालविली असली तरी त्यात त्याचा काडीचाही दोष नाही! सारा दोष–

माझीच हकिगत सांगतो म्हणजे तुमची खात्री होईल.

मी एका शाळामास्तरचा वडील मुलगा आहे. माझा पिंड मूळचाच सुदृढ. शाळेत असताना मला पोहण्याची नि व्यायामाची खूप आवड होती. त्या वेळी

अंगात अशी रग होती म्हणता! शरीर हे जणू काही एखादं विजेचं यंत्र आहे असं मला वाटे. भावी आयुष्याविषयीची विलक्षण स्वप्नं मला त्या वेळी पडत. आपण कोलंबसाप्रमाणं एका गलबतात बसून अफाट समुद्रातून जात आहो, किंवा उत्तर ध्रुवावर जाणाऱ्या धाडसी संशोधकाप्रमाणं–

(आयुष्यात खरी ठरणारी स्वप्नं फार थोडी असतात!) आणि हिंदुस्थानात तर हजारातलं एकसुद्धा स्वप्नं खरं होत नसेल.

इंग्रजी सातवीत असताना कोलंबस होऊ इच्छिणारा मुलगा मॅट्रिक होताच नाशिकच्या पोलीस ट्रेनिंग स्कूलमध्ये दाखल झाला. माझ्या वडिलांनी मोठ्या मिनतवारीनं मला तिथं प्रवेश मिळवून दिला होता. एक तर बी. ए. एम. ए. चा खर्च त्यांना झेपणं अशक्य होते आणि दुसरं एम. ए. होऊन पन्नास एके पन्नास करीत जन्म घालवायला मी तयार असलो तरी त्यामुळं माझ्या सोन्यासारख्या भावंडांचं आयुष्य मातीमोल झालं असतं.

हे सारं कळत असल्यामुळं मी पोलीस ट्रेनिंग स्कूलमध्ये मोठ्या आनंदानं गेलो. शाळेच्या संमेलनातला दुष्यंत राजा सब्-इन्स्पेक्टर होण्याच्या स्वप्नात गुंग होऊन गेला.

माझे मधले अनुभव– तुम्हाला त्यात गंमत वाटणार नाही! पण एकच गोष्ट सांगतो. पोलिसाचं व्यसनाशी अगदी जवळचं नातं असतं अशी समजूत आहे ती अगदी खोटी आहे असं मी म्हणत नाही; पण माझ्या वडिलांनी लावलेल्या शिस्तीमुळे असो अथवा आईच्या धार्मिक वळणामुळे असो, नोकरी लागून तीन-चार वर्षे झाली तरी मी दारूला स्पर्श केला नव्हता. मी दोनच गोष्टीत वाडवडिलांनी घालून दिलेली मर्यादा ओलांडली होती– एक मांसाहार आणि दुसरं धूम्रपान.

याच वेळी माझं लग्न झालं. मुलगी थोड्या फार बड्या घराण्यातली होती. त्यामुळं माझ्या आई-बापांना स्वर्ग अगदी दोन बोटं राहिलासं वाटलं.

त्यांनाच काय पण मलासुद्धा त्या वेळी तसंच वाटलं. मुलगी नाजुक पण सुंदर होती. स्त्रीसुखासाठी हपापलेल्या माझ्या मनानं आतापर्यंत ती तहान शृंगारिक कादंबऱ्या नि चित्रपट यांच्यावरच भागविली होती. चित्रपटातल्या एखाद्या नायिकेप्रमाणं दिसणाऱ्या विमलला पाहून–

पण पडद्यावर मोहक दिसणाऱ्या नटी घरी पाहिल्या की मनाचा मोठा विरस होतो ना? तशीच लग्नानंतर वर्ष दीड वर्षानं माझी स्थिती झाली. मी रूपाच्या दृष्टीने असंतुष्ट नव्हतो. पण–

खांडेकर, तुम्हा लोकांना नाजुक गोष्टी नटवून सजवून मोहक करता येतात. माझा पडला पोलिशी खाक्या. मला कदाचित ते साधणार नाही. माझ्या लिहिण्याला हवं तर निर्लज्जपणा म्हणा पण मला असं वाटतं (ढोंगीपणापेक्षा निर्लज्जपणा शंभर पटींनी चांगला!)

नाटकं, कादंबऱ्या यातल्या प्रेमासारखं आमचं प्रेम नव्हतं हे पहिल्यांदाच

तुम्हाला सांगून टाकतो. ते असणार तरी कसं? आम्ही दोघांनी एकमेकांना पूर्वी कधीही पाहिलं नव्हतं. आमचे स्वभाव एकमेकांना ठाऊक नव्हते. मी एक मिळवता तरुण होतो. विमल ही एक सुंदर तरुण स्त्री होती. यामुळंच प्रेमळ पती-पत्नी होणं आमचं ध्येय होतं. पण कुठलंही ध्येय हे पर्वताचं शिखर असतं. शिखर आणि पायथा यांच्यात...

जाऊ दे! मला काव्य करायचं नाही. तुम्हाला सत्य सांगायचंय. कोर्टात अगदी 'ईश्वरसाक्ष' म्हणतात ना? तशी शपथ घेऊन खऱ्याखुऱ्या गोष्टी मी तुम्हाला सांगणार आहे.

लग्नानंतरचं पहिलं वर्ष दीड वर्ष मी सुखी आहे असं मला वाटे. पण त्या सुखामध्येही एक प्रकारची अतृप्ती होती. एखादं सुंदर फूल आपल्या हातात असावं, त्याच्या वासानं धुंद होण्याकरिता मन उत्सुक व्हावं, पण काही केल्या त्या गोड धुंदीचा मात्र अनुभव येऊ नये, तसं मला होत होतं. मी सुखी आहे असा मला भास होई खरा; पण ते खरे सुख नव्हते. कोणत्याही नवीन गोष्टीची मनाला जी भूल पडते तिचाच तो एक प्रकार होता.

(एक गोष्ट लवकरच माझ्या लक्षात आली. ज्याला आपण पती-पत्नीचं प्रेम म्हणतो ते पुष्कळ वर्षांच्या सहवासानंतर उदात्त अथवा निरपेक्ष होत असेल; पण पती-पत्नीच्या प्रेमाचा पहिला दुवा शारीरिक आकर्षण हाच आहे.) लग्नानंतर परस्परांविषयींच्या ज्या विलक्षण आसक्तीनं मन धुंद होऊन जातं तिचा मुख्य भाग शरीरसुख हाच असतो. ही आसक्ती पतीइतकीच पत्नीलाही वाटायला हवी.

पण–

विमलचा मला विपरीत अनुभव येऊ लागला. माझ्या स्पर्शानं तिला गुदगुल्या झाल्या पाहिजेत असं मला वाटे; पण अनेकदा ती अगदी थंड राही आणि मधूनमधून त्याच्याविषयी तिरस्कारही दाखवी.

तिच्या या थंडपणामुळे माझ्या मनाचा हरघडी विरस होऊ लागला. एखाद्या खेळात आपण रंगून जावं आणि आपल्या जोडीदारानं मात्र पेंगत असावं असा खेळ खेळण्याची हौस कुणाला वाटणार?

शरीरसुखाविषयी तिला उदासीनता का वाटावी हे मला काही केल्या कळेना. विमलला विचारावं तर–''

एके दिवशी विचारायचा अगदी निश्चय केला मी. पण त्याच दिवशी एक इंग्लिश कादंबरी मी वाचली. तिच्यात पहिल्या प्रियकराच्या स्मृतीमुळं नवऱ्याशी उदासीनतेनं वागणाऱ्या एका स्त्रीचं चित्र रंगविलं होतं.

ती कादंबरी वाचल्यावर विमलशी या बाबतीत मोकळेपणानं बोलण्याची इच्छाच मला झाली नाही.

पण तिच्या या उदासीनतेमुळे मी चिडखोर होत चाललो होतो आणि एके रात्री–

क्षमा करा हं! मी सांगतो हा अनुभव कदाचित प्रत्येकाला येत असेल कदाचित तो माझ्या मनाचा विचित्र रोग असेल. पण डॉक्टराकडे गेल्यावर काहीही लपवू नये म्हणतात ना? तसं–

त्या रात्री एका जुगारी अड्ड्यावर छापा घालायला आम्ही गेलो होतो. अशा वेळी माणसाच्या मनावर किती ताण पडतो याची तुम्हाला कल्पना करता येणार नाही. लढाईवर जाणारा शिपाई किंवा शस्त्रक्रिया करणारा डॉक्टरच त्याचं वर्णन करू शकेल.

आमचा छापा यशस्वी झाला. त्या छाप्यात एक सुंदर नायकीण सापडली. 'माणूस' चित्रपटातला पहिला प्रवेश आहे ना? अगदी तस्सा प्रसंग होता तो.

ती खरोखरीच सुंदर होती. तिच्याकडे पाहताच माझं मन–

विमलला त्रास होऊ नये म्हणून तिच्यापासून किती तरी दिवस मी दूर राहिलो होतो. त्यामुळं एक प्रकारच्या असमाधानानं-अतृप्तीनंच म्हणा ना– मी अगदी अस्वस्थ झालो होतो.

मला न मिळालेलं सुख माझ्यापुढं मूर्तिमंत उभं होतं.

पण–

मला देवधर्माची आठवण झाली नाही किंवा पुस्तकातले नीतिनियमही माझ्या डोळ्यापुढे उभे राहिले नाहीत. पण–

विमल मात्र माझ्या डोळ्यापुढं उभी राहिली.

सोसाट्याच्या वाऱ्यावर उडणाऱ्या पतंगाला एखाद्या बारीक दोरीनं मागं खेचावं, त्याप्रमाणं माझ्या बेफाम झालेल्या मनाला तिनं मागं ओढलं.

ती नायकीण तत्काळ सुटली. सुटली म्हणजे माझ्या बरोबरीच्या दुसऱ्या पोलीस ऑफिसरनं तिला सोडवली! दया येऊन नव्हे तर तिच्यावर खूष होऊन! 'माणूस' चित्रपटात तुम्हाला हा प्रसंग कधीच दिसला नसेल. दिसणार तरी कसा? आमच्या चित्रपटात काय किंवा आमच्या कथा-कादंबऱ्यात काय, खऱ्याखुऱ्या गोष्टी लपवून ठेवण्याचाच प्रघात आहे. जणू काही सत्य हे एक प्रेत आहे. त्याचा भेसूरपणा कृत्रिम ध्येयाच्या फुलांनी झाकलाच पाहिजे.

तो पोलीस ऑफिसर त्या नायकिणीला घेऊन गेला तेव्हाची माझी मन:स्थिती–

सुखासुखी ती मला मिळत होती. पण–

माझ्या विमलला मला फसवायचं नव्हतं.

मी घरी आलो तेव्हा शृंगारिक कल्पनांनी नि विलासी विचारांनी माझं मन अगदी भरून गेलं होतं.

मी विमलला हाक मारली. नुसतं 'उं...' करून ती या कुशीवरून त्या कुशीवर वळली. मला थोडा राग आला. आज रात्री तीन वाजेपर्यंत मी जाग्रण केलं होतं ते

काय केवळ माझ्या सुखासाठी?

मी तिला जागं करण्याचा प्रयत्न केला. ती चरफडत उत्तरं देऊ लागली आणि पुढं–

माझी लाचारी आणि तिची बेफिकिरी या दोन्हींत अधिक विचित्र काय होतं हे अजूनही मला सांगता येत नाही.

तिच्या उदासीनतेनं चिडून जाऊन खाली गुंडाळून ठेवलेल्या एक वळकटीला मी लाथ मारली आणि अस्ताव्यस्त पसरलेल्या त्या अंथरुणात मी चडफडत पडलो.

पाण्याबाहेर काढलेल्या माशाप्रमाणं मी तळमळत होतो.

विमल माझी समजूत घालायला येईल अशी माझी कल्पना होती. पण हट्ट करणाऱ्या एखाद्या लहान मुलाइतकीसुद्धा माझी तिला पर्वा वाटली नाही.

एखाद्या भुकेल्या वाघाला पिंजऱ्यात कोंडून बाहेरून दोन हातांवरून त्याला मांस दाखवीत राहावं–

त्या वेळची माझी मन:स्थिती वर्णन करणं अगदी अशक्य आहे मला. माझ्या मनात सैतानानं आपला कारखाना उघडला होता. आता लिहायचीसुद्धा लाज वाटते! पण त्या वेळी माझ्या मनात आलं– त्या नायकिणीची मागणी मान्य करणारा आपला दोस्तच बरोबर होता. त्यानं हां हां म्हणता हवं असलेलं सुख मिळविलं आणि आपण मात्र–

त्या रात्रीपासून आम्हा दोघांमध्ये एक अढी उत्पन्न झाली– एक भिंतच उभी राहिली. म्हणानात! माझं वागणं– माझी मागणी– तिला अगदी पशुसारखी वाटे. उलट माझ्या मनात येई– मी पशू असलो तर ही दगड आहे. आपला नवरा दिवसाकाठी आठ-आठ दहा-दहा तास राबतो, वेळी-अवेळी जेवतो, रात्री दोन-दोन वाजेपर्यंत जाग्रण करतो, ही गोष्ट तिच्या ध्यानात कशी येत नाही? त्याची शरीरसुखाची मागणी तिला इतकी विलक्षण का वाटावी? आपल्याला सारी सुखं मिळवून देणाऱ्या माणसाची तिला दयासुद्धा येत नाही हे कसं.

लहानसहान गोष्टींवरून मी तिच्यावर चिडू लागलो, रागावू लागलो तीही उलट उत्तरं देऊ लागली. आम्ही मनानं एकमेकांपासून अधिक अधिक दूर जाऊ लागलो. शरीराच्या तृप्तीवर मनाचं समाधान किती अवलंबून असतं याची मला या वेळी विलक्षण जाणीव झाली. पण माझं दुःख जाणून घ्यायलाच विमल तयार नव्हती. तिच्या माझ्याविषयीच्या बेफिकिरीत हट्ट आणि विक्षिप्तपणा यांच्याखेरीज दुसरं काही नाही हे मला उघडउघड दिसत होतं.

आपली इच्छा गुंडाळून ठेवण्याइतकी नवऱ्याची तयारी झाली आहे असं दिसताच तिनं एके दिवशी माझ्या टेबलावर 'काम आणि कामिनी' ही कादंबरी आणून ठेवली. या कादंबरीतला नायक बायकोला बहीण मानून वागतो असं लेखिकेनं वर्णन केलं आहे.

ते वर्णन वाचून मला हसू आलं. ज्याला बहीणच हवी आहे तो लग्नाच्या

फंदात कशाला पडेल? ज्यांना भाऊ नाहीत अशा अनाथ स्त्रिया जगात हजारो आहेत. त्यांना सोडून मी विमलशी लग्न केलं होतं ते काही–

भुकेनं वखवखलेल्या माणसाला केव्हा तरी चार-दोन घास मिळावेत तशी पुढच्या दोन वर्षांत माझ्या शरीरसुखाची दशा झाली.

अशाच स्थितीत विमलला दिवस गेले. या पहिल्या बाळंतपणा पूर्वीचे सात-आठ महिने आणि बाळंतपणानंतरचे आठ-नऊ महिने मी कसे काढले याची कुणालाही कल्पना करता येणार नाही. बाळंतीण झाल्यावर तीन महिन्यांनी ती माहेराहून परत आली खरी; पण नुसत्या मुलाला घेऊन नाही तर एका म्हाताऱ्या मावशीला बरोबर घेऊन.

विमल मुलाकरिता नवीनवी झबली शिवत होती आणि तिची मावशी माझे तांदूळ खर्च करून गावातल्या प्रत्येक देवाला संतुष्ट करीत होती. पण–

विमलची नि माझी एकांतात गाठ पडू नये असा कटच त्या दोघींनी केला होता की काय कुणास ठाऊक!

मी अगदी अस्वस्थ होऊन गेलो. जे मिळत नाही त्याच्याविषयीच माणूस अधिक विचार करीत असावा. माझ्या मनात नाही नाही ते विचार येऊ लागले. पाप-पुण्याचा मनाला विसर पडला. एक गोष्ट– ही एकच गोष्ट माझ्या मनात एकसारखी थैमान घालू लागली.

वेश्यांकडे जाणाऱ्या पुरुषांना मी पूर्वी हसत असे. पण या वर्षांत मला वाटू लागलं– (माणूस स्वभावत: व्यसनी नाही. त्याची परिस्थितीच त्याला व्यसनी करते.)

विमलनं आपल्या मावशीला खूप दिवस ठेवून घेतलं त्याचा मला राग आला नाही. राग आला तो नवरा हा आपला शत्रू आणि मावशी ही त्याच्यापासून संरक्षण करणारी ढाल, या कल्पनेनं तिनं माझ्याशी जे युद्ध केलं होतं त्याचा. तिच्या एका स्पर्शानं, एका मिठीनंसुद्धा मला बरं वाटलं असतं. पण–

जाऊ दे! उगीच पाल्हाळ लावीत नाही. तुम्ही आपल्या गोष्टीत लिहिलं आहे, 'एकदा भर दिवसा–'

तुम्ही लिहिलेलं अक्षरश: खरं आहे. त्यात एकच लहानशी चूक आहे. भुकेल्या वाघानं एखादं सावज पकडून आणावं त्याप्रमाणे मी तिला ओढून आणली हे खरं; पण आम्हा दोघांना एके ठिकाणी पाहिलं ते तिच्या मावशीनं!

त्या दिवशी एक गोष्ट मला पुरती कळून चुकली. (सामान्य माणसाच्या आयुष्यात शरीरसुखाचा भाग फार मोठा आहे. त्या दृष्टीनं माणूस हा पशू आहे. पाळलेले हिंस्त्र प्राणी किती गरीब दिसतात. ज्याच्या शरीराच्या भुका तृप्त होतात तो माणूसही असाच असतो. पण पाळलेला नाग किंवा वाघ चिडला की तो धन्याच्या अंगावर उलटतो. माणसाचं शरीर भुकेलं राहिलं की–)

विमलचं दुसरं बाळंतपण आलं. पहिल्या खेपेहूनही या वेळी मला अधिक त्रास झाला. तो विसरण्याकरिता मी माझ्या मित्रांच्या बैठकीत जाऊन बसू लागलो. ती दारूबाजांची बैठक होती. तिथं–

माझे संस्कार मला दारूच्या आहारी जाऊ देईनात. म्हणून मी एका वेश्येच्या घरी गाणं ऐकायला जाऊ लागलो. ती बातमी विमलला समजली. तेव्हा तिनं किती आकांडतांडव केलं. माझ्या एका स्नेहासमक्ष ती म्हणाली,

''असले चोरटे व्यवहार करण्यापेक्षा दुसरं लग्नच करा की म्हणजे–''

तिच्या या टोमण्यानं दुसऱ्या लग्नाची कल्पना माझ्या डोक्यात घोळू लागली.

तुम्हा लेखकांना बायकांचा फुकटचा कैवार घ्यायची संवय आहे. म्हणून तुम्हाला सांगतो– माझ्या जाहिरातीतला बायकोच्या संमतीचा भाग खोटा आहे. माझी जाहिरात वर्तमानपत्रात प्रसिद्ध होताच विमलनं डोक्यात राख घालायला सुरुवात केली.

तिला सवत नकोय, नवऱ्याचा बाहेरख्यालीपणा नकोय आणि स्वत:ही नवऱ्याला सुख द्यायला नकोय.

लग्नापूर्वी ती कविता करीत असे म्हणे! (पण कवितातलं प्रेम आणि व्यवहारातलं प्रेम याच्यात फार अंतर आहे हे तिला कधीच कळलं नाही!) असल्या बायकोला तुम्ही खुशाल पारिजातकाचं फूल म्हणा. मी तिला एकच उपमा देईन– गुलाबाचं झाड! एकही फूल नसलेलं– नुसत्या बारीक काट्यांनी भरलेलं गुलाबाचं झाड!''

पत्र इथेच संपले होते. पत्राच्या खाली सही वगैरे काही नव्हते. सुन्न मनाने उठून मी खिडकीतून बाहेर पाहिले. आठ कुंड्यातल्या आठ गुलाबांच्या झाडांवर एकही फूल नव्हते.

माझ्या मनात आले आपल्या हातातले हे पत्र लिहिणारा माणूस प्रामाणिक आहे; पण त्याचे लिहिणे हे शुद्ध अर्धसत्य असू शकेल. विमलची हकिगत कळल्यावाचून–

मी त्या पत्राकडे पाहत पुटपुटलो–

''गुलाबाचं झाड– एकही फूल नसलेलं– नुसत्या बारीक काट्यांनी भरलेलं गुलाबाचं झाड!''

◆

सोनचाफ्याचा सुवास

"गुलाबाचं झाड– एकही फूल नसलेलं– नुसत्या बारीक काट्यांनी भरलेलं गुलाबाचं झाड!"

किती तरी वेळ पोलीस खात्यातल्या त्या अपरिचित माणसाचे हे शब्द माझ्या मनात घुमत होते.

(माणसाचे मन हा एक गोलघुमट आहे. विजापूरच्या घुमटापेक्षाही त्याची रचना अधिक आश्चर्यकारक आहे. त्या गोलघुमटात माणसाचा आवाज अनंत पटींनी मोठा होऊन येतो; पण या गोलघुमटात तो अनंत काळपर्यंत घुमत राहतो.)

नाही तर पोलीस खात्यातल्या एका साध्या इसमाच्या हातून सहज लिहिले गेलेले ते वाक्य– हां-हां म्हणता त्याचा विसर पडायला हवा होता मला पण आज माझ्या दृष्टीने तो पोलीस इन्स्पेक्टर महाकवी झाला होता. त्याच्या त्या वाक्याने मला नवी दृष्टी दिली होती. त्याच्या त्या उपमेने माझ्या डोळ्यापुढं नवी सृष्टी उभी राहू लागली होती.

माझ्या गोष्टीत पतीच्या कामुकतेने कोमेजून गेलेल्या कुसुमचे चित्रण करताना तिच्या अनुभवांना मी दिलेली पारिजातकाच्या फुलांची उपमा अगदी समर्पक वाटली होती मला. पण त्या पोलीस इन्स्पेक्टरचे पत्र वाचताच मला वाटू लागले– (स्त्री-जीवन हे पारिजातकाचे झाड नाही; ते गुलाबाचे झाड आहे.)

कुसुमची गोष्ट मला ज्या प्रसंगावरून सुचली होती तो मी आठवू लागलो. तो प्रसंग कारुण्याने अगदी काठोकाठ भरलेला होता. पण तो रंगविताना मी एक गोष्ट अजिबात विसरून गेलो होतो. (इंद्रधनुष्याचा एकच रंग खरा मानून चित्रकार त्याचे चित्र काढीत नाही. स्त्री-पुरुषांचे प्रेम हाही असाच विषय आहे. त्यात इतके रंग एकमेकात मिसळलेले असतात की–)

(संध्याकाळपर्यंत मी या गोष्टीचा राहून राहून विचार करीत होतो. ज्या प्रीतीचे जगातल्या महाकवींनी पोवाडे गायिले आहेत, तिचे मूळ शरीरसुखात आहे या

गोष्टींचे मला कधीच आश्चर्य वाटत नाही. पण दगडावाचून पुतळा निर्माण होत नाही हे खरे असले, तरी दगड म्हणजेच काही पुतळा नव्हे! प्रेमाचा अनुभवही तसाच असायला हवा. शारीरिक आकर्षणावाचून तरुण स्त्री-पुरुषांची मने एकमेकांकडे ओढ घेत नाहीत यात अस्वाभाविक असे काहीच नाही. संगमाकरिता दोन नद्यांनी एकमेकींकडे धाव घ्यावी तसेच आहे हे. संगमानंतर नद्या एकमेकींपासून कधीही दूर होत नाहीत; पण पती-पत्नी मात्र–)

माझ्या गोष्टीतली कुसुम नवऱ्याच्या अत्याचाराला कंटाळली होती. मला भेटायला आलेला इन्स्पेक्टर बायकोच्या असहकारितेला कंटाळला होता. माझ्या मनात आले– दांपत्य सुखाचा प्रश्न आमच्या राजकारणाइतकाच बिकट आहे म्हणायचा! अत्याचार आणि असहकारिता यांचा सुवर्णमध्य जसा आम्हाला राजकारणात साधता येत नाही त्याचप्रमाणे–

वावटळीत सापडलेल्या माणसासारखी माझ्या मनाची स्थिती झाली. कामाचा ढीग पडला होता पुढे. पण आजारी माणसाची जशी काही केल्या अन्नावर वासना जात नाही, त्याप्रमाणे कुठल्याही कामात माझे लक्ष लागेना. बैठ्या माणसाचे मनही एकाच गोष्टीला चिकटून राहते. तेव्हा पायाबरोबर मनही मोकळे होते का पाहावे म्हणून मी घराबाहेर पडलो.

माझे पाय रंकाळ्याकडे वळले. का कुणाला ठाऊक. (पण मानवी आयुष्यातील एखादी समस्या सुटायची असली तर दोनच ठिकाणी ती सुटू शकेल असे मला वाटते. पर्वताच्या सान्निध्यात किंवा समुद्रासारख्या जलाशयाच्या सहवासात. पर्वताची गगनचुंबी शिखरे पाहून गोंधळलेल्या मनाची महत्त्वाकांक्षा प्रज्वलित असावी आणि समुद्राचा अफाट विस्तार व तो लीलेने ओलांडणारी आगबोट पाहून त्याचा आत्मविश्वास जागृत होत असावा.)

ते काही असले तरी जलाशयाच्या काठावर बसले की चटकन प्रसन्न होणारे माझे मन आज मात्र विषण्णच राहिले.

डाव्या बाजूला दिसणारा रिकामा संध्यामठ! माझे मन म्हणत होते– हा संध्यामठ बांधणाऱ्याला तो पुढे असा ओस पडेल अशी कल्पना तरी आली असेल काय? लग्नाच्या वेळी पती-पत्नी मनामध्ये जे दिव्य प्रेममंदिर उभारतात तेही असेच असते. नाही का?

काही काही विचार गुप्त पोलिसाप्रमाणे आपला पाठलाग करीत असतात हेच खरे. नाही तर पश्चिमेकडच्या विविध रंगांच्या छटा आणि तान्ह्या बाळाच्या मुठीप्रमाणे नाचणाऱ्या रंकाळ्यातल्या लहान लहान लाटा यांच्यात गुंग होऊन जाण्याऐवजी माझे मन त्या नको असलेल्या प्रश्नाकडेच का वळले असते?

संध्यामठाकडे पाहायचे नाही असा निश्चय करून मी समोरच्या पाण्याकडे

पाह्यला लागलो. नाजुक हिरवळीने आच्छादिलेले विस्तीर्ण मैदान– आकाशाला आपले प्रतिबिंब नीट पाहता यावे म्हणून निर्माण केलेला आरसा–

मी उगीचच कल्पना करू लागलो. माझ्या कल्पना काव्यदृष्ट्या कशाही असल्या तरी त्यांच्या नादात मनात सलणारा तो प्रश्न विसरता येईल असे मला वाटले.

पण–

पाण्यात बुडविलेले बूच हाताची पकड सैल होताच चटकन वर येते ना? अगदी तस्सा तो प्रश्न माझ्या मनाला पुन्हा चाटून गेला.

मी पाण्याच्या पृष्ठभागाकडे पाहत होतो. एकदम मला एक आठवण झाली. काही दिवसांपूर्वी एक माणूस रंकाळ्यात बुडाला होता. चांगले पोहायला येत होते त्याला; पण पोहता पोहता त्याचे पाय आतल्या वेलींच्या जाळ्यात अडकले आणि हां-हां म्हणता–

(स्त्री आणि पुरुष यांच्या प्रीतीचे प्रतिबिंब मला समोरच्या तलावात दिसू लागले. वर पाणी पण आत प्राण घेणाऱ्या वेलींची जाळी! वर दिव्य प्रेमाचा मोहक मुलामा पण आत नुसती शरीरसुखाची आग!)

आता मला रंकाळ्याच्या पाण्याकडे पाहवेना!

मी उठून चालू लागलो. महाद्वाराच्या रस्त्याने गुजरीतून जाण्यापेक्षा अंबाबाईच्या देवळातून गेले तर कमी चालावे लागेल म्हणून मी देवळाकडे वळलो. महाद्वाराच्या बाहेरच्या एका फुलांच्या दुकानातून सुगंध घेऊन वायुलहरी धावत आल्या. तो कसला सुगंध आहे हे पाहण्याकरिता मी वळणार तोच–

मावळत्या सूर्याचे शेवटचे किरण माझ्यापुढे चमकत असलेले दिसले. मावळत्या किरणांची चमक थेट अंबाबाईच्या मूर्तीवर पडावी अशीच या देवालयाची रचना आहे असे मी दोन-तीनदा निरनिराळ्या लोकांकडून ऐकले होते. ही दंतकथा आहे की सत्यकथा आहे हे पाहण्याचा प्रयत्न मी कधीच केला नव्हता. आज अगदी योगायोगाने–

मी झपझप आत गेलो. केव्हा एकदा वहाणा काढून आत जातो आणि देवालय बांधणाऱ्या कारागिराच्या या कौशल्याची डोळ्यांनी प्रचिती घेतो असे मला झाले होते. चक्रव्यूहाप्रमाणे भासणाऱ्या सभामंडपाच्या खांबांच्या त्या गर्दीतून मी पुढे जातो तोच–

एका विलक्षण सुगंधाने माझे पाऊल मंदावले. देवालयात कापूर, उदबत्त्या वगैरेंचा घमघमाट नेहमी अनुभवाला येतो. पण हा सुवास त्यापैकी नव्हता. तो सौम्य पण उत्कट; जेवढा मंद तेवढाच मधुर होता.

माझ्या अंगावरून जाणाऱ्या माणसाच्या हातात जी फुले होती– सोनचाफ्याची

असावीत ती– त्यांचा सुगंध होता तो!

तो माणूस माझ्या अंगावरून गेला मात्र. तो सुगंध– सूर्यकिरण मूर्तीवर पडतात की नाही हे पाहण्याची ती जिज्ञासा– सारे सारे कुठल्या कुठे लोप पावले.

धुक्याआडच्या सृष्टीप्रमाणे त्याच्याविषयीची एक अंधुक स्मृती माझ्यापुढे उभी राहिली.

दुसऱ्याच क्षणी ते धुके वितळून गेले.

रामभाऊ केळकरच माझ्या अंगावरून गेला होता.

तब्बल दोन तपे होऊन गेली होती त्या गोष्टीला. तो नि मी दोघेही फर्ग्युसनमध्ये स्कॉलर होतो. तो खानदेशकडचा, मी सांगलीचा. त्याची दृष्टी तीक्ष्ण तर माझी अधू. घरची श्रीमंती असल्यामुळे तो पुढे मुंबईला मेडिकल कॉलेजमध्ये जाणार होता; उलट कॉलेजात पाऊल टाकल्यापासून आपणाला बी. ए. व्हायला मिळते की नाही या विवंचनेत मी होतो. त्या वेळी सुटाबुटात वावरणारे विद्यार्थी फार थोडे असत. पण रामभाऊ या अल्पसंख्याक लोकांचा पुढारी होता; आणि मला तर धोतराचा चांगला काचासुद्धा मारता येत नसे.

असे असूनही या दोन ध्रुवांनी कॉलेजातली दोन वर्षे मोठ्या आनंदात एकत्र घालविली होती. कॉलेज जवळच्या टेकडीवर चांदण्यात फिरायला गेल्यावर मी 'राजहंस' गुणगुणू लागलो की तो म्हणे, "खांडेकर, तू रडूबाई आहेस नुसता! अरे– अरसिका, टेकडीवरच्या चांदण्यात कुठली कविता म्हणायची असते ठाऊक आहे?"

नि मग तो बालकवींची 'फुलराणी' म्हणू लागे. त्याचा आवाज गोड असल्यामुळे

प्रणय-चंचला त्या भ्रूलीला
अवगत नव्हत्या कुमारिकेला!
किंवा
लाजलाजली या वचनांनी
साधीभोळी ती फुलराणी

या ओळी त्याच्या तोंडून फार गोड लागत. तो नेहमी प्रेमगीते वाचून म्हणे. (प्रेमासाठी जगण्यातच काय पण मरण्यातसुद्धा मोठी मौज आहे!) आम्ही सारे त्याची थट्टा करण्याकरिता म्हणत असू, "आज प्रेमाच्या कवितेनंच तुला इतकं वेड लावलं आहे; मग उद्या लग्न झाल्यावर–"

देवळातून घाईघाईने बाहेर येताना क्षणार्धात या साऱ्या गोष्टी मला आठवल्या.

मी बाहेर येऊन पाहिले. रामभाऊ कुठेच दिसत नव्हता. तो कुठल्या वाटेने गेला असेल? कुठे उतरला असेल?

छे! आपलेच चुकले. देवळात तो आपल्या अंगावरून गेला तेव्हाच आपण त्याला ओरडून हाक मारायला हवी होती.

मोठी रूखरूख लागली माझ्या मनाला. पण लगेच माझ्या लक्षात आले अनोळखी माणसाला देवळाच्या मागचा रस्ता ठाऊक असणे शक्य नाही. तो महाद्वारानेच बाहेर पडलेला असणार.

मी धावत महाद्वाराकडे आलो.

पेढ्यांच्या दुकाना जवळून मी बाहेर पाहिले. रामभाऊ फुलांच्या दुकानापाशी उभा होता. मी धावतच गेलो नि त्याच्या अंगावर थाप मारीत म्हटले,

"अरे गृहस्था–"

एकदम दचकून त्याने मागे वळून पाहिले. लगेच तो हसत म्हणाला,

"केवढ्याने थाप मारलीस रे! ही हातातली सोनचाफ्याची फुलं धुळीत पडली असती ना!" हे बोलता बोलता त्याने अशा भावपूर्ण दृष्टीने हातातल्या फुलांकडे पाहिले की आता हा डॉक्टर एखादी कविता म्हणायला सुरुवात करतो की काय अशी मला शंका आली.

तो फुलांचे पैसे देत असताना मी त्याच्या पोषाखाकडे पाहिले. गेल्या चोवीस वर्षांत आमची एकदासुद्धा गाठ पडली नव्हती. पण काही काही माणसे वारूळ वाढावे तशी अंगाने वाढत जात असली तरी काहींची अंगकाठी जशीच्या तशी कायम राहते. आम्ही दोघेही या दुसऱ्या वर्गातले असल्यामुळेच आमची एकमेकांना चटकन ओळख पटली. मात्र राहून राहून एक गोष्ट माझ्या मनात येत होती– कॉलेजात असताना झकपक पोषाख करणारा हा रामभाऊ आज गांधी टोपी, नेहरू शर्ट आणि आखूड धोतर एवढ्यावर खूष आहे ही मोठी आश्चर्याची गोष्ट आहे. हा अजिबात डॉक्टर झालाच नाही, डॉक्टर होऊन मध्येच देशभक्त झाला की दुर्दैवाने याची श्रीमंती...

माझ्याकडे वळून हसतमुखाने रामभाऊ म्हणाला, "अंबाबाईला आला होतास वाटतं?"

(आपल्यावरनं माणूस जग ओळखतं हेच खरं!)

तो हसत उद्‌गारला, "अरे, माझा देवावर विश्वास आहे कुठं! पण मध्ये बायको तीन-चार वर्षे आजारी होती. बरी झाल्यापासून ती एकसारखी म्हणत होती, 'अंबाबाईला नवस केला होता मी, तो फेडून यायला हवा तुम्हाला!' 'हो हो!' म्हणून दोन-तीन वर्ष काढली; मग करतो काय बाबा; राजाचा हुकूम मोडणं सोपं आहे पण बायकोचा हुकूम–"

तो इतक्या मोठ्याने हसला की रस्त्याने जाणारे-येणारे लोक आमच्याकडे टकमक पाहू लागले. डॉक्टर झालेला रामभाऊ असा खेडवळासारखा भर रस्त्यात

हसतोय हे पाहून मलासुद्धा–

रामभाऊने प्रश्न केला, "तू कोकणात कुठल्याशा खेड्यात मास्तर होतास ना?"

मी उत्तर दिले, "होतो, पण हल्ली इथं आहे."

"काय करतोस?"

रस्त्याने जाता जाता कुठल्या तरी माणसाचा धक्का लागला की आपल्याला जसा क्षणभर राग येतो, तशी रामभाऊच्या या वाक्याने माझ्या अहंकाराची स्थिती झाली. मी कोल्हापूरला येऊन चित्रपटकथा लिहीत असतो हे. . .

एकदम मला एक शंका आली. धंद्याच्या निमित्ताने रामभाऊ महाराष्ट्राबाहेर तर जाऊन राहिला नाही ना? अलिकडले कुठलेही मासिक किंवा वर्तमानपत्र न वाचल्यासारखा त्याने मला जो प्रश्न केला–

रामभाऊ उत्सुकतेने माझ्याकडे पाहातोय हे लक्षात येताच मी म्हटले,

"सिनेमाच्या गोष्टी लिहिण्यासाठी इथं येऊन राहिलोय मी हल्ली."

"तरीच!"

त्याच्या या एकशब्दी उद्गाराचा मला अर्थच कळेना. रामभाऊने माझ्याविषयी काही भलतेसलते तर ऐकले नाही ना? हो! दारूबाज हातात दुधाचे भांडे घेऊन जात असला तरी त्यात दारू आहे असाच दुरून पाहणाऱ्यांचा ग्रह होतो. सिनेमा जगाविषयीच्या अनेक खऱ्या-खोट्या कड्यांमुळे माझ्याही बाबतीत रामभाऊ साशंक झाला असला तर त्यात नवल कसले?

मी त्याच्याकडे आश्चर्याने पाहत आहे हे लक्षात येताच त्याने हातातल्या पिशवीतला एक अंक काढला नि तो म्हणाला, "काल रात्री गाडीत झोप येईना. काही तरी वाचावं म्हणून हा 'किर्लोस्कर'चा ताजा अंक घेतला. तू लेखक झाला आहेस हे मला ठाऊक होतं. म्हणून मुद्दाम तुझीच गोष्ट वाचली. पण–"

आंबा गोड असेल म्हणून तो चोखायला जावे नि तो आंबटढवक निघाल्यामुळे तोंड वाईट व्हावे– अगदी तोच भाव रामभाऊच्या मुद्रेवर दिसत होता. त्या अंकातली 'पारिजातकाची फुले' ही माझी गोष्ट त्याला बिलकुल आवडली नव्हती हे उघड दिसत होते.

"जगातल्या साऱ्या गोष्टी भडक करून रंगविल्याशिवाय तुम्हा लेखकांना चैनच पडत नाही का रे?" त्याने विचारले.

या प्रश्नाचे माझे उत्तर ऐकण्याच्या आधीच तो म्हणाला, "मेलनं परत जायचंय मला."

"मी नाही तुला जाऊ देणार. किती वर्षांनी आज तुझी-माझी भेट होतेय–"

"पण तिकडे माझे रोगी तडफडत असतील ना?"

"गावात तुझ्याशिवाय दुसरा डॉक्टरच नाही वाटतं?"

त्याने नकारार्थी मान हलविली. लगेच असल्या मूक उत्तराने माझे समाधान होणार नाही असे वाटूनच की काय तो म्हणाला, "जिथून आगगाडीचा रस्ता साठ मैल आहे नि मोटारीचा रस्ता सात मैल आहे अशा जागी मी गेली दोन वर्ष–"

"तूं उत्तर ध्रुवावर राहत असलास तरी मी तुला मेलनं जाऊ देणार नाही. माझ्या घरी दोन घास खा, दोन घटका गप्पा मार नि मग दहाच्या गाडीनं खुशाल जा तू!"

"अरे पण–"

"पण नाही नि बीण नाही. कॉलेज सुटल्यापासून तुझं दर्शन व्हायला पंचवीस वर्षं लागली. याच हिशोबानं पाह्यचं म्हणजे तुझी पुढची भेट १९६६ साली होणार! तोपर्यंत मी जिवंत असेन की–"

रामभाऊच्या डोळ्यापुढे कॉलेजातले आमचे सहजीवन उभे राहिले असावे.

तो हसत हसत माझ्याबरोबर चालू लागला.

रामभाऊला माडीवर पाठवून मी घरात पक्कड चहाचा हुकूम सोडला. तसे पाहिले तर आता सात वाजायला आले होते. तास-दीड तासात जेवायला बसायला हवे होते. पण थट्टा आणि चहा यांच्या बाबतीत काळवेळ कुणीच पाहत नाही हे एक; आणि दुसरे–

कॉलेजात रामभाऊ केवढा चहाबाज होता हे मी अजून विसरलो नव्हतो. त्या वेळी 'गोल्टन टी' नावाचे एक दुकान गावात निघाले होते. त्या दुकानातला चहा पिण्याकरिता त्याने नि मी सकाळ-संध्याकाळ कित्येक महिने दोन दोन मैलांचे हेलपाटे घातले होते.

मी चहा घेऊन वर गेलो तेव्हा रामभाऊ माझ्या खोलीतले फोटो पाहत होता. माझे पाऊल वाजताच त्याने वळून पाहिले आणि लगेच तो हसत उद्गारला, "मी चहा घेत नाही!"

कॉलेजात सुटाबुटात वावरणाऱ्या रामभाऊचा आजचा साधा वेष– त्या वेळी दिवसातून सहा-सात वेळा चहा पिणाऱ्या रामभाऊचे 'मी चहा घेत नाही' हे शब्द–

रामभाऊच्या आयुष्यात काही तरी विलक्षण क्रांती झाली आहे अशी माझी खात्री झाली. चहाचे कप खिडकीत ठेवून लोडाला ओठंगून बसत मी म्हटले, "फार बदल झालाय तुझ्यात रामभाऊ!"

"तू तरी काय थोडा बदललास? तुझी ती 'किर्लोस्कर' मधली गोष्ट वाचल्यावर मला असं हसू लोटलं म्हणतोस! लग्न करायचं नाही म्हणून त्या वेळी कवितासुद्धा 'कुमार' या नावानं लिहीत होतास; न् आता असल्या भयंकर गोष्टी लिहून–"

"भयंकर?" मी आश्चर्याने प्रश्न केला.

"भयंकर नाही तर काय? तू लिहिली आहेस ती काय माणसाची गोष्ट आहे?

कुठला तरी पशू पाहिलास आणि बायकोवरच्या त्याच्या जुलुमाचं वर्णन अगदी रंगात येऊन–''

रामभाऊने गांधीच्या आश्रमात बरीच वर्षे काढली असली पाहिजेत अशी माझी खात्री झाली. मी मध्येच म्हणालो, ''बायकोचा नवस फेडायला तू आला आहेस म्हणून बरं! नाही तर मला वाटलं असतं की गांधींचा एक ब्रह्मचारी शिष्यच माझ्याशी बोलतोय!''

''हे पाहा, तू मला हवं तर मूर्ख म्हण पण गांधींचा शिष्य म्हणू नकोस!''

मी अधिकच बुचकळ्यात पडलो. पुरुषाच्या अतिरिक्त वासनेचे चित्रण ही असंभाव्य किंवा अपवादात्मक गोष्ट आहे असे मानणारा माणूस माझ्या दृष्टीने अंध पावित्र्याचा पुरस्कार करणाऱ्या पंथातीलच असला पाहिजे पण रामभाऊला तर गांधींच्याविषयी–

मी त्याला विचारले,

''तुला गांधींच्याविषयी मुळीच आदर नाही असं दिसतं!''

तो हसून म्हणाला, ''अगदी चुकलास. गांधींच्याविषयी मला फार आदर वाटतो पण त्यांच्याविषयी प्रेम म्हणशील तर. . . अंहं!''

माझ्या मुद्रेवर उमटलेले आश्चर्य त्याच्या लक्षात आले असावे. तो लगेच बोलू लागला,

''हे पाहा, कुठल्याही डॉक्टरला गांधींच्याविषयी प्रेम वाटणं शक्य नाही. मानवप्राणी सर्व दृष्टींनी किती दुबळा आहे याचा अनुभव डॉक्टरइतका दुसऱ्या कुणालाच येत नाही. पण गांधींच्या हिशोबात सामान्य दुबळा माणूस येतच नाही? 'घे सुदामा नि कर गामा' असलं त्यांचं तत्त्वज्ञान. . .''

त्याची ही नवी म्हण ऐकून मला हसू आल्यावाचून राहिले नाही. माझ्याबरोबर तोही हसू लागला.

हसता हसता माझ्या मनात आले– रामभाऊला माणसाचा दुबळेपणा मान्य आहे; मग माझ्या गोष्टीतल्या कुसुमच्या नवऱ्याचे ते चित्र त्याला खोटे का वाटावे?

मी चटकन म्हणालो, ''रामभाऊ, सामान्य माणूस दुबळा असतो हे तुला कबूल आहे ना? मग माझ्या त्या गोष्टीत तरी दुसरं काय आहे? एक नवरा शरीरसुखाचा गुलाम होतो– त्याच्या या गुलामगिरीला त्याची दुर्दैवी पत्नी बळी पडते–''

''इथंच तुझी चूक आहे. आगगाडीत ही गोष्ट वाचली तेव्हा मला वाटलं– तू लग्न न करता तसाच राहिला आहेस. त्या विकृतीचे परिणाम तुझ्या मनावर झाले आहेत नि म्हणून तू असल्या गोष्टी– तुझ्या खोलीत पाऊल टाकल्याबरोबर तुझ्या बायकोचे नि मुलांचे हे फोटो पाहून फार आनंद झाला मला!''

गाडी पुन्हा भलत्याच रुळावर जाईल असे भय वाटू लागले मला. म्हणून मी

मध्येच म्हणालो, ''माझ्या गोष्टीत काय चुकलंय ते सांग ना?''

तो उद्‌गारला, ''तसं बोट दाखवून मला नाही काही सांगता येणार पण माझीच हकिगत सांगतो तुला. म्हणजे–''

तो एकदम स्तब्ध झाला. लगेच त्याने आपल्या खिशात हात घालून सोनचाफ्याची चार-पाच फुले बाहेर काढली. त्यातली दोन-तीन मला दिली आणि आपल्या हातातल्या फुलांचा वास घेत तो म्हणाला, ''तू दत्तक होऊन कोकणात गेलास ना? त्यानंतर लवकरच मी मुंबईला मेडिकल कॉलेजमध्ये गेलो. माझे ग्रह चांगले होते म्हण किंवा मी मन लावून अभ्यास केला असे म्हण पण एकही वर्ष न गमवता मी डॉक्टर झालो. भुसावळला वडील होतेच. मीही तिथेच धंदा सुरू केला. त्या वेळचा माझा फोटो पाहिलास तर चकित होऊन जाशील तू! विलायतेच्या बोटीतून उतरणाऱ्या एखाद्या एफ. आर. सी. एस. प्रमाणं. . .''

स्वत:च्या पोषाखाकडे पाहत तो मोठ्याने हसला. मी मात्र नुसते स्मित केले. त्याच्यात झालेला बदल मलाही दिसत होता. पण त्याचे कारण कळावे म्हणून तर मी अधीर झालो होतो. भुकेलेला माणूस पाटावर जाऊन बसला की तिखट-मीठ सावकाश वाढणाऱ्या माणसाचा जसा त्याला राग येतो त्याप्रमाणे मलाही त्याच्या या शांत आरंभाचा–

तो पुढे बोलू लागला होता, ''डॉक्टर होईपर्यंत प्रेमाच्या कविता नि गोष्टी एवढ्यावर माझ्या तरुण मनाची भूक भागत होती. पण धंदा सुरू केल्यावर मला एक प्रकारची हुरहूर वाटू लागली. दवाखान्यातला वेळ झरकन निघून जाई; पण इतर वेळी मात्र मन स्त्री-प्रेमाचाच अधिक विचार करी. एखादी सुंदर तरुणी दृष्टीला पडली की तिची मूर्ती विसरणं मला कठीण जाऊ लागलं. ज्या प्रेमाच्या कविता नि गोष्टी पूर्वी मला अतिशय रसाळ वाटत, त्या वाचायला लागलं की डोळे आपोआप मिटू लागले. त्या मिटलेल्या डोळ्यांपुढची स्वप्नं– प्रत्येक स्वप्नात एक नवीनच तरुणी मला दिसे. परदेशी चित्रपटातल्या सुंदर नटींचे फोटो गोळा करण्याचा छंदही मला जडला; नि तुला आश्चर्य वाटेल त्या वेळी त्यातल्या त्यात एक-दोन नटींच्या फोटोंची मी एकांतात चुंबनंसुद्धा घेतली.''

तो मोठ्याने हसला. (जो कशानं कधीच वेडा होत नाही तो माणूस नव्हे) असेच जणू काही ते हास्य म्हणत होते.

मी पुढे ऐकू लागलो.

''माझे वडील मला अनुरूप अशी मुलगी शोधीत होते. ती लवकरच मिळाली म्हणून बरं नाही तर त्या वेड्या मन:स्थितीत एखाद्या व्यसनी मित्राच्या नादाला लागून मी वेश्येच्या घराची पायरीसुद्धा चढलो असतो. तारुण्यातला उन्माद हा दारूचा पहिला प्याला आहे–''

"नि जो पहिला एकच प्याला पितो त्याला शेवटचा एकच प्यालाही प्यावा लागतो!" अगदी राहवेना म्हणून मी बोलून गेलो.

"तुझी गडकऱ्यांच्या वरची भक्ती ठाऊक आहे मला. त्यांचा सिद्धांत दारूच्या बाबतीत थोडा फार खरा असेल; पण स्त्री-प्रेमाच्या बाबतीत–"

"या बाबतीतसुद्धा तो खराच आहे. मदिरा आणि मदिराक्षी यांची तुलना प्राचीन काळापासून सर्व कवी करीत आले आहेत!" रामभाऊवर मात करण्याकरिता मी म्हटले.

तो एकदम उद्‌गारला, "ते सारे कवी मूर्ख आहेत. पहिल्या भेटीत बायको ही मदिराक्षी वाटते खरी, पण दोन मन एक झाली– तिच्या निरपेक्ष प्रीतीच्या ज्योतीनं आयुष्यातला अंधार उजळू लागला–"

मला हसू आवरेना. झाडून साऱ्या कवींना मूर्ख म्हणणारा रामभाऊ स्वत:च काव्य करू लागला होता!

पण माझ्या हसण्याकडे त्याचे लक्षच नव्हते. एखादी अद्‌भूत रम्य गोष्ट पाहणाऱ्या माणसासारखी त्याची दृष्टी दिसत होती. तो म्हणाला,

"सहवासानं मदिराक्षीची हरिणाक्षी होते!"

मी अधिकच कोड्यात पडलो नि हसत हसत म्हणालो, "आम्ही गोष्टी लिहिणारे लोकसुद्धा वाचकांना जेवढं खेळवीत नाही तेवढं तू–"

"आता सारं झटकन सांगतो हं! लग्न झाल्यावर किती तरी दिवस आम्ही दोघं एका स्वप्नसृष्टीत फिरत होतो. तिथं फुलं होती, चांदणं होतं. जणू काही जगातील सारी रम्यता त्या स्वप्नसृष्टीत अवतरली होती. त्या पहिल्या तीन-चार वर्षांत पत्नीचा चार दिवसांचा विरह मला चार वर्षांसारखा वाटे. एकदा ती माहेरी अधिक दिवस राहिली. मी एका अपरात्रीच्या गाडीनं तिकडे गेलो. स्टेशनपासून तिचं गाव चार मैलांवर होतं. किर्र रानातून काळ्याकुट्ट काळोखातून मध्यरात्री मी ते चार मैल चालत गेलो."

"तुळशीदासाचा संचार झाला होता वाटतं तुझ्यात?" मी थट्टेने प्रश्न केला.

रामभाऊ गंभीरपणाने म्हणाला, ("प्रत्येक माणूस तुळशीदासच असतो. तो आरंभी शरीरसुखाचा गुलाम असतो; पण वेळ आली की तो उच्च गोष्टीचा भक्तही होतो.")

त्याची वाक्ये मला अगदी निरर्थक वाटली नाहीत पण–

मी म्हटले, "तुझी आसक्ती कळली. आता भक्ती ऐकू या!"

तो बोलू लागला, "सुटाबुटाचा पोषाख, चहा नि कुंदाच्या सहवासात मिळणारं शरीरसुख– या तिन्ही गोष्टींवाचून मी कधीच सुखी होणार नाही असं मला नेहमी वाटे. पण– क्षयानं आजारी असलेल्या बहिणीच्या शुश्रूषेला गेलेली कुंदा तो प्रसाद

घेऊन आली. आधीच तिची प्रकृती नाजुक होती. त्यात या भयंकर रोगाची भर पडली. नेहमीच्या औषधाची गुण येण्याची चिन्हं दिसेनात; तेव्हा एक निराळाच उपाय करून पाहण्याचं मी ठरविलं. टेकडीवर धनगराच्या वस्तीत कुंदाला नेऊन ठेवली. शेळी हा आरोग्यशास्त्राच्या दृष्टीनं किती उपयुक्त प्राणी आहे हे अजून आपणाला–''

''ते जाऊ दे रे–'' उत्सुकता उतू जाऊ लागल्यामुळे मी मध्येच त्याला अडविले.

रामभाऊ सांगू लागला, ''कुंदाला पूर्ण गुण यायला दोन-तीन वर्ष लागली. पण या अवधीत तिचाच नव्हे तर माझाही पुनर्जन्म झाला.''

''म्हणजे? तूही आजारी–'' मी चाचरत दोन-तीन शब्द बोललो.

''माझा आजार मनाचा होता.'' तो हसत हसत म्हणाला,

''तेव्हापर्यंत माझी आयुष्याकडे पाहण्याची दृष्टी नुसती उपभोगाची होती. पण कुंदाच्या शुश्रूषेकरिता म्हणून मी त्या रानवट खेड्यात राहून जे जग पाहिलं त्या जगात एकही बंगला नव्हता, नुसत्या झोपड्या. पुरुष नुसत्या लंगोटीनं आपल्या लज्जेचं रक्षण करीत होते. भुकेला भाकरी मिळायची जिथं मारामार तिथं चार-चार पाच-पाच वेळा चहा कोण पिणार? माणसासारख्या माणसाचा हा आयुष्यक्रम उघड्या डोळ्यांनी पाहता पाहता माझी दृष्टीच बदलली. कुंदा बरी होईपर्यंत मला त्या खेडवळ भागात राहायचंच होतं. त्या लोकांची दया आली म्हणून आणि कंटाळवाणा वेळ जावा म्हणून मी आसपासच्या खेड्यातले रोगी पाहून त्यांना फुकट औषध द्यायला लागलो. आणि हां हां म्हणता माझ्या दयेचं कर्तव्यात रूपांतर केव्हा झालं ते माझं मलासुद्धा कळलं नाही. एखादी नदी समुद्राला मिळावी तसं माझं जीवन त्या अडाणी, दरिद्री लोकांशी समरस होऊन गेलं. त्यांच्या सेवेला मी स्वतःला वाहून घेतलं. लवकरच माझा पोषाख बदलला, माझा चहा सुटला नि... ज्या शरीरसुखावाचून चार दिवससुद्धा काढणं मला पूर्वी कठीण वाटे, ते मिळावं म्हणून मी तीन वर्षांत आजारी कुंदाला एकदासुद्धा त्रास दिला नाही!''

''खरं?'' मी आश्चर्याने प्रश्न केला.

रामभाऊ हसून म्हणाला, ''या गोष्टीवर पुष्कळांचा विश्वास बसायचा नाही हे मला कळतं. पण अनुभवावरनं तुला सांगतो– (माणसाच्या मनाला आवाहन देणारं, त्याच्या साऱ्या शक्तींना पुरून उरणार भव्य, उदात्त असं एखादं काम जर त्याच्यापुढं उभं राहिलं तर त्याला शरीरसुखाचासुद्धा विसर पडतो. आई आधी पोरांबाळांना जेवू घालते नि मग उरला-सुरला तुकडा खाऊन तेवढ्यात आनंद मानते. माणसाचं मनसुद्धा हा चमत्कार करून दाखवू शकतं. पण त्याला भक्तीचं अधिष्ठान हवं!'')

मी त्याच्याकडे रोखून पाहिले. त्याच्या दृष्टीत मूर्तिमंत सत्य दिसत होते.

मी म्हटले, “जरा स्पष्ट विचारतो, रागावू नकोस हं! तू कुंदापासून तीन वर्षे दूर राहिलास. त्या तीन वर्षांत तुला शरीरसुखाची आठवण. . .”

“अनेकदा झाली.” माझे वाक्य त्यानेच पुरे केले. लगेच तो मनमोकळेपणाने हसून म्हणाला, (“सुखाची आठवण होणं हा शरीराचा धर्म आहे. पण जरूर तेव्हा त्याचा त्याग करायला शिकणं हा मनाचा धर्म आहे.) हा धर्म मला कुणी शिकवला सांगू? त्या जंगली प्रदेशातल्या हजारो जीवांनी आणि–”

रामभाऊ आणखी एखादी विलक्षण गोष्ट पुन्हा सांगतो की काय अशा मुद्रेने मी त्याच्याकडे पाहू लागलो.

खिशातून दहा-वीस सोनचाफ्याची फुले काढून ती मला दाखवीत तो म्हणाला, “या फुलांनी! यांचा सुगंध आपण दुरूनसुद्धा घेऊ शकतो. पत्नीचं प्रेमही तसंच–”

वाऱ्याच्या झुळकीबरोबर त्याच्या हातातल्या फुलांचा जो सुगंध आला त्याने माझे मन क्षणार्धात प्रसन्न केले.

✦

हिरवा चाफा

दहाच्या गाडीने जाणाऱ्या रामभाऊला निरोप देईपर्यंत– किंबहुना त्याची आकृती स्टेशनवरच्या मंद प्रकाशात अगदी अंधुक होईपर्यंत– माझे मन आनंद-लहरीवर तरंगत होते. प्रवाहाबरोबर पोहत जाणाऱ्याला पाण्याच्या लहान लहान लाटांच्या मृदु स्पर्शाने जशा गुदगुल्या होतात तसा रामभाऊच्या आयुष्यातल्या विविध अनुभवांनी मला अपूर्व हर्ष झाला होता. एक जुना मित्र फार दिवसांनी भेटला यामुळे माझे मन प्रफुल्लित झाले होते हे तर खरेच; पण ते अगदी बहरून येण्याचे कारण दुसरेच होते.

प्रत्येक माणसाच्या काही आवडत्या कल्पना असतात. कृपण माणूस आपले पैसे पुनःपुन्हा मोजून पाहतो ना? आपल्या आवडत्या कल्पनांचा खरेपणा पडताळून पाहण्यात माणसालाही तसाच आनंद होतो. रामभाऊचे आयुष्य हे याच दृष्टीने मला अतिशय आकर्षक वाटले. बाहेरून खडकाळ दिसणाऱ्या भूमिभागातही अगदी खोल का होईना, जसा पाण्याचा झरा वाहत असतो तशी व्यवहारी किंवा विलासी माणसाच्या अंतःकरणातही मानवतेची जाणीव कुठे तरी दडून बसलेली असते, ही माझी लहानपणापासूनची आवडती कल्पना. शहरात चांगला चालणारा दवाखाना सोडून खेड्यापाड्यांची आनंदाने सेवा करणारा रामभाऊ, माझी कल्पना ही केवळ कविकल्पना नाही हे सिद्ध करणारा साक्षीदारच होता. माझी दुसरी आवडती कल्पना तर अनेकांना न पटणारी होती. (पती-पत्नींच्या प्रेमाचा आरंभ शारीरिक आकर्षणात असला तरी पुढे त्याचे रूपांतर मानसिक आकर्षणात होते– या मानसिक आकर्षणामुळे त्यांच्या अनुरक्तीचे रूपांतर भक्तीत होते– प्रसंगी शरीरसुख मिळाले नाही तरी या एकनिष्ठ भक्तीत अंतर पडत नाही) मी असे काही बोलू लागलो की माझे किती तरी मित्र मनातल्या मनात मला हसतात. त्यांना वाटते– कित्येकांना पोस्टाची तिकिटे गोळा करण्याचा जसा नाद असतो ना, तसे उदात्त कल्पनांचा संग्रह करण्याचे वेड मला लागले आहे. असल्या टीकाकारांची तोंडे बंद करण्याइतका पुरावा रामभाऊने आज मला दिला होता. शरीरसुखाच्या मोहाला बळी पडून

आपल्या आजारी पत्नीला त्याने तीन वर्षांत एकदासुद्धा त्रास दिला नव्हता.

स्टेशनवरून परत येताना रामभाऊचे ते अपुरे पण अर्थपूर्ण वाक्य एकसारखे माझ्या कानात घुमत होते–

सोनचाफ्याचा सुगंध आपण दुरूनही घेऊ शकतो. पत्नीचं प्रेमही तसंच–''

घरी आल्यावर कोट काढीत असताना रामभाऊने संध्याकाळी दिलेल्या सोनचाफ्यांच्या फुलांकडे माझे लक्ष गेले. ''फुले ही डोक्यावर धारण करायची असतात; पायदळी तुडवायची नसतात.'' या भवभूतीच्या वाक्यात मला निराळाच अर्थ दिसू लागला. ती फुले उशाशी ठेवून मी अंथरूणावर पडलो.

साडेदहा वाजून गेले. त्यामुळे अंथरूणावर पडताच हां-हां म्हणता आपल्याला झोप लागेल अशी माझी कल्पना होती पण–

मी डोळे मिटून घेतले. या कुशीवरून त्या कुशीवर आणि त्या कुशीवरून या कुशीवर वळलो. आपण एका बागेत बसून संध्याकाळचे रम्य दृश्य पाहत आहोत अशी कल्पना केली; पण– आज झोपेने माझ्याशी असहकारिता पुकारली होती.

मी डोळे उघडून पाहिले. कोपऱ्यातल्या घड्याळाची टिक्‌टिक्‌ किती स्पष्टपणे ऐकू येत होती. काळाच्या गिरणीत अगदी मुख्य यंत्रापाशी जाऊन उभे राहिलो आहोत असा मला भास झाला.

माझ्या मनातली टिक्‌टिक्‌ मला ऐकू येऊ लागली. तेथे एक विचारचक्र सारखे सुरू होते– दोन कांटे अखंड पुढे सरकत होते. त्यातला तर्काचा काटा मंद चालत होता, पण भावनेचा मात्र जोराने धावत होता. मला आश्चर्य वाटले– माझे मन अजूनही रामभाऊच्या हकिगतीभोवतीच भ्रमण करीत होते. पूर ओसरून गेल्यानंतर नदीतले खडक उघडे पडतात ना? तशा रामभाऊने सांगितलेल्या आत्मवृत्ताविषयीच्या शंका आता मला स्पष्ट दिसू लागल्या.

एक मन म्हणे– रामभाऊने सांगितलेले सगळे खरे असेल का? छे:! ते शक्य वाटत नाही. काळी बाई चारचौघां पुढे जाताना पावडर लावून आपला चेहरा गोरा असल्याचा भास उत्पन्न करते. माणूस आपले अंतरंग उघडे करताना हीच दक्षता घेतो. या बाबतींत रामभाऊच्या बायकोचीच साक्ष अधिक महत्त्वाची आहे. पण तिची आपली भेट कशी होणार? आणि योगायोगाने तिची नि आपली गाठ कधी काळी पडली तरी असल्या नाजूक बाबतीत तिच्याकडून आपल्याला काय कळणार? असले रहस्य म्हणजे प्रयागची सरस्वतीच! दुसरे मन म्हणे– या बाबतीत कुंदाची साक्ष हवी कशाला? रामभाऊच्या दृष्टींत मूर्तिमंत सत्य तळपत होते– त्याचा प्रत्येक शब्द निर्भेळ सोन्याचा होता. त्यात कुठेही हीण नव्हते. आपले अंतरंग लपवून ठेवण्याकडे माणसांचा कल असतो हे खोटे नाही पण रामभाऊ हा या नियमाला अपवाद आहे. अगदी लहान मुलासारखा आहे तो आणि माझ्याशी खोटे बोलून त्याचा असा काय फायदा होणार होता?

दोन मनांच्या या वादविवादात मूळ प्रश्नाचा निकाल तर लागलाच नाही; उलट मी अधिकच गोंधळून गेला. कुठून ती 'पारिजातकाची फुले' ही पहिली गोष्ट लिहिण्याची बुद्धी झाली असे मला क्षणभर वाटले.

पण मी लिहिलेली ती गोष्ट कपोलकल्पित थोडीच होती? शरीरसुखाच्या बाबतीत नवऱ्याच्या अत्याचाराला कंटाळलेली एक दुर्दैवी तरुणी पाहूनच तर–

तिचा तो पशुप्रमाणे वागणारा नवरा, 'माझी शरीरसुखाची मागणी विमलला इतकी विलक्षण का वाटावी?' असा प्रश्न करणारा तो पोलीस इन्स्पेक्टर आणि 'ज्या शरीरसुखावाचून चार दिवससुद्धा काढणे मला पूर्वी कठीण वाटे, ते मिळावं म्हणून मी तीन वर्षांत आजारी कुंदाला एकदासुद्धा त्रास दिला नाही.' असे सांगणारा रामभाऊ यात खरा कोण? की तिघेही खरेच आहेत?

सहज बोलता बोलता दुसऱ्याची अंगठी घेऊन आपल्या बोटात घालावी आणि ती बाहेर काढताना पेरावर अडकून बसावी– स्त्री-पुरुषांच्या प्रेमसंबंधाचा हा विचित्र प्रश्न सोडवताना माझी अगदी हुबेहूब तशीच स्थिती झाली. एकदा त्या पोलीस इन्स्पेक्टरची बाजू बरोबर वाटे. दुसऱ्यादा मनात येई– त्याच्या बायकोचे आत्मचरित्र वाचायला मिळाल्याखेरीज त्याचे म्हणणे बरोबर आहे असे म्हणणे चूक होईल. लगेच कल्पना सुचे– रामभाऊप्रमाणे त्यानेही थोडा संयम केला असता तर बरे झाले नसते का? दुसऱ्याच क्षणी कानात कुणी तरी कुजबुजे (संयम हा मनाचा धर्म आहे. शरीराचा धर्म सर्व माणसात सारखा असेल; पण मनाचा धर्म? मनाचा धर्म हे अक्रोडाचे झाड आहे– फुलवेल नव्हे. अक्रोडाला कधी लवकर फळे येत नाहीत.)

एखादे अवखळ मूल हुदडून झोपी जाते तसे माझे मनही शेवटी निद्रावश झाले.

मला झोप लागली खरी, पण ती स्वस्थ नव्हती. एकामागून एक भयंकर स्वप्ने पडत होती मला.

पहिल्या स्वप्नात दोन नद्यांचा संगम दिसला मला. त्यातल्या एका नदीच्या लाटातून एकच आक्रोश ऐकू येत होता– 'कुणी तरी मला सोडवा! मला वाचवा! ही दुसरी नदी माझा गळा दाबतेय!'

दुसऱ्या स्वप्नात वृक्षाला विळखा घालून उभी असलेली एक वेल दिसली. वेल मोठी नाजूक होती. एकदम एक वादळ उठले. वादळ सुटताच ती वेल थरथर कापू लागली. क्षणार्धात ती उन्मळून पडणार असेच मला वाटले. पण काय चमत्कार झाला कुणाला ठाऊक! त्या वृक्षाची एक फांदी कडाडून मोडून पडली. पण ती वेल मात्र जशीच्या तशी सुरक्षित राहिली.

स्वप्नांची तुलना याचकांशी करावी की गुप्त पोलिसांशी करावी हा मतभेदाचा मुद्दा असेल; पण ती एखाद्याचा पाठपुरावा करू लागली की त्याला अगदी सळो

की पळो करून सोडतात याबद्दल कुणाचेच दुमत होणार नाही.

अनेक चित्रविचित्र स्वप्नांनी अगदी पहाटेपर्यंत माझा पिच्छा पुरविला.

माझी झोप पुरी झाली नव्हती. डोळ्यावरही सुस्ती होती पण उजाडल्यावर झोपण्यापेक्षा कुठे तरी फेरफटका करून यावे म्हणजे जरा बरे वाटेल असे माझ्या मनात आले.

चहा घेऊन मी घराबाहेर पडलो आणि झपझप चालू लागलो. रंकाळ्याकडे जावे असे एकदा मनात आले. पण रंकाळ्याबरोबर रामभाऊची आठवण झाली. ते न सुटणारे कोडे—

माझी पावले विरुद्ध दिशेने वळली. राजारामपुरीतल्या रस्त्याने जाताना मला बरीच हुशारी वाटू लागली. मात्र रस्त्याच्या दोन्ही बाजूंची वडाची झाडे पाहता पाहता माझ्या मनात एक विचित्र कल्पना आली. माणसाचे मनही असेच असते. वडाच्या अनंत पारंब्या आणि माणसाच्या मनातील अगणित विचार, विकार...

मी समोर पाहिले. सूर्याच्या स्वागतार्थ पूर्वदिशा आपल्या अंगणात रांगोळी घालीत होती.

क्षणोक्षणी बदलणाऱ्या समोरच्या विविध रंगांच्या छटा पाहता पाहता मी पाण्याच्या खजिन्याच्या टेकडीवर केव्हा येऊन पोचलो ते मला कळलेसुद्धा नाही. पूर्वेकडे तोंड करून एका बाकावर मी बसलो. पूर्वेकडच्या रंगछटात माझे मन रंगून व मंदमंद वायुलहरींवर ते तरंगू लागले. प्रात:काली माणसाचे बाल्य परत येते असा विचार माझ्या मनात येऊन गेला. इतक्यात 'नमस्कार खांडेकरसाहेब!' या कुणाच्या तरी शब्दांनी माझ्या क्षणिक बाल्याचा भंग झाला.

मी मागे वळून पाहिले. गोपाळराव मराठे नि त्यांच्या पाठीमागे तीस-बत्तीस वर्षांची एक बाई! मी गोपाळरावांना नमस्कार करीत म्हटले,

"मोठं आश्चर्य आहे बुवा!"

"कसलं?"

"तुम्ही सकाळी फिरायला येता हे! रात्री थेटरवर बाराबारा वाजेपर्यंत जागायचं नि—"

"तुमचा गैरसमज झालाय थोडा! मी आजच पहिल्यांदा फिरायला आलोय."

या बाजूला फिरायला येण्याची साथ आजच गावात सुरू झाली आहे की काय हे मला कळेना.

गोपाळराव मागे वळून पाहत म्हणाले,'' ही माझी बहीण. काल रात्रीच आलीय. हिला आहे सकाळी फिरायची सवय. तेव्हा हिच्याबरोबर—''

गोपाळरावांच्या बहिणीने मला नमस्कार केला. मीही तिला प्रति-नमस्कार केला.

"तुम्हाला भेटायची फार इच्छा आहे हिला.'' गोपाळराव म्हणाले.

"नुकतंच एक पत्र पाठविलं होतं मी तुम्हाला.''

"कशाबद्दल?"

"तुमची ती 'पारिजातकाची फुलं' ही गोष्ट मला फार आवडली म्हणून. 'एक भगिनी' अशी सही केली होती मी पत्राखाली."

NA--- एवढाच पोस्टाचा शिक्का असलेले एक पत्र मला काल आले होते. त्या पत्रात 'एक भगिनी' अशी सही होती. 'तुम्हाला वाचायला वेळ असेल तर माझ्या डायऱ्या मी तुम्हाला पाठवून देईन' असेही त्या भगिनीने पत्रात लिहिले होते,

गरिबाला गुप्त धन सापडावे तसे मला झाले. पत्रावरची ती NA----ही अक्षरे नाशिकच्याच छापाची असली पाहिजेत अशी माझी खात्री झाली. गोपाळरावांची ही बहीण म्हणजे त्या पोलीस इन्स्पेक्टरची बायको विमल याविषयी मला मुळीच शंका उरली नाही. नवरा दुसरी बायको मिळविण्याकरिता या बाजूला आलेला पाहून पहिल्या बायकोने त्याचा पाठलाग आरंभला असावा अशी कल्पना मनात येऊन मी थोडासा हसलोसुद्धा. माझे हसणे गोपाळरावांच्या लक्षात आले असावे. ते गोंधळलेल्या दृष्टीने पाहू लागले. मी त्यांच्या बहिणीकडे पाहत म्हणालो, "काल यांचे यजमान माझ्याकडे येऊन गेले."

पायाखालची जमीन हलू लागावी तसे काही तरी त्या बाईला वाटले असावे. विचित्र नजरेने ती माझ्याकडे पाहू लागली. गोपाळरावांच्या मुद्रेवर तर आश्चर्याचा समुद्रच पसरला होता. ते उद्गारले, "म्हणजे?"

"म्हणजे काय? ते नाशिकचे पोलीस इन्स्पेक्टर काल माझ्याकडे येऊन आपली सारी हकिगत सांगून गेले."

गोपाळराव संथपणाने म्हणाले, "माझे मेव्हणे नट आहेत; पोलीस इन्स्पेक्टर नाहीत!"

थंडीत खोबरेल तेल थिजून त्याचे तुकडे पडतात ना तशी माझ्या मनाची स्थिती झाली. मी गोपाळरावांच्या बहिणीकडे पाहत म्हटले,

"कालच्या तुमच्या पत्रावर NA--- असा छाप होता नि ते इन्स्पेक्टर नाशिकचेच होते. तेव्हा मला वाटलं–"

ती मध्येच म्हणाली, "नागपूरहून ते पत्र पाठविलं होतं मी!"

पाय घसरल्यावर कसाबसा तोल सावरण्याचा प्रयत्न करावा आणि त्या धडपडीत कुणाचा तरी धक्का लागून सपशेल लोटांगण घालावे– अगदी तस्से झाले हे.

मी मनात शरमून गेलो; पण त्याचबरोबर गोपाळरावांच्या बहिणीच्या डायऱ्या वाचायला मिळतील तर फार बरे होईल अशी उत्कट इच्छाही माझ्या मनात उत्पन्न झाली. त्यामुळे 'आता आमच्याकडे चहा घेऊनच चला की' असे गोपाळरावांनी म्हणताच मी त्यांच्या निमंत्रणाचा अगदी तहानलेल्या माणसाप्रमाणे स्वीकार केला.

रस्त्याने जाता जाता गोपाळरावांनी आपल्या बहिणीची जी हकिगत सांगितली तिच्यामुळे तर तिने लिहून ठेवलेले आत्मवृत्त केव्हा वाचीन असे मला झाले.

नवऱ्याशी भांडण होऊन ती नागपूरहून एकदम निघून आली होती. आल्याबरोबर मला भेटण्याची इच्छाही तिने गोपाळरावांच्यापाशी व्यक्त केली होती. तिने निरनिराळ्या वह्यात लिहिलेली स्वत:ची सारी हकिगत वाचायला मला कदाचित कंटाळा वाटेल, म्हणून त्यातल्या महत्त्वाच्या भागावर तिने तांबड्या पेन्सिलीने खुणासुद्धा करून ठेवल्या होत्या म्हणे! हे ऐकून तर मी चकितच झालो.

गोपाळरावांच्या घरी पोचताच त्यांनी पाच वह्या माझ्यापुढे टाकल्या. वर तारीख आणि खाली हकिगत असा मजकूर प्रत्येक वहीत लिहिला होता.

मी भरभर त्याची पाने चाळून पाहिली. कित्येकदा क्रमाने एक-दोन दिवसांची हकिगत लिहिली होती, तर काही ठिकाणी दोन तारखात सहा महिन्यांचे अंतर होते.

मी पहिली वही घेऊन तिच्यातला तांबड्या पेन्सिलीने खूण केलेला मधलाच भाग वाचू लागलो–

"आज त्यांची वाट पाहून मी अगदी रडकुंडीला आले. एक वाजून गेला तरी–

लग्नाला अजून सहा महिने सुद्धा झाले नाहीत. पण–

मोठ्या आशेने एखादे सुंदर लुगडे विकत घ्यावे नि पहिल्याच धुण्यात ते विटून जावे... अगदी तस्सा झाला आहे माझा संसार! लग्नापूर्वी मी मनात केवढे मांडे भाजीत होते आणि आज? साध्या पोळीलासुद्धा मी महाग झाले आहे!

बायकोवर प्रेम करायचे नव्हते तर यांनी लग्न केले तरी कशाला?

यांचा स्वभाव कसा गोगलगायीसारखा गरीब आहे! पानात पडेल ते मुकाट्याने खातात आणि आपल्या खोलीत मोठी मोठी धार्मिक पुस्तके घेऊन वाचीत बसतात. स्वारी कधी कुणाच्या अध्यातमध्यात पडायची नाही की कुणाला रागाने बोलायची नाही.

पहिल्या पहिल्यांदा मला या गरीबपणाचे कौतुक वाटले; पण आता–

रात्री खोलीत पाऊल टाकले की त्यांच्याभोवती गराडा घालून बसलेल्या लठ्ठलठ्ठ पुस्तकांचा असा राग येतो मला! वाटते– चांगली चार पोती घ्यावीत नि त्यात सारी पुस्तके भरून ती रद्दी म्हणून कुणाला तरी देऊन टाकावीत! छे! या युक्तीचा काही उपयोग होणार नाही. रद्दीच्या दुकानातून सारी पुस्तके ते परत आणतील! त्यांच्या नि माझ्याआड येणारी ही अडगळ न्हाणीच्या चुलीतच घालायला हवी!

हा आक्रस्ताळा विचार मनात आला नाही अशी एकही रात्र आताशी जात नाही. लहानपणी मला पुस्तकांचे फार प्रेम होते. पण आता माझी जागा बळकावणारी त्यांच्या खोलीतली ही पुस्तके पाहिली की माझ्या तळपायाची आग मस्तकाला जाते. खोलीत आल्यावर 'पाय चेपू का?' म्हणून विचारले तर ते हसून उत्तर देतात,

'तुझा नवरा काही पहिलवान नाही! तत्त्वज्ञानाचा अभ्यास करणारा विद्यार्थी आहे तो!'

मी खुर्चीत पेंगत बसले की ते मला हळूच म्हणत, 'माझ्या हातातलं पुस्तक संपायला एक वाजेल. तिथपर्यंत तू काय अशी जागतच बसणार आहेस?'

त्यांचे हे वाचनाचे वेड– ही धार्मिक गोष्टीची हौस– मला काय वाटते ते त्यांच्या कधी लक्षातच येत नाही!

आणि अलीकडे तर बारा एक वाजल्याशिवाय ते घरी परतच येत नाहीत! कुठल्याशा बुवाची प्रवचने सुरू आहेत गावात. महिना झाला; पण यांचे त्या बुवांचे वेड काही कमी होत नाही अजून!''

एवढा मजकूर वाचताच मी गोंधळून गेलो. मघाशी गोपाळरावांनी आपला मेव्हणा नट आहे म्हणून मला सांगितले होते. मी जी हकिगत वाचीत होतो तिचा नि या गोष्टीचा काही केल्या मेळ बसेना.

मी साशंकतेने गोपाळरावांच्याकडे पाहिले.

ते हसून म्हणाले, ''अरेच्या! तुम्ही पहिलीच वही वाचताय; होय ना? एक गोष्ट मी तुम्हाला सांगायला विसरलो होतो. आमच्या ताईचा हा पुनर्विवाह आहे.''

आता कुठे मी वाचलेल्या मजकुराची संगती मला लागली. मी हातातल्या वहीकडे बोट दाखवीत गोपाळरावांना विचारले, ''या धार्मिक गृहस्थांचं पुढं काय झालं?''

''त्याचं हे धर्माचं वेड वाढतच गेलं. पुढं स्वारी घर सोडून गेली. पण–''

गोपाळरावांनी दुसरी वही उघडून तिच्यातला तांबडी खूण केलेला एक भाग माझ्यापुढे केला.

मी वाचू लागलो–

''सासूबाई अगदी अंथरुणाला खिळल्या आहेत. त्यांचा सारा जीव या मुलावर. हे परदेशी झाल्यापासून त्यांच्या डोळ्याचे पाणी एक दिवसही खळले नाही. शेवटी त्यांचा पत्ता लागला. हरिद्वारला गेले होते ते. मी त्यांना पत्र पाठविले– 'काही करून घरी या.'

त्यांनी उत्तर पाठविले, 'मी घरी आलो तर माझ्या व्रताचा भंग होईल. लौकिकदृष्ट्या तू नि मी पती-पत्नी असलो तरी यापुढं तू माझी बहीण आहेस नि मी तुझा भाऊ आहे हे कबूल असेल तर–'

माय-लेकरांची ताटातूट होऊ नये म्हणून मी त्यांचे म्हणणे कबूल केले. ते घरी राह्यला आले. ते इतके जवळ आले असताना त्यांच्यापासून दूरदूर राह्यचे! पहिले काही दिवस मी तळमळून काढले. एकसारखे वाटे– त्यांनी मला मारले असते, झोडले असते तरी हरकत नव्हती; पण त्यांनी मला असे दूर

लोटायला नको होते.

पुढे पुढे हे सारे माझ्या अंगवळणी पडले. जन्मठेप झालेला कैदी सवयीने जसा हसत-खेळत सारे व्यवहार करू लागतो, त्याप्रमाणे मीही सासुबाईंच्या सेवेत नि घरातल्या उद्योगधंद्यात गढून जाऊ लागले. त्यांनी घालून दिलेली मर्यादा मोडण्याचा मी प्रयत्न करू नये म्हणून ते मला काही धार्मिक पुस्तके वाचायला देऊ लागले. त्या साऱ्या पुस्तकात स्त्री-पुरुषांचे प्रेम हे पाप आहे. स्त्री ही पुरुषाला नरकात नेणारी मोहिनी आहे अशा अर्थाचा पुष्कळसा मजकूर असे.''

वहीने पान इथेच संपले होते. मी ते उलटून पुढे वाचायला लागणार तितक्यात गोपाळराव म्हणाले, ''पुढं दोन वर्षांनी ताईची सासू वारली, नवराही वारला. मी तिला मुंबईला ठेवून ट्रेनिंगचं शिक्षण मिळण्याची व्यवस्था केली. ती मास्तरीण झाल्यावर...''

तिसरी वही तशीच टाकून त्यांनी चौथी वही उघडली आणि तिच्यातले एक पान काढून ते मला वाचायला दिले–

''मास्तरीण होईपर्यंत मला प्रेमाची, लग्नाची, संसाराची किंवा असल्या गोष्टींची फारशी आठवणच होत नसे. पुढे पहिली एक-दोन वर्षे शिकविण्यात माझे मन इतके रमून गेले की सांगून सोय नाही. पण पहिला उत्साहाचा भर ओसरला नि मग माझे आयुष्य मला ओके ओके वाटू लागले. शाळेतल्या एखाद्या लहान मुलीला जवळ घेतले की तिने मला 'आई' म्हणून हाक मारावी अशी गोड इच्छा मनात उत्पन्न होई. पण ती 'बाई' म्हणूनच मला हाक मारी आणि मग मला वाटे– पाणी पाहून काही माणसाची तहान भागत नाही; ते प्यायला मिळावे लागते. मायाही तशीच आहे.

मी शाळेत मुलींना एक 'बेबी'चे गाणे शिकवीत असे. ती 'गोड गोड' बेबी रोज रात्री माझ्या स्वप्नात येई. तिचे छोटे छोटे पाय लागून माझ्या अंगावर गोड कांटा उभा राही. पण ते स्वप्न हां-हां म्हणता नाहीसे होई. जागी होऊन मी अंथरुणावर तळमळत पडे. माझ्या मनात येई– मी पूर्वजन्मी असे काय पाप केले होते म्हणून देवाने मला पतीचे तर नाहीच, पण मुलाचे सुद्धा सुख दिले नाही?

याच वेळी माझ्या ओळखीच्या दोन मास्तरणीचा पुनर्विवाह झाला. त्या दोघीही माझ्यापेक्षा वाईटच होत्या. माझ्या मनात एकच विचार घोळू लागला– आपणही पुन्हा लग्न केले तर? विधवा विवाह मंडळाकडे अर्ज करावेसे वाटे. पण काही केल्या धीर होईना. दोन्ही भाऊ बरोबरीचे. पण थोरला सदाशिव बायकोशी भांडून कुठे परागंदा झालेला! गोपाळपाशी गोष्ट काढावी तर– त्याने मला शिक्षण देऊन मार्गाला लावले होते. त्याला हे आवडेल की नाही अशी शंका–

मी मनात तशीच झुरत राहिले असते, पण मुंबईला गोपाळाच्या घरी त्याच्या एका नवीन स्नेह्याची ओळख झाली. ते मॅट्रिक झालेले होते. एका चांगल्या नाटक

मंडळीत त्यांना दीडदोनशे रुपये पगार मिळत होता. त्यांचे वर्तन अगदी धुतल्या तांदळाप्रमाणे आहे म्हणून गोपाळ सांगत होता. त्यांची बायको नुकतीच वारली होती. एक लहान मुलगी तेवढी होती त्यांना. नेहमी आजोळीच असे ती.

लवकरच आम्ही दोघे बरोबर फिरायला जाऊ लागलो. त्यांना आमच्या घरी यायला थोडा उशीर झाला तरी मला करमेनासे होई. ते आल्यावर आमच्या गप्पागोष्टीत तिसरे कुणी भाग घेऊ लागले की त्याचाही मला राग येई. ते दुसरे लग्न करणार होते. पुनर्विवाह करता आला तर अधिक बरे असे त्यांनाही वाटत होते.

आजपर्यंत माझा छळ करणाऱ्या दैवाला आता माझी दया आली असे मला वाटले.

लग्न झाल्यावर आमचे पहिले दिवस मोठ्या आनंदात गेले. त्यांच्या आग्रहावरून मी नोकरी सोडली. कंपनीबरोबर महिना दोन महिन्यांनी नवे गाव पाहायला मिळे. त्यामुळे दिवस हां-हां म्हणता मागे पडत.

आज ना उद्या आपल्याला मूल होणार या कल्पनेने तर मी अगदी वेडावून गेले होते. मात्र मधूनमधून केव्हा तरी त्यांचे नाटक पाहायला गेले की माझे मन थोडे अस्वस्थ होई. नाटक मंडळीत नायिकेचे काम करणारी मुलगी फार सुंदर होती. यांच्याकडे बहुधा नायकाचे काम असे. हे तिला जवळ घेताना इतक्या प्रेमाने तिच्याकडे पाहत– त्या वेळी टाळ्यांनी थेटर कोसळून पडते की काय असे वाटे. त्या टाळ्या ऐकता ऐकता माझ्या मनात येई– या बाईमुळे माझ्या प्रेमाचे मंदीर कोसळून तर पडणार नाही?

नाटक संपवून घरी आल्यावर माझ्या मनातील शंका त्यांना सांगितली की ते म्हण, ''वेडी कुठली! अग, ते प्रेमाचं नाटक होतं. माझं खरं प्रेम तुझ्यावरच–''

नवसाने झालेल्या मुलाला आई जशी पापे घेऊन हैराण करते, अगदी तश्शी ते माझी स्थिती करून टाकीत. त्यांच्या प्रेमाच्या आवेगाने मला अगदी गुदमरल्यासारखे होई. पण त्या वेळी मनाला केवढा उल्हास वाटे. वळवाच्या पावसातून गारा पडायला लागल्या की त्या अंगावर चप्‌चप् बसतात. पण गारांबरोबर पडणाऱ्या पावसामुळे उकाडाही नाहीसा होतो. त्यांच्या प्रेमाच्या वृष्टीत मलाही हे दोन्ही अनुभव येत.

मात्र त्यांनी आपले मन थोडे ताब्यात ठेवावे असे मला राहून राहून वाटे. सकाळी चहा द्यायला गेले की ते माझी चेष्टा करीत– नि ती सुद्धा दार उघडे आहे, मोलकरीण दारावरून केव्हा जाईल याचा नेम नाही हे कळत असूनसुद्धा!

पुढे त्यांच्या नव्या नाटकाच्या तालमी सुरू झाल्या. एके दिवशी संध्याकाळी सहा वाजता ते घरी परत आले. शेजारच्या बायकांच्या बरोबर सिनेमाला जायला निघाले होते मी; पण त्यांनी मला जाऊ दिले नाही. 'डोकं दुखतंय्' असे तरी सांगायचे? तेही नाही! 'तुझ्याशिवाय मला करमत नाही' असे सरळ बोलू गेले ते!

दुसरे दिवशी त्या बायकांनी माझी अशी थट्टा केली–
पुढे लवकरच मला दिवस गेले– स्वर्ग अगदी दोन बोटं उरला मला.''

मी वहीमध्ये बोट ठेवून ती मिटली नि गोपाळरावांना विचारले,

''इतक्या प्रेमळ जोडप्याचं पुढं पटेनासं झालं?''

''एकमेकांचं तोंड पाहणार नाहीत ही दोघं आता!''

माझ्या मनात आले– (प्रीतीला देवाने एक विचित्र शाप देऊन ठेवला आहे हेच खरे. एखाद्या सुंदर तळ्यातले पाणी आटून पुढे तिथे नुसता गाळ उरावा तसे प्रारंभीचे प्रेम नाहीसे होऊन माणसांच्या मनात अतिपरिचयाने उत्पन्न झालेला तिरस्कारच तेवढा शुल्लक राहतो की काय कुणाला ठाऊक!

गोपाळरावांनी पाचवी वही उघडून माझ्यापुढे केली होती. मी वाचू लागलो–

''बागेत फुले नि घरात मुले असे कुणी तरी म्हटले आहे ना? किती खरे आहे ते!

''दिनू आणि मनू या दोघांना खेळायला घर पुरत नाही नि मला त्यांचे सारे यथासांग करायला दिवस पुरत नाही. सूर्य उगवला केव्हा अन् मावळला केव्हा हे सुद्धा मला कळत नाही हल्ली.

मनुच्या वेळेला डॉक्टर त्यांना म्हणाले, 'हे बाळंतपण यांना काही मानवलं नाही. तेव्हा...'

पुढे डॉक्टर नुसते हसले होते. पण त्या हसण्याचा अर्थ त्यांच्याइतकाच मलाही कळला होता. मी मनात म्हटले, 'आता मला मूल झालं नाही तरी चालेल.'

मी त्यांच्यापासून दूरदूर राहू लागले. मला त्यात कठीण असे काहीच वाटले नाही.

त्यांना माझे हे दूरदूर राहणे आवडत नसावे. ते म्हणू लागले, 'मुलं झाली की बायकोचं नवऱ्यावरचं प्रेम कमी होतं हेच खरं'

मी उत्तर देऊ लागले, 'नवऱ्यांनंही मुलांवर प्रेम करावं की कोण नको म्हणतंय?'

हे उत्तर ऐकून ते हसत. पण ते हसणे मला कसेसेच वाटे. अगदी कोमेजून गेलेल्या फुलासारखे.

पुढे लवकरच त्यांची नाटक मंडळी बंद झाली. पुष्कळ दिवस त्यांना काहीच काम मिळेना. मी पुन्हा मास्तरीण झाले. शाळेचे काम, दोन मुलांचे खाणे-पिणे, आजार...

रात्री अंथरुणावर पडले की मी अगदी गाढ झोपी जाई.

पण हे मात्र मला सुखाने झोपू देईनात. मध्येच मला हलवून जागे करीत. 'काय?' म्हणून विचारले म्हणजे 'काही नाही!' म्हणत. मी पुन्हा झोपतेय असे वाटले की नोकरीच्या गोष्टी काढीत आणि 'अमक्या सिनेमा कंपनीकडे खटपट करू

या काय?' म्हणून मला विचारीत. मी म्हणे, 'मला काय कळतंय त्यात'?'

नकळत माझ्या हातांनी वही मिटली.

माझ्या मनात आले– लहानशी जखम धूळ बसून जशी दोषी होते नि चरत जाते, तशी नवरा-बायकोच्या लहानसहान मतभेदांची स्थिती होत असावी!

मी शून्य दृष्टीने समोर बघत आहे हे लक्षात येऊनच की काय गोपाळराव मला म्हणाले,

"कंटाळा आला असेल तुम्हाला हे वाचून. हा एवढा शेवटचा भाग वाचलात की ताई संतापानं का निघून आली हे कळेल तुम्हाला."

त्यांनी उघडून दिलेले पान मी वाचू लागलो–

"खांडेकरांची 'पारिजातकाची फुले' ही गोष्ट वाचून मला किती बरे वाटले! किती तरी दिवस हे जे विचित्र कोडे मला उलगडत नव्हते ते आज सुटले. पुरुषांचे प्रेम शरीरावरच असते हेच खरे. गेल्या तीन वर्षांत या कटू सत्याचा मी कितीदा तरी अनुभव घेतला आहे.

हिरव्या चाफ्याचा वास दुरून किती तरी मोहक वाटतो; पण तो जवळून एकसारखा घेऊ लागले की थोड्याच वेळात डोके कसे सुन्न होते! पुरुषांचे प्रेम हे फूल असले तरी ते हिरव्या चाफ्याचे फूल आहे हेच खरे!

दुपारी खांडेकरांना पत्र पाठविले.

संध्याकाळी एक मैत्रीण माझ्याकडे राहायला आली.

"तुझे पतिराज कुठं गेले आहेत?" असे तिने मला विचारले.

ती उत्तर दिले,

"त्यांना सिनेमात काम मिळालंय. आउट-डोअरला गेले आहेत ते. पाच-सहा दिवस झाले त्यांना जाऊन." हे ऐकून तिला फार आनंद झाला. माझ्याबरोबर गप्पागोष्टी करण्याची तिला फार हौस होती.

रात्री बारा वाजेपर्यंत आम्ही बोलत होतो. बारा वाजता दार वाजले म्हणून मी उठून गेले नि ते उघडले. ते परत आले होते.

"जेवायचंय का?" मी विचारले. मानेने 'नाही' म्हणत ते आपल्या खोलीत गेले.

मी माझ्या मैत्रिणीपाशी येऊन झोपले. पलिकडेच दिनू नि मनू दोघेही निजली होती.

माझा डोळा लागून घटकासुद्धा झाली नसेल... कुणी तरी माझ्या पायाला गुदगुल्या करीत आहे असे मला वाटले. उंदीरबिंदीर पाय कुरतडत असेल म्हणून मी दचकून उठले. पाहतो तो–

दिव्याच्या अंधुक प्रकाशात त्यांची आकृती मला अगदी भेसूर वाटली– माझ्या मैत्रिणीकडे बोट दाखवून मी त्यांना बाहेर जायला सुचविले.

पण काही केल्या त्यांचे पाऊल जागचे हालेना!

मनूला झोपेत दचकून ओरडत उठण्याची सवय होती. तो आताच उठला तर मोठी पंचाईत होईल म्हणून मी त्यांचा हात धरून त्यांना खोलीबाहेर नेले.

त्यांची समजूत घालून मी चट्‌कन परत येईल असे मला वाटले होते. पण दारूबाजाप्रमाणे त्यांची शुद्धही गेली होती.

त्यांच्या चेहऱ्यावर लाचारी आणि क्रूरपणा यांचे इतके विलक्षण मिश्रण झाले होते की माझ्या तोंडातून शब्दच बाहेर फुटेना!

मी त्यांच्या हातातून सुटण्याची धडपड केली. पण...

त्यांची खोली कसली? तुरुंगच वाटला तो मला. माझ्या मनात आले की स्त्री ही जन्मठेप झालेली कैदी आहे!

मनूची किंकाळी मला एकदम ऐकू आली. पण–

त्या किंकाळीने माझी मैत्रीण जागी झाली होती. ती मोठमोठ्याने मला हाका मारीत होती. मनूला घेऊन ती आमच्या खोलीकडे आली. लाजेने मला मेल्याहूनही मेल्यासारखे झाले.

मी मनात निश्चय केला– हा जुलूम आता याच्यापुढे सोसायचा नाही. मला पुरुषाचे प्रेम हवे होते. ते प्रेम सोनचाफ्यासारखे असेल असे मला वाटले होते. पण प्रत्यक्ष अनुभव अगदी निराळा आला. प्रेम म्हणजे काही जुलूम करायचा परवाना नव्हे!''

आतून चहा आल्यामुळे मला वही मिटावी लागली.

चहा घेता घेता गोपाळराव म्हणाले, ''मला तरी काही सुचेनासं झालंय! ताई नवऱ्याच्या छळाला कंटाळून परत आली. माझा थोरला भाऊ सदाशिव बायकोच्या छळानं वैतागून–''

''म्हणजे?'' तोंडापाशी नेलेला चहाचा पेला तोंडाला न लावता मी प्रश्न केला.

गोपाळराव उद्‌गारले, ''पळसाला पानं तीन हेच खरं. सदूभाऊचा संसार असाच झाला. शेवटी बायकोच्या त्रासाला कंटाळून बिचारा घर सोडून गेला. त्याचं शेवटचं विलक्षण पत्र–''

''इथं तुमच्यापाशी आहे?'' मी मध्येच प्रश्न केला.

गोपाळराव म्हणाले, ''मुंबईच्या साने डॉक्टरांनी ते नेलंय्. या विषयावर एक पुस्तक लिहिताहेत ते.''

माझी थोडी निराशा झाली.

चहा संपवून मी पुन्हा समोरच्या वह्या चाळायला लागलो. एका वहीच्या शेवटच्या पानावर ''सौ. सिंधु आपटे' हे नाव दिसले. मी गोपाळरावांना विचारले,

''हे तुमच्या बहिणीचं नाव का?''

त्यांनी मानेने 'हो' म्हटले.

एक आठवण होऊन मी विचार करू लागलो. आपटे आणि नट! शाळेत माझ्यामागे तीन-चार वर्षे बंडू आपटे म्हणून एक विद्यार्थी होता. तो पुढे प्रसिद्ध नट झाला हेही मला ठाऊक होते. सालस व सद्वर्तनी नट म्हणून त्याचा लौकिक मी अनेकांच्या तोंडून ऐकला होता. त्या लौकिकावरून तो असा विचित्र माणूस असेल असे काही वाटत नव्हते. म्हणून मी गोपाळरावांना विचारले,

"तुमच्या मेव्हण्याचं नाव काय?"

"बंडोपंत आपटे!"

नुकतीच वाचलेली ती विचित्र वाक्ये माझ्या डोळ्यापुढून नाचत गेली–

"हिरव्या चाफ्याचा वास दुरून किती मोहक वाटतो! पण तो जवळून एकसारखा घेऊ लागलं की थोड्याच वेळात डोकं कसं सुन्न होऊन जातं!"

◆

केवड्याचे काटे

“हिरव्या चाफ्याचा वास दुरून किती मोहक वाटतो! पण तो जवळून एकसारखा घेऊ लागलं की डोकं कसं सुन्न होऊन जातं! पुरुषाचं प्रेम हे फूल असलं तरी ते हिरव्या चाफ्याचं फूल आहे!”

घरी जाईपर्यंत ही विचित्र वाक्ये एकसारखी माझ्या मनात घोळत होती. सत्यापेक्षा सौंदर्यामध्येच माणसाला मोहात पाडण्याचे सामर्थ्य अधिक असावे. नाही तर या वाक्यातला अनुभव एकांगी आहे– किंबहुना एका व्यक्तीचा आहे– असे अधूनमधून वाटत असतानासुद्धा माझे विचार या वाक्यांभोवती का घुटमळत राहिले असते?

घरी येताच मी थेट माडीकडे वळलो. लिहिण्यात नाही तर वाचण्यात मन गुंतवून टाकले की त्या विचित्र वाक्यांचा विसर पडेल अशी माझी कल्पना होती.

बैठ्या टेबलापाशी नेहमीप्रमाणे मी मांडी दुमडून बसलो. संकल्पित लेखनाची सारी टांचणे चाळली. पण काही केल्या समोरची पेन्सिल उचलावी नि लिहायला सुरुवात करावी असे मला वाटेना. राहून राहून सिंधू आपटेच्या त्या हस्तलिखिताची आठवण होऊ लागली. वाटले तिचे सारे आत्मवृत्त आपण वाचले असते तर तिच्या परिस्थितीवर अधिक प्रकाश पडला असता.

माझ्या अस्वस्थ मनात प्रश्नचक्र सुरू झाले. (प्रत्येक व्यक्तीचे आयुष्य हे एक निराळेच स्वतंत्र जग असते की बाह्यत: भिन्न दिसणाऱ्या या अनंत जगाचा आत्मा एकच असतो? प्रेम हे विष आहे की अमृत आहे? माणसाने सुखी होऊ नये अशीच निसर्गाची इच्छा आहे काय?)

असल्या प्रश्नांच्या चक्रव्यूहात शिरणे सोपे असे; पण त्यातून बाहेर पडणे? छे:!

मी अधिकच अस्वस्थ झालो. टेबलाजवळून उठून मी खोलीच्या दारात जाऊन उभा राहिलो. पत्र्यावर ठेवलेल्या कुंड्यांकडे माझे लक्ष गेले. एकाही गुलाबाच्या झाडावर फूल नव्हते.

कालच्या त्या पोलीस इन्स्पेक्टरचे उद्‌गार मला आठवले. त्याचा अनुभव कर्कश स्वराने आक्रोश करून सांगत होता– ‘‘स्त्री-पुरुषांचे प्रेम हे एक गुलाबाचं झाडं आहे. पण ते एकही फूल नसलेलं, नुसत्या बारीक काट्यांनी भरलेलं गुलाबाचं झाड आहे.’’

पण या उद्‌गारांच्या मागोमाग रामभाऊ भावपूर्ण स्वराने म्हणत होता, ‘‘स्त्री-पुरुषाचं प्रेम हे सोनचाफ्याचं फूल आहे. सोनचाफ्याचा सुगंध आपण दुरूनसुद्धा घेऊ शकतो. पत्नीचं प्रेमही तसंच–’’

माझ्या गोष्टीतल्या नायिकेला प्रेम हे पारिजातकाच्या फुलांसारखे वाटले होते. पण आज अकस्मात भेटलेल्या सिंधू आपटेच्या दु:खाने भारावलेले अंत:करण म्हणत होते, ‘‘पुरुषाचं प्रेम हे हिरव्या चाफ्याच्या फुलासारखं आहे!’’

माझे मन म्हणू लागले– जगातल्या साऱ्या फुलांच्या उपमा सार्थ ठराव्यात इतके स्त्री-पुरुषांच्या प्रेमाला पैलू असतात हे खरे. आपण जी गोष्ट लिहिली तिच्यात या विचित्र प्रीतीची एकच बाजू रंगविली गेली. त्यामुळेच–

जिन्यावर कुणाची तरी पावले वाजली. माझी पत्नी चहा घेऊन येत असावी असे मला वाटले.

ती वर आली, पण तिच्या हातात चहाचा कप नव्हता. नुसती दोन पत्रे दिसत होती.

आज इतक्या लवकर टपाल कसे आले याचे मला आश्चर्य वाटले. मी चटकन दोन्ही पत्रे हातात घेऊन पाहिली. वरचे तर माझ्या बायकोच्याच नावाचे होते. पत्त्याच्या अक्षरांवरून ते मुंबईला मास्तरीण असलेल्या तिच्या एका मैत्रिणीचे आहे हे मी ओळखले. त्या दोघींचा बराच पत्रव्यवहार होता. पण आतापर्यंत माझ्या पत्नीने सुमतीचे एकही पत्र मला दाखविले नव्हते म्हणून मी हसत हसत म्हटले, ‘‘एक जुनी म्हण ठाऊक आहे ना?’’

पाऊस पडू लागला की लहान मूल पावळ्याखाली जसे हात पसरून उभे राहते, त्याप्रमाणे मी बोलू लागलो की आता आपली गोड थट्टा होणार या खात्रीने माझी पत्नी माझ्याकडे उत्सुकतेने पाहू लागते.

पण आज मात्र ती उत्सुकता तिच्या मुद्रेवर दिसली नाही.

तिला हसविण्याकरिता मी म्हणालो, ‘‘दोन मैत्रिणींचं हितगुज तिसऱ्यानं कधी ऐकू नये. त्यातून मी पडलो पुरुष लांबोडा. . .’’

हसण्याऐवजी थोडी रूष्ट मुद्रा करून ती म्हणाली, ‘‘तिनं तुमच्याविषयी काय काय लिहिलंय ते वाचून तरी पाहा एकदा!’’

अधिक काही न बोलता ती खाली निघून गेली.

पत्नीच्या या शेवटच्या उद्‌गारांनी मी बुचकळ्यात पडलो. तिच्या मैत्रिणीने पत्रात माझ्याविषयी काही तरी विचित्र लिहिले असले पाहिजे हे उघड होते. परवा

मी मुंबईला गेलो होतो तेव्हा एका अपरिचित तरुणीबरोबर सिनेमा पाहण्याचा प्रसंग माझ्यावर आला होता. माझ्या बायकोची ही मैत्रीणही त्याच खेळाला आली असावी! आम्हा दोघांना थेटरात एकत्र पाहून तिच्या मनात काही तरी. . .

(संशय हा स्त्रीचा जन्मजात सोबती आहे असे म्हणतात ते काही खोटे नाही.) तसे पाहिले तर माझ्या बायकोची ही मैत्रीण चांगली एम. ए. झालेली, अध्यापिका म्हणून प्रसिद्ध असलेली अशी विदुषी होती. पण. . .

मी मनात म्हटले– त्या दिवशी माझ्याबरोबर आलेली तरुणी ही माझ्या एका मित्राची मेव्हणी होती हे सहज सिद्ध करता येईल. तो तिला घेऊन सिनेमाला आला. पण थेटराच्या दारातूनच त्याला एका आकस्मिक कामाकरिता परतावे लागले त्याला मी काय करणार?

माझ्या हातातले पत्नीच्या नावाचे ते पत्र फोडण्याचासुद्धा त्रास घेण्याची मला जरुरी नव्हती. पण आतला कागद काढून तो वाचण्याऐवजी त्यात काय असावे याचा विचार करण्यातच मी गुंग होऊन गेलो. (माणसाच्या मनाला कटु अनुभवाचे विलक्षण भय वाटत असते हेच खरे. दिव्याच्या प्रखर प्रकाशाचा त्रास होऊ नये म्हणून त्याच्याभोवती कागद गुंडाळतात ना? तसे अनुभवाला कल्पनेचे आच्छादन घातल्याशिवाय त्याच्याकडे त्याला बघताच येत नाही.)

पाच मिनिटे मी तसाच स्वस्थ– खरे सांगायचे म्हणजे मनातल्या मनात अगदी अस्वस्थ होतो. मग मात्र माझ्या मनाची स्थिती विचित्र झाली. त्या बाईने आपल्याविषयी काही तरी अतिशय वाईट लिहिले असले पाहिजे अशी माझ्या मनाची खात्री झाली. गुदमरून सोडणाऱ्या धुरापेक्षा चटका देणारी आग बरी असे वाटून मी चटकन त्या पाकिटातले पत्र बाहेर काढले.

पत्रातल्या मधल्याच मजकुराखाली जाड रेषा काढल्या होत्या. त्या पाहून मला हसू आले. मला वाटले– पत्र लिहितानासुद्धा आपण प्रश्नपत्रिका काढीत आहोत असेच या मास्तरणीला वाटत असावे.

मी तोच मजकूर वाचू लागलो–

''भाऊरावांची 'दोन ध्रुव' मी किती वेळा वाचली आहे ते तुला ठाऊक आहेच. तसली कादंबरी लिहिणाऱ्या सभ्य लेखकाने असली पांचट गोष्ट लिहावी याचे मला फार वाईट वाटते. 'पारिजातकाची फुले' हे नाव वाचून माझ्या मनात किती कोमल कल्पना उत्पन्न झाल्या होत्या; पण भाऊरावांनी त्या गोष्टीत कसले घाणेरडे वर्णन केले आहे. काय म्हणे एक कापड दुकानदार शरीरसुखाच्या बाबतीत आपल्या बायकोवर अत्याचार करतो. हा काय गोष्टीचा विषय झाला? यात ध्येय कसले आले आहे नि कला तरी कुठे आहे? लोकप्रियता मिळविण्याकरिता चावटपणा करणाऱ्या लेखकात आमचे भाऊराव सामील होतील हे मला स्वप्नातसुद्धा खरे वाटले नसते. पण–

"आज मधल्या सुटीत शाळेतल्या मास्तरांनी नि मास्तरणींनी मला असे छळले म्हणतेस. एखाद्या पोपटाच्या पिलाला कावळ्यांनी टोचा माराव्या तशी माझ्या मनाची स्थिती झाली. म्हातारे ड्रॉईंगमास्तर म्हणाले, 'सारे लेखक इथून तिथून सारखे लांडगे. कुणी शेळीचं कातडं पांघरतात नि कुणी ते पांघरत नाहीत एवढाच काय तो फरक.' संस्कृत शिकविणाऱ्या बाई म्हणाल्या, 'बायका नि पुरुष यांचे संबंध हा काय तो या लेखकांचा आवडता विषय. एवढी मोठी लढाई चालली आहे तिच्यावर लिहा म्हणावं तुमच्या गोष्टी.' गतवर्षीच बी. टी. होऊन शाळेत आलेले देशपांडे म्हणाले, 'हे पाहा सुमतीबाई, तुमचे हे खांडेकर लवकरच एक साप्ताहिक काढणारं.' देशपांड्यांचे हे वाक्य ऐकून सारी मंडळी 'खो-खो' करून हसली. तापलेल्या उलथण्याने अंगाला डाग द्यावा तसे ते हसणे माझ्या मनाला झोंबले."

पत्रात आणखी काही मजकूर होता. पण माझ्या मनात विचारांची अशी वावटळ उठली की पत्र तसेच टाकून मी खोलीत येरझारा घालू लागलो.

स्त्री-पुरुषसंबंधाच्या गोष्टी उन्मादक असतात आणि तरुण-तरुणींची मने असल्या गोष्टीकडे सहजासहजी ओढली जातात, म्हणून अशा प्रकारचे लिखाण करणारे अनेक लेखक असतात हे मला मान्य करावेच लागले; पण मी जी गोष्ट लिहिली तिचा हेतू काही वाचकांच्या विकारांना चाळवणे हा नव्हता.

पण हे सांगण्याचा मला काय अधिकार होता? आरोपीच्या पिंजऱ्यात उभ्या असलेल्या माणसाला न्यायाधीश होता येत नाही. माझ्या गोष्टीचा हेतू काय आहे याचा निकाल वाचकांनीच दिला पाहिजे. त्या वाचकांपैकी एक– माझ्या पत्नीची मैत्रीण, चांगली एम. ए. झालेली बाई–

सुमतीच्या त्या पत्राकडे लक्ष जाताच एखादे जीवाणू दिसावे तसे वाटून माझे अंग शिरशिरले. क्षणभर मनात आले– स्त्री-पुरुषांच्या शरीरसुखाचा हा नाजुक विषय आपण उगीच गोष्टीसाठी निवडला. या विषयावर लिहिणे म्हणजे काटेरी तारेवरची कसरत आहे 'पारिजातकाची फुले' ही गोष्ट आपल्याला सुचली ती एका विलक्षण करूण दृश्याने! एका पांढऱ्या फिकट चेहऱ्याच्या नि निस्तेज डोळ्यांच्या अबलेची ती करूण कहाणी. . . स्त्रीची गुलामगिरी किती भीषण असते याची आपल्या मनाला झालेली जाणीव. . . हा जुलूम नाहीसा झालाच पाहिजे या भावनेने आपण त्या विषयाचा केलेला विचार. . .

खिडकीतून येणाऱ्या वाऱ्याच्या झोताने ते पत्र फडफडू लागले. जणू काही तारस्वराने ते माझा उपहासच करीत होते.

त्या पत्रापलिकडेच दुसरे एक पत्र पडले होते. ते अजून आपण वाचलेच नाही हे आता माझ्या लक्षात आले.

मी झटकन ते उघडले नि आतल्या मजकुरावरून नजर फिरविली. डॉ. कर्व्यांचे संध्याकाळी जेवायला येण्याबद्दलचे आमंत्रण होते ते. त्यांनी लिहिले

होते, ''आज विशेष असे काहीच नाही. पण मेडिकल कॉलेजातले माझे एक स्नेही डॉ. साने संध्याकाळी कोकणातून येणार आहेत. त्यांना तुमच्या गोष्टी फार आवडतात. तेव्हा तुमची दोघांची ओळख व्हावी म्हणून तुम्हाला बोलावले आहे. डॉ. साने दहाच्या गाडीने जाणार आहेत.''

पुढचा मजकूर वाचण्याऐवजी माझे डोळे वाचलेल्या भागातल्या एकाच शब्दावर खिळून राहिले– डॉ. साने.

मघाशी गोपाळरावांच्या बोलण्यात हे नाव निघाले होते. त्यांच्या भावाचे शेवटचे पत्र डॉ. साने यांच्याकडे आहे असे ते म्हणाले होते. साने या विषयावर पुस्तक लिहिताहेत असेही ते–

लगेच माझ्या मनात आले– हे डॉ. साने मुंबईचेच असतील कशावरून? आणि ते मुंबईचे असले तरी आपल्याला हवेत तेच डॉ. साने–

केव्हा एकदा संध्याकाळ होते असे मला झाले.

संध्याकाळी फिरायला न जाता मी थेट डॉ. कर्व्यांच्या दवाखान्यात गेलो. त्यांच्यासमोर बसलेली सौम्य मुद्रेची पण तीक्ष्ण नजरेची व्यक्ती म्हणजे डॉ. साने हा माझा तर्क काही चुकीचा ठरला नाही. आम्ही हसतमुखाने एकमेकांना नमस्कार केले. लगेच साने हसत म्हणाले, ''तुमची ती परवाची गोष्ट आपल्याला फार आवडली बुवा!''

ते 'किर्लोस्कर'मधल्या 'पारिजातकाच्या फुला'विषयी बोलत आहेत की 'सह्याद्री'त प्रसिद्ध झालेल्या माझ्या दुसऱ्या गोष्टीविषयी बोलत आहेत हे मला कळेना. मी काही तरी बोलणार इतक्यात डॉ. कर्वे म्हणाले, ''भाऊराव, एक-दोन पेशंटस पाहून येतो मी; तोपर्यंत तुम्ही नि साने जरा फेरफटका करून या!''

मला साने यांच्याशी एकांतात खूप बोलायचे होते. तेव्हा कर्व्यांची ही सूचना मी तात्काळ मान्य केली. टेंबलाईवर जायचे ठरवून मी दवाखान्याबाहेर पडलो.

पण गाडीत बसल्याबरोबर माझी मनातली इच्छा मनातच राहते की काय असे मला वाटू लागले.

गाडी सुरू होताच डॉ. साने मला म्हणाले, ''इथं अनाथ मुलांचा एक आश्रम आहे ना? तिथं जाऊ या जरा.''

मी ड्रायव्हरला तसे सांगितले. मात्र अनाथ मुलांच्या आश्रमात डॉ. साने यांचे काय काम आहे याविषयी मला काहीच तर्क करता येईना. संध्याकाळी कर्वे मोकळे असताना त्यांना घेऊन साने आश्रमात का गेले नाहीत, हाही प्रश्न माझ्या मनाला थोडासा चाटून गेला. साने यांना रात्रीच्या दहाच्या गाडीने मुंबईला जायचे होते. मग इतका वेळ आश्रमाकडे न जाता–

आश्रमासमोर गाडी खर्रर्र करीत उभी राहिली. आम्ही दोघेही आत गेलो.

दारातच नमूताई तीन वर्षांच्या एका मुलाबरोबर 'चांदोबा, चांदोबा, भागलास का?' हे गाणे म्हणत होत्या. त्यांचे ते पांढरे शुभ्र पातळ आणि प्रसन्न मुद्रा पाहून माझ्या मनात आले आश्रमाशी परिचय असणारे सर्व लोक नमूताई म्हणजे एक देवता आहे असे म्हणतात ते काही खोटे नाही.

डॉ. साने यांना पाहताच नमूताईंना आश्चर्य वाटले. पण ते क्षणभरच. लगेच त्यांनी आमचे हसत स्वागत केले.

नमूताई आम्हाला पाहुण्यांच्या खोलीत घेऊन जात असताना तीन-चार लहान मुले 'माई, माई' करीत धावत आली आणि तिला बिलगली. दृश्य खरोखरच मोहक होते. देवीच्या मूर्तीच्या पायांशी हसणाऱ्या पुष्पांच्या राशीप्रमाणे त्या बालकांच्या मुद्रा दिसत होत्या.

आमच्याकडे पाहत नमूताई म्हणाल्या, "माझी ही सर्कस पाहून तुम्हाला हसू येत असेल नाही?"

आम्ही दोघेही हसलो. पण त्या हसण्यात उपहास नव्हता; आदर होता.

मुलांशी खेळत खेळतच नमूताई साने यांच्याशी बोलू लागल्या. साने यांनी प्रश्न केला, "फार दिवसात तुमचं पत्र आलं नाही. तेव्हा म्हटलं–"

अंगाशी झोंबत असणाऱ्या मुलांकडे पाहून नमूताई म्हणाल्या, "पत्र लिहायला बसलं की ही माकडं येतात नि टाक हातात घेऊन आपणच पत्र लिहू लागतात."

आम्ही दोघे नुसते हसलो. नमूताई पुढे बोलू लागल्या, "आणि खरं सांगू डॉक्टर, या चिमण्या जगात मी इतकी रंगून गेले आहे की मला बाहेरच्या जगाची आठवणच होत नाही!" किंचित थांबून अगदी सहज त्या बोलून गेल्या, "–तुमचीसुद्धा!"

नमूताईंच्या या उद्‌गाराने माझ्या मनात एका क्षणार्धात अनेक विचार येऊन गेले. नमूताईंचे नि डॉ. साने यांचे नातेबिते आहे की काय? त्यांचे नाते असते तर साने यांचे स्नेही म्हणून कर्वे त्यांची विचारपूस केल्याशिवाय राहिले नसते. पण तसे कधीच घडले नव्हते. इतकेच नव्हे तर गप्पागोष्टीत नमूताईंचा एक-दोनदा उल्लेख आला होता तेव्हा ते त्यांच्याविषयी किंचित तिरस्कारानेच बोलले होते.

ही काही चहा घेण्याची वेळ नव्हती; पण डॉक्टरांना नमूताईंचा आग्रह मोडवेना.

चहा घेऊन आम्ही आश्रमातून बाहेर पडलो तेव्हा साने म्हणाले, "पाच-दहा मिनिटं तरी टेंबलाईवर जाऊन येऊ या. म्हणजे यजमानाशी खोटं बोलण्याचा प्रसंग येणार नाही."

टेंबलाईवर जाऊन आलो असे कर्वे यांना सांगता यावे एवढ्यासाठीच साने यांची ही धडपड चालली आहे हे माझ्या लक्षात आले. आम्ही नमूताईंकडे गेलो होतो ही गोष्ट त्यांना कर्वे यांच्यापासून लपवून ठेवायची होती हे उघड दिसत होते.

मलाही साने यांच्याशी मोकळेपणाने बोलायला मिळाले तर हवेच होते.

टेंबलाईच्या टेकडीवर जाऊन पोचताच मी त्यांना म्हटले, "माझी 'पारिजातकाची फुले' ही गोष्ट तुम्ही वाचली आहे ना!"

डॉक्टरांनी मान हलविली.

"किती तरी लोकांना ती आवडली नाही."

"सारेच लोक काही शहाणे नसतात."

"आज माझ्या बायकोच्या मैत्रिणीचं एक पत्र आलंय. ती तर अगदी घाबरून गेलीय ती गोष्ट वाचून!"

हातरुमालाने जागा झाडून तिच्यावर बसत डॉक्टर म्हणाले, "डॉक्टरकडून तपासणी करून घेण्यापेक्षा मेलेलं पुरवलं असं जुन्या काळी बायकांना वाटे. आपल्या समाजाचं मनही अजून त्याच स्थितीत आहे. स्त्री-पुरुषांनी एकमेकांवर प्रेम करायचं ते चोरून– त्यातले सुखदु:खाचे अनुभव घ्यायचे तेही लपून– ते अनुभव सांगायचीसुद्धा चोरी आहे आपल्या समाजात. मी हल्ली जे पुस्तक लिहितोय त्यात तुमच्या गोष्टीसारख्या किती तरी सत्यकथा आहेत!"

"त्या पुस्तकाच हस्तलिखित तुमच्याबरोबर आहे का?"

डॉक्टरांनी नकारार्थी मान हलविली. पण माझी उत्सुकता लक्षात घेऊन ते म्हणाले, "तुम्ही मुंबईला आलात की मी ते तुम्हाला वाचायला देईन. त्यातल्या एकेक कथा वाचल्यावर केवळ लाजेनं आणि भिडेनं आपण संसारसुखाचा कसा खेळखंडोबा करीत आहोत याची तुम्हाला कल्पना येईल. (प्रेम हा प्रत्येकाच्या आयुष्यातला महत्त्वाचा भाग आहे. पण त्यांच्याकडे केवळ स्वप्नाळूपणानं पाहून चालणार नाही. खोटी लाज, खोटा ध्येयवाद, खोटं पावित्र्य यांची पांघरूणं घालून प्रेमातली दु:खं जगापासून लपविता येतात; पण ती मनाला जाळून टाकतात.) मागच्याच आठवड्यातली एक गोष्ट आहे पाहा. एक एम. ए. झालेली मास्तरीण माझ्याकडे पेशंट म्हणून आली. काय बरं तिचं नाव. . ."

डॉक्टर आठवण करू लागले. मला एकदम सुमतीच्या सकाळच्या पत्राची आठवण झाली.

ड़ॉक्टर स्तब्ध बसलेले पाहून मी हसत म्हणालो, "नाव राहू द्या. त्या मास्तरणीची गोष्ट सांगितलीत तर मला गोष्टीसाठी एक विषय तरी मिळेल."

"एवढंच ना? मग तुम्हाला या नमूताईंचीच हकिगत सांगतो की!"

आता काय ऐकावे लागणार या कल्पनेने मी गोंधळलो. डॉक्टरांनी मला विचारले, "नमूताईंच्याविषयी तुमचं काय मत आहे?"

"देवता आहे बिचारी."

डॉक्टर स्वत:शीच हसले. मी क्षणभर थांबून म्हटले. "माझं एकट्याचंच मत नाही. इथले सारे लोक त्यांना देवता मानतात!"

“नि एके काळी तिला ओळखणारे सारे लोक तिला राक्षशीण म्हणत होते.”

मी स्तब्ध झालो!

वाराही पडला होता. जणू काही नमूताईची मागची कहाणी ऐकण्याकरिता त्यानेही आपला श्वासोच्छवास आवरून धरला होता.

डॉक्टर सांगू लागले, “नमूताईच्या नवऱ्याच्या मित्रानंच ही गोष्ट मला सांगितलीय. त्यांच्या प्रामाणिकपणाबद्दल माझी खात्री नसती तर–”

मी मध्येच म्हटले, “तुम्हाला दहाच्या गाडीनं जायचंय. तेव्हा–”

माझी गोष्ट ऐकण्याची उत्सुकता लक्षात घेऊन ते हसले. पण लगेच गंभीर होऊन ते म्हणाले, “नमूताईचा नवरा नि तो माझा स्नेही हे दोघेही बालमित्र होते. तो स्नेही पुढं डॉक्टर झाला. नमूताईचा नवरा मोठ्या कष्टानं बी. ए. झाला. श्रीमंती नि हुशारी या दोन्हींपैकी त्याच्याकडे काहीच नव्हतं. त्याला नोकरी लागली तेव्हा त्याची प्रकृती फारशी चांगली नव्हतीच. पण लग्न होऊन एक-दोन वर्ष झाल्यावर तर ती विशेषच ढासळली. त्याचा तो डॉक्टर झालेला स्नेही त्याला मुद्दाम भेटायला गेला. एकंदर लक्षण काही ठीक दिसलं नाही त्याला. पण डॉक्टर हा नेहमीच आशावादी असतो. त्यानं औषधं लिहून दिली, पथ्यपाणीही सांगितलं. आणखी एक गोष्ट सांगायची त्याच्या मनात होतं, पण ती कशी सांगावी हे त्याला कळेना. तो तसाच निघून गेला!”

डॉक्टर मध्येच थांबले. बहुधा त्यांच्या मृत मित्राची मूर्ती त्यांच्या डोळ्यापुढे उभी राहिली असावी.

क्षणभर थांबून ते पुढे म्हणाले, “सहा महिन्यांनी तो डॉक्टर पुन्हा आपल्या मित्राला भेटायला गेला. औषध, शुश्रूषा सर्व काही बरोबर होतं. पण रोगी मात्र खंगत चालला होता. नवऱ्यासाठी दररोज जाग्रण करणाऱ्या नमूताईला दोन दिवस विसावा मिळावा म्हणून डॉक्टर रात्री रोग्याजवळ बसायला आनंदानं तयार झाला. पण नमूताईनं त्याला तिथं झोपू दिलं नाही. तिच्या पतिनिष्ठेचं कौतुक करीत तो पलिकडच्या खोलीत झोपी गेला.

“कसलं तरी भयंकर स्वप्न पडल्यामुळं तो रात्री जागा झाला. पलीकडे नवरा-बायकोचं काही तरी बोलणं चाललं होतं. ते त्याला स्पष्ट ऐकू आलं नाही; पण नवऱ्याचे ‘आता तरी छळू नकोस मला’ हे कर्कश्य उद्‌गार कानावर पडताच तो गोंधळून गेला.

“सारी रात्र तो अंथरुणावर तळमळत होता. पण अपरात्री ऐकलेल्या त्या उद्‌गाराचं कोड काही केल्या त्याला सुटलं नाही!”

“दुसरे दिवशी आपल्या मित्राच्या अंतरंगात शिरण्याचा त्यानं प्रयत्न केला. पहिल्यांदा त्यानं त्याला दाद लागू दिली नाही. पण त्याच्या तोंडून जेव्हा ते रहस्य बाहेर पडलं–”

"नमूताईचं नवऱ्यावर प्रेम होतं– भक्ती होती; पण ही भक्ती निर्लेप नव्हती. तिच्यात शरीरसुखाची विलक्षण आसक्ती होती. तो अंथरुणाला खिळला होता, त्याची शुश्रूषा ती मन:पूर्वक करीत होती. पण या एका बाबतीत मात्र ती त्याचं मुळीच ऐकत नसे. त्याला नको असलेलं ते सुख–

"त्या डॉक्टरानं बायकोला नवऱ्यापासून दूर ठेवलं. त्याचा सूड घेण्याकरिता तिनं त्या डॉक्टरावर भलताच आळ घेतला! तो त्याच्या मित्रमंडळीत पसरला. त्याच्या घरातही थोडा गोंधळ निर्माण झाला. पण त्यानं ते सर्व मुकाट्यानं सोसलं. वाघिणीच्या तोंडून तिचं भक्ष्य काढून घ्यावं तसं नमूताईच्या बाबतीत त्यानं केलं होतं. त्यामुळं तिच्या विचित्र त्वेषाची त्याला कीव आली. राग आला नाही.

"पुढं काही दिवसांनी तिचा नवरा त्या डॉक्टरच्या घरी वारला. नमूताईचं पुढं काय करायचं हा प्रश्न आला. नर्सिंगचं शिक्षण घ्यायचं असल्यास तिची सर्व व्यवस्था करायची डॉक्टरची तयारी होती. पण तिनं ते नाकारलं. तिनं एकच मागणी केली– 'जिथं खूपखूप लहान मुलं असतील तिथं मला काही तरी काम द्या!''

"डॉक्टरच्या ओळखीनं तिला एका अनाथ बालकाश्रमात काम मिळालं. तिथलं काम तिनं इतक्या आपुलकीनं केलं की आश्रमाच्या प्रमुख कार्यकर्त्यांत तिची गणना होऊ लागली. खुद्द डॉक्टरलासुद्धा तिच्या या स्थित्यंतराचं आश्चर्य वाटलं. तो अनेकदा मनात म्हणाला असेल, ("निसर्गाला कळीचं फूल करता येतं; पण काट्याचं फुलात रूपांतर करण्याची शक्ती माणसातच आढळते.")

एका स्त्रीच्या शरीरसुखाच्या आसक्तीचे वात्सल्यात परिवर्तन झाल्याची ही कथा मला मोठी उद्बोधक वाटली. मी पुढे काही तरी बोलणार तोच डॉ. साने मनगटावरच्या घड्याळाकडे पाहत म्हणाले,

"आठ वाजायला आले की!"

ते लगेच उठलेही.

त्यांच्याबरोबर गाडीत बसता बसता मी म्हटले, "डॉक्टर, नमूताईच्या हकिगतीतलं एक रहस्य सांगायचं राहिलंच आहे अजून!''

"कुठलं?''

"त्या डॉक्टरचं नाव! तुम्ही ते सांगितलं नाही तरी मला ते ठाऊक आहे म्हणा. सांगू का ते?''

"हं!''

"डॉ. साने.'

◆

सदूभाऊ

प्रवासाचा दिवस उगवला की माझे मन थोडेसे नाराजच होते. तसे पाहिले तर नवी नवी स्थळे पाहावीत नि नव्या नव्या माणसांच्या ओळखी व्हाव्यात अशी मला उत्कट इच्छा आहे. पण ती तृप्त करण्याकरता धाड धाड करीत जाणाऱ्या खटारेवजा मोटारीत किंवा खाड खाड करीत नि धूर ओकीत धावणाऱ्या आगगाडीत एखाद्या कोपऱ्यात आठ-दहा तास काढणे माझ्या अगदी जिवावर येते. मात्र अल्लाउद्दिनचा जादूचा दिवा मिळाला तर या घटकेला मी रशियात जायलासुद्धा तयार आहे.

या स्वभावामुळे प्रवासाचा दिवस उगवला की अंथरुणावरून उठता उठता माझ्या तोंडातून नकळत शब्द निघतात, 'उठा बुवा! आज प्रवासाला जायचंय!' हे म्हणताना माझा स्वर इतका नाखुषीचा असतो की माझ्या कोशात प्रवासाला जाणे या शब्दाचा अर्थ फाशी जाणे हाच आहे असा ऐकणाऱ्याचा ग्रह व्हावा.

थंडीच्या दिवसात रगावर रग घेऊन निजलेल्या माणसाला ती ऊब सोडवत नाही ना? मलाही घर सोडणे तितकेच कठीण वाटते. प्रवास जवळचा असो नाही तर लांबचा असो; निघण्याच्या दिवशी मी कुरकुर केली नाही असा दिवसच माझ्या आयुष्यात उजाडला नव्हता.

आज मात्र मी अगदी मुकाट्याने उठलो. उषाला त्याचे आश्चर्य वाटल्यावाचून राहिले नाही. तिने विचारले, "मुंबईचं व्याख्यान लांबणीवर पडलं वाटत?"

मी उत्तरलो, "छे! आज जायचंय ना!"

ती काहीच बोलली नाही. पण बायकांच्या तोंडापेक्षा त्यांचे डोळेच अधिक बोलके असतात. तिची दृष्टी मला म्हणत होती– 'आजच्या प्रवासात काही तरी विशेष दिसतंय! एरवी कुठं बाहेरगावी जायचं म्हटलं की एखाद्या आजोबाप्रमाणं कंटाळा येतो तुम्हाला, पण आज मात्र– आज अगदी लहान मुलाची हौस संचारलेली दिसतेय तुमच्यात!'

पती-पत्नींची एकमेकांवरची टीका-प्रति:ीका हा टिपऱ्यांच्या खेळाप्रमाणे गमतीचा

खेळ असतो. अशा वेळी वाक्याने वाक्य वाढविण्यातच दोघांना गंमत वाटते. एखाद्या ब्रह्मचाऱ्याने असला संवाद ऐकला की त्याला भास होतो– लहानशा गोष्टीसाठी नवरा-बायको उगीच हुज्जत घालताहेत! पण असल्या लहान लहान खटक्यातच संसाराची खरी लज्जत असते हे त्या बिचाऱ्याला कुठून कळणार?

आपल्या मूक टीकेला काही तरी उत्तर मिळेल अशी उषेची कल्पना असावी. चेंडूची वाट पाहणाऱ्या क्षेत्ररक्षकाप्रमाणे ती मोठ्या उत्सुकतेने स्तब्ध राहिली. पण मी गप्पच आहे हे पाहून तिला विलक्षण आश्चर्य वाटले. एखाद्या गुहेच्या तोंडाशी जाऊन लहान मुलाने मोठ्याने ओरडावे आणि प्रतिध्वनीच्या अपेक्षेने गुहेकडे पाहावे; पण उत्तरादाखल कसलाच आवाज ऐकू येऊ नये म्हणजे त्याची जशी निराशा होईल तशी तिची स्थिती झाली.

पण शितावरून भाताची परीक्षा करायला बायकांना कुणी शिकवावे लागत नाही. आजचा रंग काही निराळा आहे हे ओळखून उषा लगेच म्हणाली, ''मी केव्हाच ओळखलंय.''

''काय?''

''मुंबईला केव्हा जाईन असं झालंय तुम्हाला.''

मी हसलो. माझे हास्य म्हणत होते– गुप्त पोलिसात सरकार बायकांनाच अधिक जागा का देत नाही?

ती विजयी मुद्रेने म्हणाली, ''आज जाण्याची इतकी घाई का आहे सांगू का?''

''हं!''

''एखादा नवा चित्रपट लागला असेल!''

मी नकारार्थी मान हलविली. क्षणभर थांबून ती म्हणाली, ''नाही तर कुठल्या तरी मित्राचं लग्न ठरवायचं असेल!''

आता मात्र मला गप्प बसवेना. मी म्हटले, ''तुझा नवरा एखाद्या वधू-वर मंडळाचा संचालक आहे अशी तुझी समजूत झालेली दिसतेय.''

हसत हसत ती म्हणाली, ''हे मुंबईचं काम आज नका सांगू तुम्ही. परत आल्यावर तरी मला कळेलच की नाही?''

''कुणाकडनं?''

''सांगू?''

'सांगू?' हा एक शब्द उच्चारताना तिने इतकी गंभीर मुद्रा केली होती की मुंबईला मी कुठे कुठे जातो. . .नि काय काय करतो याची बित्तंबातमी तिला एखाद्या मैत्रिणीकडून कळत असावी असेच क्षणभर वाटले.

ती विलक्षण गंभीरपणाने माझ्याकडे पाहत होती. लिलावात एखाद्या वस्तूची किंमत वाढविण्याकरता जशी लिलाव पुकारणाऱ्याची धडपड चालते तशी माझी उत्सुकता वाढविण्याची तिची ही युक्ती होती.

मी म्हटले, "मी मुंबईला कशाकरता गेलो होतो हे कोण सांगणार तुला?"

"इकडं या, सांगते."

मी किंचित पुढे गेलो.

समोरच्या आरशातल्या माझ्या प्रतिबिंबाकडे बोट दाखवून ती हसू लागली.

मलाही हसू आवरेना.

लगेच ती म्हणाली, "बायकांच्या पोटात कुठलीही गोष्ट राहत नाही, अशी म्हण आहे ना? अगदी खोटी आहे ती! हल्ली पुरुषांच्याच पोटात काही राहत नाही!"

बायकांची कुचेष्टा करणारी एक प्रतिकोटी मला तात्काळ सुचली. पण जिभेवरूनच मी ती परतविली. हसत हसत मी उषाला म्हणालो, "तुझा हा नवा सिद्धांत खरा ठरावा म्हणून का होईना आज मुंबईला जाण्यात मला हुरूप का वाटतोय ते तुला सांगतो. डॉ. साने भेटणार आहेत मला या खेपेला. 'पारिजातकाची फुले' ही गोष्ट प्रसिद्ध झाल्यापासून मला काय काय अनुभव आले ते तू पाहिलंस ना? आता साने यांच्या मदतीनं त्या अनुभवांची कादंबरी करावी म्हणतो."

मी मुंबईला बापुरावांच्या बिऱ्हाडात पाऊल टाकले मात्र; काल रात्री माझ्या नावाने एक फोन आला होता असे कळले मला.

"कुणाचा?" कपडे काढीत असताना मी विचारले.

"डॉ. साने यांचा."

बापुरावांनी कागदावर टिपून घेतलेला त्यांचा निरोप मी मोठ्या उत्सुकतेने वाचू लागलो, 'माझ्या पत्नीच्या एका मैत्रिणीने जीव देण्याचा प्रयत्न केल्याची बातमी आताच कळली. म्हणून आम्ही दोघेही नाशिकला जात आहोत. बहुधा उद्या परत येऊच. आल्याबरोबर मी तुम्हाला फोन करीन. तुम्हाला राहयला सवड असली तर दोन-तीन दिवस अवश्य राहा. पण एखादे वेळी सवड नसेल म्हणून माझ्याकडे असलेले सदूभाऊ मराठ्यांचे पत्र पोस्टाने तुमच्याकडे पाठवून देत आहे. माझे त्या पत्राचे काम झाले आहे. तुम्ही ते वाचून कोल्हापूरला श्री. गोविंदराव मराठे (मोहन टॉकीजचे मॅनेजर) यांना द्यावे.'

डॉक्टर साने यांना याच वेळी नाशिकला जावे लागले याचे मला फार वाईट वाटले. 'पारिजातकाची फुले' या गोष्टीतून उत्पन्न झालेल्या अनेक शंका-कुशंकासंबंधाने मला त्यांच्याशी बोलावयाचे होते. पण आपण एखादे पदार्थ संग्रहालय पाहयला मोठ्या उत्सुकतेने जावे नि त्याच दिवशी ते बंद असावे! अगदी तश्शी स्थिती झाली माझी. मात्र साने यांनी सदूभाऊचे पत्र पाठविण्याची दक्षता घेतल्यामुळे आपली मुंबईची खेप अगदीच फुक्कट जाणार नाही असे त्यातल्या त्यात मी माझे समाधान करून घेतले.

साने यांचा निरोप कळल्यापासून पोस्टमनच्या पावलाकडे माझे डोळे एकसारखे लागले होते. इतक्या उत्सुकतेने आयुष्यात टपालाची वाट माणूस दोनच प्रसंगी पाहतो– परीक्षेचा निकाल किंवा पत्नीचा माहेरवास!

शेवटी एकदाची टपालाच्या शिपायाने घंटा वाजविली नि मी डॉक्टरांचा तो जाड लखोटा घेऊन आरामखुर्चीत कलंडलो.

गोविंदरावांचा नि माझा चांगला परिचय असला तरी, त्यांच्या थोरल्या भावाला मी कधीच पाहिले नव्हते. पाहणार तरी कुठून? कोल्हपुरला येऊन मला इन-मीन तीन वर्षं झाली होती. पण अक्षरावरून माणसाची पारख करण्यात काही चूक होत नसेल, तर एक गोष्ट कुणालाही कबूल करावी लागली असती. त्यांचा परागंदा झालेला थोरला भाऊ सदूभाऊ हा साधा, सरळ, एकमार्गी माणूस होता.

मात्र त्याच्या पत्रातले पहिले वाक्य वाचून मी चकितच झालो. गोविंदरावांच्या तोंडून बायकोच्या छळाला कंटाळून तो बेपत्ता झाल्याची कहाणी जेव्हा कळली तेव्हा मी त्याच्याविषयी थोडी अधिक चौकशी केली होती. पण या चौकशीत त्याला लहानपणी तालमीचा खूप नाद होता या माहिती पलीकडे फारसे काही निष्पन्न झाले नव्हते.

त्याच्या पत्रातही पहिलवानी पेशाचेच प्रतिबिंब पडलेले असणार अशा कल्पनेने मी ते वाचायला सुरुवात केली होती; पण–

त्याचे पहिले वाक्य पहिलवानाचे नव्हते ते कवीचे होते.

'माझं एक मन अजून घरातच घुटमळतंय! पण माझं दुसरं मन– केव्हा एकदा या घराबाहेर जाईन असं त्याला झालंय! गोविंदा, डुकराला कसं मारतात हे तू पाहिलं आहेस का? मागं मी गोमंतकात गेलो होतो. कॅसल रॉक स्टेशनवर गाडी आली त्या वेळी अंगावर शहारे उभे करणाऱ्या किंकाळ्या ऐकू येऊ लागल्या. गाडी थांबल्यावर मी मुद्दाम खाली उतरून आजुबाजूला पाहिलं. स्टेशनाच्या पलिकडेच एका डुकराला मारण्याचे पवित्र काम चालले होते. पुष्कळ लोक त्या दुर्दैवी प्राण्याला काठ्यांनी बडवीत होते. 'त्याचा एकदम का जीव घेत नाहीत हे लोक?' मी एका तिकडच्या उतारूला विचारलं. त्यानं उत्तर दिलं, 'असं मारल्याशिवाय डुकराच्या मांसाला गोडी येत नाही!' मला वाटत– नशीबही माणसाला असेच छळीत असते. ते एक घाव दोन तुकडे करून त्याला एकदम मारून टाकीत नाही. डुकराचं मांस गोड लागावं म्हणून हालहाल करून त्याला मारणाऱ्या लोकांप्रमाणं तेही–

जाऊ दे! नशिबाला शिव्या देऊन काही त्याचा पराभव करता येत नाही! त्याच्याशी झुंजण्याची ताकद माझ्या अंगात असती तर–

लहानपणी तास तासभर जमीन धरून मी मोठमोठ्या गड्यांना घायकुतीला आणीत असे. सामना बरोबरीनं सुटला तरी तो माझा विजय आहे असंच मला वाटे. चिकट गडी म्हणून प्रसिद्ध होतो मी! पण दुर्दैवाशी त्या चिकाटीनं लढण्यात आता मला अर्थ वाटत नाही. कुस्ती सुरू असताना एका गड्यानं भिऊन आखाड्यातून पळून जावं तसा मी संसारातून घाबरून निघून जात आहे. पुढं मी काय करणार आहे ते माझं मलाच ठाऊक नाही! भविष्यकाळ भाग्यवंताकरिता असतो असं म्हणतात. माझ्यासारख्या दुर्दैवी माणसांना त्याच्या डोळ्याला डोळा देण्याचा धीरच होत नाही! ही रडकथा कुणालाही सांगू नये असं आजपर्यंत वाटत होतं. पण–

संसाराचा सारा भार तुझ्यावर टाकून मी भ्याडासारखा पळून गेलो असं तुला वाटेल म्हणून–

''गोविंदा, तुझा भाऊ भित्रा नव्हता! त्याला त्याच्या दुर्दैवानं भित्रा बनवलं. त्या दुर्दैवाचं नाव–

बायको!

संसार हा कल्पवृक्ष आहे असं मी काव्याच्या पुस्तकात लहानपणी वाचलं होतं. मला अनुभव मात्र अगदी निराळा आला. तो विषवृक्ष आहे!

माझं लग्न एका श्रीमंत मुलीबरोबर कसं झालं याची तुला कल्पना आहे का? तिला मंगळ होता. तिच्या इनामदार बापाला खूप खटपट करूनही मंगळ असलेला नवरा मिळेना. माझ्या दुर्दैवानं माझ्या पत्रिकेतही मंगळ उमटला! इनामदारांची मुलगी सून म्हणून घरात येण्याची आशा उत्पन्न होतातच आईला अंबाबाई पावली. बाबांना स्वर्ग दोन बोटं उरला!

पण मला कुठलाही देव पावला नाही. माझ्या वाट्याला एक राक्षशीण मात्र आली. स्वर्ग कुठं आहे याचा मला लग्नानंतर पत्ताच लागला नाही. मी नरकापासून फार दूर नाही हे मात्र मला लवकरच कळून चुकलं.

लग्न झालं त्या वेळी माझी एक अटीतःीची कुस्ती ठरली होती. ती कुस्ती मी जिंकणार अशी खात्री होती मला. पण माझे सोबती– कुणी थट्टेनं, कुणी मत्सरानं– एकसारखे मला हिणवू लागले. लग्न झालं की मी लगेच बायकोच्या नादाला लागणार नि ही कुस्ती हरणार अशी त्यांची बालंबाल खात्री झाली होती. ते सारे म्हणत होते त्या गोष्टीवर माझाही विश्वास होता. आमच्या आखाड्यात कॅलेंडरवरचं बाईचं चित्रसुद्धा ठेवलं जात नव्हतं. स्त्रीच्या दर्शनानं पहिलवानाच्या मनात नाही नाही ते विचार येऊ लागतात नि मग–

या साऱ्या कल्पना कदाचित खोट्याही असतील. पण त्या वेळी माझी त्यांच्यावर इतकी श्रद्धा होती की लग्न झाल्यावर लगेच बायकोविषयीचे विचार मनात आणायचे नाहीत असा मी निश्चय केला.

इतरांचा काय अनुभव असेल तो असो हा निश्चय पाळणं मला मुळीच कठीण

गेलं नाही. तुला हसू येईल. खरंही वाटणार नाही. पण मी अगदी शपथपूर्वक सांगतो– लग्नानंतर जे मला पहिलं स्वप्न पडलं त्यात स्त्री नव्हती, चुंबन नव्हतं, काही नव्हतं. एक कुस्तीचं मैदान होतं नि मी टाळ्यांच्या कडकडाटात त्या मैदानात उतरत होतो.

माझा निश्चय पार पडणार अशी माझी खात्री होती. पण–

मध्येच माझ्या बायकोला माहेरी पाठवून देण्याबद्दल तिच्या वडिलांचं पत्र आलं. सोबतीला दुसरं कोण जाणार? तू फार लहान होतास त्या वेळी.

मीच तिला घेऊन गेलो. सासऱ्यानं चार दिवस राहण्याचा मला आग्रह केला. तो मोडवला नाही म्हणून मी राहिलो. मला सासूबाई नव्हत्याच. घरातल्या साऱ्या किल्ल्या स्वयंपाकीणबाईच्याच स्वाधीन होत्या.

तिथं गेल्यानंतर पहिल्याच रात्री–

पायाला गारगार काय लागलं ते पाहावं म्हणून मी डोळे उघडले. सापाच्या भीतीनं मी जागा झालो होतो. पण माझ्या पायावर साप वळवळत नव्हता. ते हात– माझी बायको होती ती!

तिच्या स्पर्शानं मला आनंद झाला हे मी नाकबूल करीत नाही. तिच्याशी खूप खूप बोलावं असंही माझ्या मनात आलं. पण–

शरीरसुखाच्या पलीकडे नवऱ्यापासून तिला कसलीच अपेक्षा नव्हती. मी तिची समजूत घालू लागताच तिनं मला धमकावणी दिली, 'माझ्या मनासारखं झालं नाही तर मी ओरडून बाबांना हाका मारीन!'

परक्याच्या घरात तमाशा नको म्हणून मी गप्प बसलो. पण तिच्या या विचित्र धाडसामुळं माझ्या मनात एक प्रकारची अढी उत्पन्न झाली. स्त्रीसुलभ लज्जा तिच्यात नसावी याचं मला आश्चर्यही वाटलं.

उगीच पाल्हाळ लावीत नाही. पहिल्याच भेटीत तिनं माझ्या मनाला हा विचित्र धक्का दिला होता! पुढं लवकरच वडिलांच्या सुतकातही एके दिवशी या प्रसंगाची पुनरावृत्ती झाली.

मी दुःखानं चूर झालो होतो नि ती–

'ती पूर्वजन्मी एखादी राक्षशीण असावी असंच मला वाटू लागलं!'

मी मध्येच थांबून समोर पाहू लागलो. मला साने यांनी सांगितलेली नमूताईची हकिगत आठवली. पुरुष आणि अत्याचार यांची जगानं घातलेली सांगड हा एक संकेत आहे अशी कल्पना माझ्या मनात येऊन गेली. बायकाही अत्याचारी असू शकतात हे सदूभाऊच्या पत्रावरून–

'राक्षसी महत्त्वाकांक्षे'तली मदालसा– वाङ्मयातली उदाहरणं कशाला हवीत? राजघराण्यापासून चित्रपटसृष्टीपर्यंत या वृत्तीच्या बायकांनी घातलेल्या सावल्या

गोंधळाच्या अनेक सत्यकथा माझ्या डोळ्यापुढे उभ्या राहिल्या.

सदूभाऊच्या त्या पत्राकडे पाहून माझ्या मनात आले– देशभक्तीच्या नावाखाली लाखो लोकांचे प्राण घेणारी युद्धं अशी जगात सुरू आहेत, त्याप्रमाणं पावित्र्याच्या पडद्याआड एकमेकांना विटून गेलेल्या जोडप्यांना एका पिंजऱ्यात ठेवणाऱ्या लग्नांची परंपराही अखंड चालली आहे. संसाराला जुने लोक समुद्राची उपमा देत असत ती अतिशय समर्पक आहे. पण समुद्रात पोहण्याकरिता माणसाला लाईफ बेल्टची जरुरी असते. त्याच्याऐवजी एखादा दगड गळ्यात बांधून त्याला पोहण्याचा हुकूम सोडला तर–

वाऱ्याच्या झुळुकीने माझ्या हातातल्या पत्राची पाने फडफडली. जणू काही सदूभाऊच मला म्हणत होता, 'एवढ्यानं काय झालंय? पुढं वाचा!'

मी पुढे वाचू लागलो.

''मी विरक्त झालो किंवा शरीरसुखाची इच्छा मला होत नव्हती असं नाही. आजारी माणसाला कुणी पंचपक्वान्नांचं जेवण आग्रह करून वाढू लागला तर त्याला सुख होईल का? माणसाचं मनही अनेकदा आजारी असतं हे तिला कळलं नाही!

हळुहळू माझं मन बायकोची आईशी तुलना करू लागलं. आईच्या कृश मूर्तीविषयी लहानपणापासून मला आदर वाटत आला आहे. शिबि राजानं एका कबुतराचं रक्षण करण्याकरिता आपलं स्वतःचं मांस कापून दिलं होतं ना? आपली आईही कुटुंबाकरता जन्मभर तेच करीत आली आहे असं मला लहानपणापासून वाटे. तिच्या कृशतेचं कारण हेच असलं पाहिजे असं नेहमी माझ्या मनात येई.

आईच्या मानानं तुझी वहिनी किती गुबगुबीत आहे हे तू पाहत आलाच आहेस. तिची आईशी तुलना करू लागलो की एक विचित्र कल्पना राहून राहून माझ्या मनात येई– इतरांच्या रक्तमांसावर जगणारी माणसंच अशी लठ्ठ होतात. दुसऱ्याकरता झिजणारी माणसं असं अंग कुठून धरतील? माझं मन म्हणू लागलं– आपली आई ही हळुहळू जळत जाणारी उदबत्ती आहे आणि आपली बायको ही तेलाच्या जिवावर उड्या मारणारी नि हसत राहणारी दिव्याची ज्योत आहे.

उन्हाळ्यात विंचू कुठून येतात कुणाला ठाऊक; पण ते दररोज घरात सापडू लागतात. माणसाच्या मनाची तगमग होऊ लागली की विचित्र विचारही असेच त्याच्या मनात वारंवार डोलावू लागतात. त्या विचारांच्या नादानं अगदी वेडा होऊन जातो तो. वडील वारल्यानंतरच्या वर्ष-सहा महिन्यात शरीरसुखापलिकडे न पाहणाऱ्या बायकोमुळं माझ्या मनात इतक्या विचित्र नि विलक्षण विचारांची गर्दी उसळू लागली– एखादं मोहोळ कुणी तरी डिवचावं नि मग मधमाशांचा थवाचा थवा घोंघावत झाडाखाली स्वस्थपणे झोपलेल्या माणसावर तुटून पडावा; अगदी तश्शी स्थिती झाली होती माझी.

राहून राहून माझं मन बायकोची आईशी तुलना करी. अंगकाठी, डोळे, स्वभाव, वागणूक कशातच तिचं आईशी साम्य नव्हतं. बाबांनी कितीही डोळे वटारले तरी आई डोळा वर करून त्यांच्याकडे पाहत नसे. त्यांच्या तोंडातून कठोर शब्द बाहेर पडले तरी ती कधी पुटपुटूनसुद्धा उत्तर देत नसे. अशा आईच्या सावलीत मी वाढलो होतो, त्यामुळं–

सारं लिहू लागलो तर एक कादंबरी होईल. पण ही कादंबरी इतर कादंबऱ्याप्रमाणं मनोरंजक होणार नाही. लेखक ज्या कादंबऱ्या लिहितात त्यात एक पुरुष आणि एक स्त्री एकमेकांवर प्रेम करतात; पण जग त्यांच्या प्रेमाच्या मार्गात काटे पसरतं असं दाखविलेलं असतं. हे सारे लेखक अडाणी तरी असले पाहिजेत किंवा ढोंगी तरी असले पाहिजेत. बिचाऱ्यांना एक साधी गोष्ट कळत नाही– लग्नापूर्वी प्रेमाच्या मार्गावर फुलं पसरलेली दिसतात. पण लग्न झाल्यावर ती फुलं सुकून जातात, त्यांच्या पाकळ्या वाऱ्यावर उडू लागतात नि मग त्यांच्याखाली लपलेले काटे– बाभळीचे, निवडुंगाचे, कणकीचे नाना तऱ्हांचे काटे पावलोपावली पायांना टोचू लागतात. प्रेमकथा लिहिणारे लेखक जिथं आपल्या गोष्टी संपवितात तिथंच आयुष्यातल्या खऱ्याखुऱ्या कथा सुरू होतात. त्या लिहायचं या लोकांना भय वाटत असावं! बाजारात चॉकलेट खपतं, कोयनेल खपत नाही हे कळण्याइतके ते हुशार असतातच!

लिहिता लिहिता फार वाहावलो मी! पण– मरण जवळ आलं की काय बोलू न काय बोलू नको असं माणसाला होतं ना? माझंही तसंच झालं आहे. घरदार, भाऊ-बहीण या सर्वांना सोडून जाणं हे मरणाइतकंच कठीण वाटतंय मला. ही एक प्रकारची आत्महत्या आहे हे मला समजतंय; पण–

गोविंदा, क्षमा कर मला. आत्महत्या कुणी सुखासुखी करीत नाही. छळाला कंटाळून किंवा दुःखानं वैतागूनच माणसं मरणाला मिठी मारायला धावतात. मीही असाच एका असह्य विचित्र दुःखानं–

उगीच लांबण लावीत नाही आता! पहिल्या भेटीतच बायकोविषयी माझ्या मनात जो तिःकारा उत्पन्न झाला तो एकसारखा वाढत गेला. तिला खरीखुरी मी पाहिली ती तिच्या माहेरी– त्या रात्री! बोहल्यावर अंतरपाट दूर झाला तेव्हा तिच्याकडे मी निरखून पाहिलं होतं. पण त्या पाहण्यात नुसता नवीनपणाचा आनंद होता. लहान मुलाला एखादं खेळणं मिळालं म्हणजे ते कौतुकानं त्याच्याकडे पाहू लागतं ना? तसंच होतं माझं ते पहाणं.

आमच्या घरातल्या जुन्या वळणामुळं लग्न झाल्यावर पहिल्या आठ-पंधरा दिवसात तिचं माझं बोलणंच झालं नाही मुळी. स्नेहासोबत्यांच्या चिडविण्यामुळं मीही तिच्याकडे फारसं लक्ष दिलं नाही.

तिच्या माहेरी– त्या रात्री एका घटकेत माझी सारी सुखस्वप्नं भंग पावली.

बेदरकारपणानं खेळणाऱ्या लहान मुलानं टेबलावरच्या सुंदर फ्लॉवरपॉटचे तुकडे तुकडे करावेत तशी; तिच्या निर्लज्ज वागणुकीनं माझ्या मनाची स्थिती झाली. तिची आठवण झाली की त्या रात्रीचं ते विचित्र दृश्य माझ्या डोळ्यापुढं उभं राहतं.

नि आईची आठवण झाली की—

त्या आठवणींतही अशीच रात्र आहे; पण— किती सात्त्विक आठवण आहे ती! मी तापानं अंथरुणावर निपचित पडलो आहे. समोर रामाची तसबीर आहे. आई त्या तसबिरीच्या पाया पडून तिला म्हणत आहे, 'मला ने, पण— पण माझ्या सदूला जीवदान दे.' तिच्या डोळ्यातून घळघळ धारा वाहत आहेत. त्याच धारा माझ्या अंगावर पडतात नि माझा ताप उतरतो. तो आईचा शब्द मोडण्याची देवाचीसुद्धा छाती होत नाही.

एक वेळ वाटतं— इतक्या सालस आईची माया मला मिळाली नसती तर निर्लज्ज आणि उर्मट बायकोशीसुद्धा जुळवून घेण्याची इच्छा मला झाली असती. पण सावलीतून उन्हात येणाऱ्या माणसालाच उन्हाचा त्रास अधिक होतो. माझंही तसंच झालं.

लिहीन तितकं थोडंच आहे. प्रत्येक माणसाला स्वतःच्या आयुष्यावरून एक कादंबरी लिहिता येईल असं म्हणतात ते अगदी पुरेपूर पटतं मला. पण मनाला डसणाऱ्या विंचवाच्या वेदना विसरण्याकरिता मी अलीकडे खूप कादंबऱ्या वाचल्या असल्या तरी तसलं काही लिहायचं मला जमणार नाही नि ज्याला जग सोडून दूर दूर कुठं तरी जायचं आहे त्यानं या खटाटोपात पडावं तरी कशाला?

या कादंबरीतल्या पुढच्या प्रसंगाचं अगदी त्रोटक वर्णन केलं तरी माझ्या दुःखाची तुला कल्पना येईल.

बाबा देवाघरी गेले. आईला त्या दुःखाचा विसर पडावा म्हणून मी रोज रात्री तिला ज्ञानेश्वरी, दासबोध नाही तर तुकोबाचा गाथा वाचून दाखवू लागलो. तिनं पुरे म्हटल्याशिवाय मी वाचन थांबवीत नसे. वयामुळं व दुःखामुळं ती बारा-बारा वाजेपर्यंत जागत राही. मीही तिला बरं वाटावं म्हणून वाचीत राही. मला वेदान्त आवडत होता अथवा परमार्थाची तहान लागली होती असं थोडंच आहे? पण एक गोष्ट मी कधीही विसरलो नाही— (वृद्धपण हे दुसरं बालपण असतं. या बालपणात मोठ्या माणसांना लहान माणसांनी जपायचं असतं. माझ्या बालपणी आईनं माझे हट्ट पुरवले, माझी शुश्रूषा केली, माझ्यावरून आपला जीव ओवाळून टाकला. त्या ऋणाची फेड वार्धक्यात तिची सेवा केल्यानंच होणार आहे.)

पण माझ्या या भावनेची बायको काडीमात्र कदर करीत नसे. रात्री बारा-साडेबारा वाजता मी खोलीत पाऊल टाकलं की ती खुनशीपणानं हसे आणि म्हणे, 'यावं पुराणिकबोवा!' अशा वेळचे तिचे ते टोमणे— तिची घालूनपाडून बोलण्याची ती पद्धत— आईच्या दुःखाविषयीची ती बेपर्वाई नि शरीरसुखाचा तो हव्यास— माझं मन

अगदी विटून गेलं त्या अनुभवांनी! फळ अधिक पिकलं की ते कुजतं– त्याची घाण सुटते. तिची शरीरसुखाची आसक्ती तशी वाटू लागली मला. जणू काही तिच्या श्रीमंत बापानं तेवढ्यासाठीच मला विकत घेतलं होतं.

हे दु:ख सांगायचं तरी कुणाला? आई फार मोठी, तू फार लहान, नवरा हरिद्वारला गेल्यामुळं ताई गांजलेली. मी मनात म्हणे– (माणसाला क्षय किंवा कॅन्सर झाला तर त्याची लक्षणं तरी बाहेर दिसतात. लोक त्या रोग्याची कीव करू लागतात. पण या रोगाहूनही भयंकर अशी मानसिक दु:ख मात्र माणसांना जगात मुकाट्यानं सोसावी लागतात. कुणी एका शब्दानंही त्यांच्या दु:खांची विचारपूस करीत नाही.)

मी हा मुका मार सोशीत असतानाच भाऊबंदांनी आपल्यावर दावे लावले. सुखानं मिळणाऱ्या आपल्या मीठ-भाकरीत माती मिसळण्याचा उद्योग त्यांनी सुरू केला. घरी वकिलांचे खिसे भरल्याशिवाय कोर्टात त्यांची तोंड उघडत नाहीत. शेवटी हे खिसे भरण्याकरिता मी मुंबईची नोकरी पत्करली.

बायकोला मुंबईला नेण्याची माझी इच्छा नव्हती. पण पुढं पुढं आईनं फार आग्रह केला म्हणून मी नाईलाजानं बिऱ्हाड मांडलं. त्या बिऱ्हाडाचा मुहूर्त माझ्या टायफॉइडन झाला. अठ्ठावीस दिवसांनी मी तापातून उठलो. अधिक रजा मिळण्यासारखी नव्हती म्हणून लगेच मी नोकरीवर रुजू झालो.

नोकरीवरून संध्याकाळी मी परत येई तेव्हा इतका गळून जाई की–

उसाच्या चरकातून बाहेर पडलेलं चिपाड असतं ना? माझ्या शरीरानं त्याचासुद्धा हेवा केला असता त्या वेळी.

लवकरच माझी बायको मुंबईला कंटाळली. तिनं माहेरी जाण्याची भाषा सुरू केली. तिच्या उदास वागणुकीमुळं माझ्याही मनाचा संताप होई; म्हणून तिच्या जाण्याला मी आनंदानं संमती दिली.

जायच्या दिवशी फार गडबड झाल्यामुळं तिची ट्रंक मी भरू लागलो. त्या ट्रंकेतलं सामान नीट लावता लावता माझ्या हाताला एक वही मिळाली. उखाणे नि ओव्या टिपून घेण्याचा नाद पुष्कळ बायकांना असतो. या वहीतही तसलाच काही तरी मजकूर असेल म्हणून मी ती तशीच परत ठेवणार होतो. पण–

(संशय हा माणसाचा मागच्या जन्मीचा वैरी आहे.) हिला कुठल्या ओव्या आवडतात ते तरी पाहावं म्हणून मी ती वही उघडली.

फुलांच्या परडीतून तक्षक निघावा तशी माझी स्थिती झाली.

मी जे पान उघडलं होतं त्याच्यावर एक लावणी उतरलेली होती. नुसती शृंगारिक नव्हती ती! जवळ जवळ बीभत्स! तिच्या पहिल्याच दोन ओळी इतक्या किळसवाण्या होत्या की–

ते अक्षर माझ्या बायकोचं आहे असं वाटेना. म्हणून मी वहीचं पहिलं पान

उघडलं. त्यावर एका पुरुषाचं नाव होतं.

वही चाळता चाळता तिच्यात एक पत्र आढळलं. पत्र मोठ्या सलगीचं होतं. त्याच्या खाली सही नव्हती. 'तुझा बालमित्र' एवढंच लिहिलं होतं.

त्या वहीविषयी तिला काही तरी विचारावं असं माझ्या मनात आलं पण मी जिभेला लगाम घातला.

पुढं ती माहेरीच अधिक राहू लागली. आईच्या आग्रहामुळं मी तिला महिना दोन महिने मुंबईला घेऊन येई. पण तिच्या सहवासात मला काडीभरही सुख होत नसे.

आई गेल्यावर ती वर्षभर माहेरीच होती.

एके दिवशी एकदम माझ्या सासऱ्याची तार आली. ती फार आजारी आहे, असं तारेत लिहिलं होतं.

(कर्तव्य आणि दया ही सख्खी भावंडं आहेत.) मी धावत तिच्या समाचाराला गेलो पण–

मी गेलो तेव्हा ती चांगली हसत-खेळत होती. आजारातून उठलेल्या माणसासारखा तिचा चेहराही दिसत नव्हता. तिनं हे आजाराचं नाटक का केलं ते मला कळेना.

त्या दिवशी गड्याला मी माझं अंथरूण बाहेर घालायला सांगितलं. त्यानं ते तसं घातलं. त्या बिचाऱ्याचा काहीच अपराध नव्हता यात. पण तेवढ्यासाठी ती त्याला ताडताड बोलली. अट्टाहासानं तिनं त्याला ते अंथरूण आपल्या खोलीत न्यायला लावलं.

या साऱ्या प्रकाराची मला किळस आली. लाजेनं मेल्याहून मेल्यासारखा झालो मी. बायको फार आजारी आहे म्हणून तिच्या समाचाराकरीता आलो होतो मी. चार दिवस मौज करण्याकरिता नव्हे.

घरातली मंडळी मला काय म्हणतील–

पण माझ्या मनाला लागलेली ही टोचणी तिच्या गावीही नव्हती. नाईलाजानं मी तिच्या खोलीत झोपलो. मात्र पूर्वीप्रमाणं तिच्या धमकावणीला मी भीक घातली नाही नि तिच्या लाचारीला मी बळीही पडलो नाही. आजारी बायकोच्या बाबतीतलं कर्तव्य पार पाडल्याच्या आनंदात तीन-चार दिवसांनी मी परत आलो. या चार दिवसात माझ्या मनाला रूखरूख लागणारी एक गोष्ट मात्र घडली. गावातला एक छाकटा माणूस माझ्या बायकोच्या समाचाराला दोन-तीनदा आला. एकदा तर तो अगदी तिच्या बिछान्यावरच जाऊन बसला. कुठल्या तरी नाटक मंडळीत तो पूर्वी होता म्हणे. मधूनमधून तो स्वत:शीच एखादं गाणं गुणगुणे. बहुधा लावणी असे ती.

त्याच्या या सलगीविषयी मी नापसंती दर्शविली. पण माझ्या बायकोनं ते सारं हसण्यावारी नेलं.

मी परत मुंबईला आल्यावर महिन्या दीड महिन्यातच माझ्या सासऱ्याचं पत्र

आलं– तिला डोहाळे लागले होते.

माझ्या अंगाची आग आग झाली. मला मध्ये तार करून तिनं का बोलावून नेलं याची पूर्ण कल्पना आली मला. ते निर्लज्जपणाचं नाटक–

अशा बायकोबरोबर यापुढे संसार करणं मला अशक्य आहे! त्या छाकट्यापासून तिला झालेलं पोर आपलं मूल मानून मांडीवर खेळवणं–

आणि तेवढा मनाचा मोठेपणा मी दाखवला तरी त्याचं फळ काय मिळणार आहे मला? माझ्या मूर्खपणाला ती हसतच राहील. (एक पाप पचलं म्हणजे शंभर पापांची माणसाला भीती वाटेनाशी होते.) ते सारं सोसायचं सामर्थ्य माझ्या अंगात नाही. माणूस काढा हसत घेईल पण विष?

तिचं पाप तिच्या पदरात घालणं आधीच कठीण! त्यात दोन्ही कुळांच्या अब्रूचा प्रश्न! उद्या तुला नि ताईला जगात तोंड दाखवायची चोरी होईल. तुम्हा सर्वांच्या सुखाला अशी आग लावण्यापेक्षा–

मीच कुठं तरी जातो. माझा शोध करू नकोस. ज्या दिवशी माझं लग्न झालं, त्याच दिवशी आयुष्यातला सुखाचा डाव मी हरलो. तेव्हा–

देवानं तुला नि ताईला सुखी ठेवावं एवढीच माझी शेवटची इच्छा आहे.''

तुझा दुर्दैवी भाऊ
सदाशिव

पत्र संपताच मला क्षणभर बरे वाटले. एखाद्या तळघरातल्या काळोखात चालताना माणसाला जसा अस्वस्थपणा वाटतो तसे हे पत्र वाचताना मला झाले होते.

त्या पत्रातले सदूभाऊचे ते शेवटचे शब्द– 'देवानं ताईला सुखी ठेवावं एवढीच माझी इच्छा आहे!'

ते आठवताच दैवाच्या निर्दय खेळाची जाणीव होऊन माझ्या अंगावर शहारे उभे राहिले. सदूभाऊच्या ताईला पहिल्या नवऱ्यापासून तर सुख मिळालेच नव्हते; पण सुखाच्या आशेने केलेला पुनर्विवाहसुद्धा तिला तापदायकच झाला होता. नट असलेल्या त्या दुसऱ्या नवऱ्याचा तिच्यावरचा तो जुलूम–

माझ्या मनात आले– (माणसं ही निष्ठुर निसर्गाच्या हातातली खेळणी आहेत हेच खरं.) हजारो वर्षं वाढत आलेले सुंदर शहर धरणीकंपाच्या धक्क्यानं धुळीला मिळवण्यात निसर्गाला कधी वाईट वाटलं आहे काय? माणसांच्या मनोविकारांचाही तो असाच दुरुपयोग करतो. शांत धरणी एकदम हलू लागावी, त्याप्रमाणे माणसंही एखाद्या विकारानं प्रक्षुब्ध होतात नि या क्षोभाला संसार, सोबती, सुख किंबहुना जीवनातलं सार सौंदर्य हां–हां म्हणता बळी पडते.

टेलिफोनची घंटा खणखणू लागली नसती तर विचारांच्या या धारेबरोबर मी

कुठे वाहत गेलो असतो कुणाला ठाऊक!

फोनवर मी बोलू लागलो– "हॅलो!"

"हॅलो. खांडेकर आहेत का?"

"मी खांडेकरच बोलतोय. आपण कोण?"

"मी डॉ. साने. आताच नाशिकहून आलो. अर्ध्या एक तासात मी येतोच तुमच्याकडे. कुठं बाहेर जाऊ नका हं."

डॉ. साने इतक्या अगत्याने माझ्याकडे का येताहेत ते मला कळेना. मला वाटले– कदाचित नाशिकची सारी हकिगत त्यांना सांगायची असेल कदाचित–

(तर्क करणं हे लपंडाव खेळण्यासारखंच आहे. लपंडावात आपल्या जवळच लपून बसलेला गडी आपणाला कुठे दिसतो? तर्क करतानाही माणसाची अशीच स्थिती होते. स्वाभाविक गोष्टच त्याला अचूक सुचत नाही.)

डॉ. साने एवढ्या गडबडीने आले ते रात्री मला जेवायला बोलवायला. मी हे आमंत्रण स्वीकारलेच पाहिजे असा त्यांच्या पत्नीचा आग्रह होता. ती लहानपणापासून मला ओळखीत आहे असं त्यांनी सांगितलं तेव्हा तर मी गोंधळूनच गेलो.

पण माझ्या मनाचा गोंधळ डॉक्टरांच्या लक्षात आला नसावा. माझ्यासमोर पडलेल्या सदूभाऊच्या पत्राकडे पाहून ते हसत म्हणाले, "कसं काय वाटलं हे पत्र तुम्हाला?"

एखाद्या गमतीच्या कादंबरीविषयी विचारावे तसा हा डॉक्टरांचा प्रश्न वाटला मला.

मी उत्तर दिले, "फार भयंकर पत्र आहे हे!"

"भयंकर?" डॉक्टरांनी मघापेक्षाही मोठे हास्य केले. लगेच ते म्हणाले,

"शस्त्रक्रिया म्हटलं की तुमच्या अंगावर काटा उभा राहतो; पण दररोज पंचवीस शस्त्रक्रिया करणाऱ्या डॉक्टराला विचारा. तो म्हणेल– पंचवीस झाडांची फुलं तोडणं नि पंचवीस शस्त्रक्रिया करणं याच्यात काही फारसं अंतर नाही."

मी कळवळ्याने उद्गारलो, "गरीब बिचारा सदूभाऊ!"

डॉक्टर मृदु स्वराने म्हणाले, "नि त्याची ती दुर्दैवी बायको!"

"दुर्दैवी की दुष्ट?"

हा प्रश्न माझ्या अगदी जिभेवर आला होता. तो मी विचारणार इतक्यात डॉक्टर म्हणाले, "या गोष्टीत सारा दोष काही त्या बाईचाच नाही!"

"म्हणजे?"

"ते आता सांगत बसलो तर तुम्ही जेवायला यायची टाळाटाळ कराल. तेव्हा तुम्हाला एक प्रॉमिसरी नोट लिहून देतो. रात्री जेवण झाल्यावर त्या बाईची सारी हकिगत–" माझ्याशी हस्तांदोलन करीत ते उद्गारले.

“बराय! बरोबर आठला येतो मी!”

मी घड्याळाकडे पाहिले. पाच वाजले होते. अजून तीन तास–

घोड्याला चाबूक मारून पिटाळता येतं, पोलिसाला चुकवून मोटारीचा वेग ताशी ऐशीपर्यंत नेता येतो; पण घड्याळाच्या काट्यांची गती मात्र कुणालाही केव्हाच वाढविता येत नाही.

केव्हा एकदा आठ वाजतात असे होऊन गेले मला!

✦

विमल

डॉ. साने यांच्या घरी जाईपर्यंत माझे मन अगदी अस्वस्थ होऊन गेले होते.

माझ्यातला कथा-लेखक सदूभाऊच्या पत्राची दुसरी बाजू ऐकायला नुसता उतावीळ झाला होता. दुसरे दिवशी दुपारी जत्रेला जायचे असले तरी आदल्या रात्री जाग येताच लहान मूल 'उजाडलं का?' म्हणून आईला विचारते ना? कथा-लेखक श्री. खांडेकर यांचीही स्थिती तशीच झाली होती. बिचाऱ्याने तीन तासात दहा वेळा घड्याळाकडे पाहिले असेल; पण त्या पाहण्याचा काय उपयोग होता? घड्याळ हा खराखुरा तत्त्वनिष्ठ शिपाई आहे. राजाच्या क्रोध कटाक्षाने त्याची गती मंद होत नाही किंवा रमणीच्या प्रेम कटाक्षाने ती वाढतही नाही.

मात्र कथा-लेखकाइतकाच माझ्यातला माणूसही अधीर झाला होता. राहून राहून माझ्या मनात येत होते– डॉ. साने यांची पत्नी आपल्याला ओळखते नि आपण मात्र तिला–

घराण्याचे इतिहास लिहिण्याच्या पद्धतीची उपयुक्तता आजच मला पटली म्हणानात! पण तिचा या वेळी मला उपयोग होण्यासारखा नव्हता. साने घराण्याचा इतिहास मुंबईत वाटेल त्या बिऱ्हाडात कसा सापडणार?

डॉ. साने यांच्या पत्नीचा नि माझा कुठे परिचय झाला असावा याविषयी नाही नाही त्या कल्पना करीत मी त्यांच्या घरी गेलो. मला वाटले– आता क्षणार्धात आपले कोडे सुटेल.

पण दिवाणखान्याच्या दारात येऊन हसतमुखाने मला नमस्कार करणाऱ्या एका स्त्रीकडे दृष्टी जाताच मी अधिकच गोंधळलो. डॉक्टर म्हणाले, "या लीलाबाई नि हे–"

"ते ठाऊक आहेत मला. पंचवीस वर्षं झाली पण यांच्यात काही म्हटल्या काही फरक पडला नाही! अगदी आहेत तस्से आहेत हे!" लीलाबाई म्हणाल्या. तुरकाठीशी त्यांनी माझी तुलना केली नाही हेच भाग्य म्हणायचे!

"झाडं वाढतात, दगड कधीच वाढत नाहीत." मी थट्टेने बोलून गेलो.

लीलाबाईंनी लगेच उत्तर दिले, ‘‘दगडातूनच देवांच्या मूर्ती निर्माण होतात.’’

मी एवढा हजरजबाबी, पण या अनपेक्षित कोटीने मी थोडासा गडबडलोच!

डॉक्टर हसत हसत म्हणाले, ‘‘पुराणात भक्तानं देवाचा पराभव केल्याच्या कथा आहेत ना? तसलाच प्रसंग दिसतोय हा.’’

डॉक्टरांच्या बोलण्यावरून लीलाबाई माझ्या लिखाणाच्या नि:सीम भक्त आहेत हे उघड दिसत होते. त्याचे मला मोठेसे आश्चर्य वाटले नाही.

सध्या मध्यमवर्गातल्या बायकांनाच काय ते कथा-कादंबऱ्यांची पारायणे करण्याइतके स्वास्थ्य मिळते नि त्यामुळे हल्लीच्या लेखकांचे अनेक भक्त या वर्गांतच सापडतात.

हात-पाय धूत असताना गतवर्षीची असलीच एक गोष्ट मला आठवली. एक तरुणी मला मुद्दाम भेटायला आली होती. तिने मला विचारले, ‘‘तुमची कोणती कादंबरी आवडते तुम्हाला?’’

मी उत्तर दिले, ‘‘पांढरे ढग.’’

ती म्हणाली, ‘‘मला ‘दोन ध्रुव’ अधिक आवडते.’’

मी काहीच बोललो नाही. प्रत्येकाची आवड निराळी असते म्हणूनच जग चालले आहे. नाही तर केव्हाच त्याला धर्मशाळेचे स्वरूप आले असते! ती पुढे म्हणाली, ‘‘सतरा वेळा मी ती वाचलीय!’’

मी तिच्याकडे आश्चर्याने पाहू लागलो. तिने मला प्रश्न केला, ‘‘तुम्ही किती वेळा वाचली आहे ती?’’

मी उत्तरलो, ‘‘एकदाच.’’

ती क्षणभर स्तंभितच झाली. मग तिने आश्चर्यपूर्ण स्वराने मला विचारले, ‘‘एकदाच?’’

मी उत्तरलो, ‘‘हो. नि तीसुद्धा हस्तलिखित तपासून प्रकाशकाकडे पाठविताना!’’

जागृत देवस्थानात एखाद्या नास्तिकाने देवाची निंदा करावी तसे माझे हे बोलणे तिला वाटले होते. आज लीलाबाईंशी बोलताना असलाच काही प्रसंग येतो की काय या विचारातच मी न्हाणीघराबाहेर पडलो.

जेवणाची व्यवस्था टेबलावरच केली होती. डॉक्टरांची दोन्ही मुले नुकतीच जेवली असल्यामुळे आम्ही तिघेच जेवायला बसलो. लीलाबाईंना त्यांच्या नाशिकच्या मैत्रिणीची हकिगत विचारावी असे माझ्या मनात राहून राहून येत होते. पण काही केल्या तो धीर मात्र मला होईना.

जेवणाला सुरुवात झाल्यावर लीलाबाईंनी विचारले, ‘‘मला ओळखलंत का?’’

रस्त्यात कुणी हा प्रश्न विचारला तर अनेकदा ‘हो, हो’ म्हणून उत्तर देऊन मी निसटतो. अशा वेळी झटकन नावाची आठवण झाली तर ठीकच असते. नाही तर कामाची सबब सांगून पलायन करायला तरी बारा वाटा मोकळ्या असतात.

पण आता मी हा प्रश्न विचारणाऱ्या लीलाबाईंच्या घरात जेवायला बसलो

होतो. अगदी त्यांच्यासमोर. चक्रव्यूहात सापडलेल्या अभिमन्यूसारखी स्थिती झाली होती माझी. खुद्द लीलाबाईच माझ्या मदतीला धावल्या म्हणून बरं नाही तर–

त्या हसत म्हणाल्या, "फार लहान होते मी तेव्हा. सांगलीला तुमच्या घराजवळ राहत होतो आम्ही. तुमच्या आजोबांची अजून आठवण आहे मला–" नवऱ्याकडे वळून त्या म्हणाल्या, "यांचे बाबाकाका अशा रसाळ गोष्टी सांगत की–"

जादूचे शब्द अद्भूतरम्य गोष्टींतच असतात असे नाही. त्यांचा प्रभाव तुमच्या आमच्या साध्या जीवनातसुद्धा अनुभवाला येतो. 'बाबाकाका' हा माझ्या जीवन कोशातला असाच एक जादूचा शब्द आहे. लीलाबाईंनी त्यांची आठवण काढताच एका क्षणात त्यांच्या नि माझ्यामध्ये असलेली परकेपणाची भिंत नाहीशी झाली.

लीलाबाई बाबाकाकांच्या गमतीच्या आठवणी सांगत होत्या नि त्या ऐकत मी जेवत होतो. शेवटी ताक घेताना मी म्हटले, "आज लहानापेक्षाही लहान झालो मी!"

"म्हणजे?" लीलाबाईंनी हसत विचारले.

"हा काऊचा घास, हा चिऊचा घास म्हणून आई हट्टी मुलाला भरवते ना? तुमच्या गोष्टींनी अगदी तेच काम केलं आज! बेसुमार जेवलोय मी!"

"इतकं घाबरण्याचं काही कारण नाही. घर डॉक्टरचंच आहे!" साने गंभीरपणे उद्‌गारले.

खुर्चीवरून उठत मी लीलाबाईंना म्हटले, "तुमचं जेवण फार आवडलं मला. चपाती, टॉमेटो, ताक, फळं– असलं जेवण जड होत नाही. नाही तर आमचं सारु भातु! परदेशी कापडाप्रमाणं भातावरही बहिष्कार घालण्याची चळवळ आपल्या देशात सुरू केली पाहिजे."

लीलाबाई नुसत्या हसल्या.

डॉक्टर त्यांच्याकडे पाहत उद्‌गारले, "सोनारानंच कान टोचले ते बरं झालं!"

लीलाबाईंनी दिलेले विडे घेऊन बाहेर येत असताना डॉक्टर म्हणाले,"किती तरी दिवस लीला भात सोडायला तयारच नव्हती!" क्षणभर थांबून ते उद्‌गारले, ("नव्या दृष्टीनं आयुष्याकडं पाहताच येत नाही आपल्याला अजून. जीवनाचा कोणताही महत्त्वाचा भाग पाहा– अन्न घ्या, प्रेम घ्या, धर्म घ्या पाचशे वर्षांपूर्वी जिथं होतो तिथंच आहोत आपण अजून!")

डॉक्टरांच्या मुद्रेवर तळपणाऱ्या आवेशावरून हा त्यांचा आवडता विषय असावा हे मी ताडले. पण सर्वसामान्य चर्चेपेक्षा सदूभाऊच्या बायकोची माहिती मला हवी होती. म्हणून मी मध्येच म्हटले, "प्रेमाची गोष्ट आयतीच निघालीय, तेव्हा सदूभाऊच्या बायकोची हकिगत–"

डॉक्टर हसले क्षणभर स्तब्ध बसले नि नंतर म्हणाले, "सदूभाऊच्या त्या पत्रावरून तुम्ही एखादी गोष्ट लिहिलीत तर ती वाचून वाचकांना कुणाविषयी

सहानुभूती वाटेल?''

''अर्थात सदूभाऊविषयी.''

''पण मला त्याच्या बायकोविषयीही सहानुभूती वाटते.''

मी क्षणभर चकित झालो. डॉक्टर पुढे म्हणाले, ''ते पत्र वाचल्याबरोबर माझं मतही तुमच्यासारखंच झालं होतं. पण आयुष्यातली विचित्र कोडी नुसत्या भावनांनी सुटत नाहीत. म्हणून मी सदूभाऊच्या सासुरवाडीविषयी माहिती मिळविण्याचा पद्धतशीर प्रयत्न केला नि मग–''

माझ्या मनात एक विचित्र प्रश्न चमकून गेला. स्वत:चे व्यंग लपविण्याकरिता तर सदूभाऊने हा सारा खटाटोप केला नसेल ना?

डॉक्टर म्हणाले, ''सदूभाऊला सासू नव्हती हे तुम्हाला ठाऊकच आहे. खेडेगावातले इनामदार म्हणजे काही शुक्राचार्य किंवा महात्मा गांधी नव्हेत! पोरीवर लहानपणापासून बापाच्या बदफैलीपणाचे संस्कार झाले होते. घराबाहेरच्या गोष्टी तर सोडूनच द्या; पण खुद्द घरात– अगदी धडधडीत– मुलीच्या डोळ्यासमोर–''

सदूभाऊच्या पत्रात स्वयंपाकिणीच्या हातात घराच्या साऱ्या किल्ल्या असल्याचा जो उल्लेख होता त्याचा अर्थ मला कळला. मी एकाग्रतेने डॉक्टरांचे म्हणणे ऐकू लागलो–

''इनामदारांची एकुलती एक लेक होती ती. किती लाडावलेली असेल याची कल्पना करा. ना शाळा ना घरकाम. अशा स्थितीत ती लहानाची मोठी झाली. खेडेगावातल्या इनामदाराचं घर म्हणजे काय– धर्मशाळाच असते ती! त्यामुळं त्या छाकट्याचं नि तिचं लग्नापूर्वीच संघट्टण झालं. मी तिची वकिली करतोय असं समजू नका पण शरीरसुखापेक्षा आयुष्यात दुसरं काही महत्त्वाचं आहे हे तिला कुठं पाह्यलासुद्धा मिळालं नाही. श्रीमंताची मुलगी असल्यामुळं गरीब नवऱ्याशी ती कुऱ्र्यानंच वागू लागली. (लग्न म्हणजे नुसतं शरीराचं मीलन नव्हे; ते भावनांचं मीलन आहे, विचारांचं मीलन आहे, जीवनप्रवाहाचं मीलन आहे) ही कल्पनाच जिला उभ्या आयुष्यात–''

लीलाबाई आत आल्यामुळे डॉक्टर एकदम थांबले. लगेच ते हसून म्हणाले, ''माझी ही व्याख्यानं हिला दररोज ऐकावीच लागतात. करते काय बिचारी? लग्नाची बेडी पायात पडल्यावर ही सक्तमुजरीची शिक्षा भोगायलाच हवी. पण आज मात्र कैद्याला पूर्ण सुटी देणार आहे मी!''

लीलाबाईंनी डॉक्टरांच्याकडे पाहून त्यांचा निषेध करण्याकरता अशी मान वेळावली की 'कलाहानेच प्रेमाला गोडी येते' या कल्पनेचे ते मूर्तिमंत चित्रच वाटले मला.

डॉक्टर पुढे म्हणाले, ''आता तुमची वाङ्मय चर्चा सुरू होऊ द्या. मी होतो अध्यक्ष! म्हणजे झोपायला कुणाची परवानगी नको.'' लगेच माझ्याकडे वळून ते उद्गारले, ''लीलाला तुमचं लिहिणं फार आवडत असलं तरी हल्लींच्या तुमच्या

एका गोष्टीवर फार नाखूष आहे ती.''

लीलाबाई डॉक्टरांच्याकडे आश्चर्याने पाहू लागल्या.

मी कुतुहलाने प्रश्न केला, ''कुठली गोष्ट आवडली नाही यांना!''

डॉक्टर शांतपणाने उद्गारले, ''पारिजातकाची फुले!''

त्यांनी अधिक काही बोलू नये म्हणून लीलाबाई मध्येच म्हणाल्या, ''इश्श! काही तरीच काय सांगता?''

पती-पत्नींच्या या संवादाने मी मात्र गोंधळात पडलो. मी दोघांच्याकडे पाहिले. लीलीबाई नजरेने डॉक्टरांना 'नको, नको' म्हणून खुणावीत आहेत हे माझ्या लक्षात आले. पण ही सारी भानगड काय आहे हे मात्र–

लीलाबाईंच्याकडे पाठ करून डॉक्टर मला म्हणाले, ''तुम्ही महाराष्ट्राचा फार मोठा गुन्हा केला आहे!''

''कुठला? मी जन्माला आलो हा?''

हसत हसत डॉक्टर म्हणाले, ''दोन-तीन महिन्यांपूर्वी महाराष्ट्राला एक विलक्षण प्रतिभाशाली लेखिका मिळणार होती. पण तुमच्या या 'पारिजातकाच्या फुलां'नी सारा घोटाळा केला. तुमची गोष्ट प्रसिद्ध झाली नसती तर–''

डॉक्टरांच्या थट्टेचा सारा रोख आता कुठे माझ्या ध्यानात आला.

मी लीलाबाईंना म्हटले, ''असं पुष्कळदा घडत. एकच कल्पना अनेकांना सुचते–''

लीलाबाई म्हणाल्या, ''कल्पनेनं नव्हती लिहिली मी ती गोष्ट.''

डॉक्टर हसत म्हणाले, ''नाही कशी? मूळच्या विमलला तू कमल बनवलंस. मारुतीनं द्रोणागिरी उचलला, तसं नाही ना उचलून तू साताऱ्याला नेऊन ठेवलंस नि–''

लीलाबाई गंभीरपणाने म्हणाल्या, ''माझ्या बालमैत्रिणीचीच कथा आहे ती.''

बालमैत्रीण-विमल-नाशिक–

डॉक्टरांची थट्टा सुरूच होती. ते म्हणाले, ''पोलीस इन्स्पेक्टर असलेल्या विमलच्या नवऱ्याला तू डॉक्टर केलं नाहीस हे माझं भाग्य! नाही तर–''

आता अगदी खात्रीच झाली माझी. माझ्याकडे आलेल्या त्या पोलीस इन्स्पेक्टरच्या बायकोची कहाणी कळण्याची किती सुंदर संधी आली होती ही!

मी लीलाबाईंना म्हटले, ''तुम्ही माझ्या इतक्या गोष्टी वाचल्या आहेत. आता तुमची एक तरी गोष्ट मला वाचायला द्या ना. दुसऱ्याच्या घरी दहादा जेवल्यावर त्याला एकदा तरी जेवायला बोलवायला नको का?''

त्यांनी पहिल्यांदा खूप आढेवेढे घेतले. पण पहिलटकरीण कितीही लाजली तरी आपले अपत्य दुसऱ्याने पाहावे नि त्यांनी त्याचे कौतुक करावे अशी तिची इच्छा असतेच की! नवशिक्या लेखकांनाही तसेच वाटत असते.

डॉ. साने यांच्या घरून मी निघालो तो लीलाबाईंची वही घेऊनच.

मी बिऱ्हाडी आलो त्या वेळी अकरा वाजायला आले होते. त्यातून काल रात्री गाडीत जवळ जवळ जाग्रणच झाले होते. झोपेचे पकड वॉरंट चुकविणे अशक्य असल्यामुळे लीलाबाईंची वही टेबलावर टाकून नि दिवा मालवून मी अंथरुणावर पडलो.

पण काही केल्या माझे डोळे मिटेनात. पती-पत्नींमध्ये क्षुल्लक कारणावरून अबोला उत्पन्न होतो ना? तशी झोपेच्या बाबतीत माझी स्थिती झाली. ती माझ्या जवळपास घुटमळत होती. मला हवीही होती! पण काही केल्या ती माझ्या हाताला मात्र लागेना.

ही कळ लीलाबाईंच्या वहीने लावली आहे हे मी ओळखले.

मी झटकन उठलो दिवा लावला नि लीलाबाईंची वही उघडली. पहिल्या दोन-तीन गोष्टी अपुऱ्याच होत्या. नावावरून त्यांचे कथा-विषयही अगदी निराळे वाटले मला.

चौथ्या गोष्टीचे नाव पाहताच मी थांबलो– 'कुस्करलेले कमल!'

विमलची कमल करून कथा लिहिणाऱ्या लीलाबाईंचे मला हसू आले. पण ते क्षणभरच. मोठमोठे मराठी लेखकसुद्धा ज्या मोहाला बळी पडतात तो आवरणे एखाद्या नवशिक्या लेखिकेला कसे शक्य आहे? अनुभवावर केलेले कल्पनेचे कलम म्हणजेच ललितकथा पण–

मी वाचू लागलो–

"कमल अंधाराकडे शून्य दृष्टीने पाहत बसली होती. तिच्या मनात आले– देवाने अंधाराच्या सोबतीला इतक्या चांदण्या दिल्या आहेत; पण माणसांच्या दुःखाला मात्र दुःखाचीच सोबत दिली आहे. हे पाहिले की वाटते– गोष्टीतल्या राजाप्रमाणे सृष्टी निर्माण करणाऱ्या देवाला दोन बायका असाव्यात. एक आवडती नि दुसरी नावडती! पहिलीपासून निसर्ग झाला असावा नि दुसरीपासून माणूस! म्हणूनच तो देवाचा इतका नावडता आहे.

बाहेर अंधार वाढत होता. कमलच्या मनातही तो वाढत होता. ती म्हणत होती– बाहेरचा अंधार उद्या सकाळी नाहीसा होईल. पण माझ्या मनातला अंधार? तो नाहीसा करणारा सूर्य कधीच उगवणार नाही. आता सुखाची आशा करायची ती पुढल्या जन्मी. पण–

पुढला जन्म कुणी पाहिला आहे? तिने अंधाराकडे पाहून आपले डोळे पुसले. चटकन एक कल्पना तिच्या मनात येऊन गेली– चित्रपट अंधारातच पाहतात!

(जखमेवरून हात फिरविल्याशिवाय माणसाला बरेच वाटत नाही. दुःखाचेही

तसेच आहे. त्याची आठवण करण्यातच माणसाला एक प्रकारचे सुख होत असते. अयोध्येच्या सिंहासनावर बसल्यानंतरसुद्धा आपल्या वनवासाचा जीवनपट पाहण्यात सीता-रामांना आनंद वाटत होताच की नाही?)

मी चकित झालो. हस्तलिखित थोडे बाजूला ठेवून मी विचार करू लागलो.

एखाद्या मासिकात एवढाच मजकूर निनावी छापला असता तर तो मीच लिहिला आहे असे लोकांना वाटले असते. माझ्या आवडी-निवडी, माझ्या खोडी, माझ्या लेखनातल्या विशिष्ट लकबी साऱ्याच गोष्टी लीलाबाईंनी उचलल्या होत्या नि त्याही गबाळेपणाने नाहीत तर मोठ्या ऐटीने? माझ्या मनात आले– राजांचे तोतये निघतात ना? तशी एखाद्या लेखकाचा तोतया निघाल्याची गोष्ट कुणी लिहिली तर ती मोठी गमतीची होईल.

मी मोठ्या उत्सुकतेने पुढला मजकूर वाचू लागलो–

''कमलच्या डोळ्यापुढे तिच्या आयुष्याचा चित्रपट भरभर धावू लागला.

ती नऊ-दहा वर्षांची होती! तिच्या वडिलांची वकिली चांगली चालत असे. पण त्यांना कीर्तन करण्याचा नाद होता. कुटाळ लोक म्हणत, 'वकिली चालावी म्हणूनच ते कीर्तन करतात!' कमलला ते कधीच खरे वाटले नाही. वडिलांच्याबरोबर ती रात्री बारा बारा वाजेपर्यंत मोठ्या हौसेने जागे. पूर्वरंग संपून कथा सुरू झाली की तिच्या डोळ्यावरची झोप हां-हां म्हणता उडून जाई.

तिच्या वडिलांची सात-आठ आवडती आख्याने होती. त्यात रंभा शुकाला भुलविण्याकरिता कशी आली, विश्वामित्र मेनकेच्या सौंदर्याला कसा बळी पडला, पराशर थोर ऋषि असूनसुद्धा नावेत एका कोळ्याच्या मुलीला मिठी मारण्याइतका पागल कसा झाला इत्यादी गोष्टी ते खुलवून सांगत. 'स्त्री ही नुसती सौंदर्याचीच खाण नाही ती पापाचीही खाण आहे' हे ते श्रोत्यांना वारंवार बजावीत. श्रोत्यात वृद्ध आणि विधवा यांचाच भरणा अधिक असल्यामुळे बहुतेक मंडळी त्यांच्या बोलण्याला मान डोलावीत. ते पाहिले की लहानग्या कमललाही गप्प बसवत नसे. तीही मान डोलवी.

तिच्या वडिलांचा आवाज मोठा गोड होता. त्यामुळे ते मधूनमधून जी भजने नि पदे म्हणत ती कमल मोठ्या भक्तिभावाने ऐके. ती सारी तिला पाठ येत. 'सावध सावध बाबा, ही नार विषाचा प्याला!' असल्या किती तरी ओळी ती आपल्या मैत्रिणींना नेहमी म्हणून दाखवी. त्यांचा अर्थ त्या वेळी कुणालाच कळत नसे!

पण कमलच्या मनावर एक गोष्ट नकळत बिंबून गेली; स्त्री आणि पुरुष यांनी एके ठिकाणी येण्यात मोठे पाप आहे.

याच वेळी तिच्या शेजारी राहणाऱ्या एका हमालाने पोटात चाकू खुपसून आपल्या बायकोचा खून केला. ते भयंकर दृश्य पाहायला जमलेल्या गर्दीत कमलही

होती. जमलेल्या आयाबाया 'नवरा कसला? राक्षस आहे मेला!' असे बोटे मोडून पुटपुटत होत्या. ते दृश्य नि ते शब्द! नवरा हा राक्षसापेक्षा फारसा निराळा प्राणी नाही अशी कमलची त्या दिवशी खात्री झाली.

याच वेळी तिच्या घरात एक विलक्षण गोष्ट घडली.

कमलला एक वडील भाऊ व तीन धाकटी भावंडे होती. या साऱ्या भावंडात दादाच तिला अधिक आवडायचा!

तो तिच्याशी फारसा खेळत नसे. पण खेळायला लागला म्हणजे म्हणे, ''कमल, मुलींनी सागरगोट्यांनी खेळण्याचे दिवस नाहीत हे!''

कमल विचारी, ''मग कशानं रे खेळायचं आम्ही?''

तो शांतपणाने उत्तर देई, ''बंदुकीच्या गोळ्यांनी!''

हे ऐकून कमलला हसू येई.

''वेड लागलं दादाला'' ही कुठे तरी ऐकलेली ओळ गुणगुणत ती सागरगोट्याच्या खेळात गुंग होऊन जाई.

पण दादाच्या या बोलण्यात काही तरी भयंकर अर्थ आहे हे तिला एके दिवशी मध्यरात्री कळले.

कीर्तन नुकतेच संपले होते. लोक तिच्या वडिलांच्या पाया पडून परत जात होते. इतक्यात पाच-सहा पोलीस त्यांच्या घरात शिरले. 'तुमच्या घराची झडती घ्यायची आहे' असे सांगून त्यांनी तिच्या वडिलांना एक कागद दाखविला. तो पाहून ते मटकन खालीच बसले.

पहाटे चार वाजेपर्यंत झडतीचा गोंधळ सुरू होता. कमलचे वडील कपाळाला हात लावून बसले. तिची आई देवापुढे जाऊन रडू लागली. तिची धाकटी भावंडे भ्यालेल्या सशाप्रमाणे एका कोपऱ्यात जाऊन लपली. दादा तेवढा—

तो मात्र पोलिसांनी बसविले होते तिथे अगदी घुमा बसला होता. त्याच्या मुद्रेवर भय नव्हते, डोळ्यात पाणी नव्हते, काही नव्हते. एखाद्या देवळातल्या देवाप्रमाणे तो स्वस्थपणाने सारे पाहत होता.

पहाटे चार वाजता झडतीचे काम संपले. पोलिसांनी दादाच्या खोलीतले काही कागद बरोबर घेतले.

कमलच्या मनात आले— ते कागद घेऊन जाईनात पोलीस. दादा दुसरे कागद आणील.

पण ते जेव्हा तिच्या दादालाही नेऊ लागले तेव्हा मात्र तिचे काळीज कलकलले. तिची आई मुळूमुळू रडत होती. पण कमल धिटाईने पुढे झाली नि पोलिसांना म्हणाली, ''माझ्या दादाला कुठे घेऊन चाललात?'' पोलिसांनी काहीच उत्तर दिले नाही. ते नुसते हसले. आपण रडत असताना ते हसताहेत याचा कमलला विलक्षण राग आला. आपल्या दादाला सोडविण्याकरिता झेप घालून ती एका पोलिसाच्या

हाताला कडकडून चावली. त्याबरोबर त्या पोलिसाने इतक्या जोराने तिला ढकलून दिले की ती खाली पडली म्हणून बरे; पायरीवर पडली असती तर मेलीच असती!

त्या प्रसंगाचे स्वप्न तिला पुढे किती तरी वर्षे पडत असे. मग ती ओरडत जागी होई नि पुन्हा ते स्वप्न पडू नये म्हणून अगदी पहाट होईपर्यंत जागी राही.

कट, अत्याचार, क्रांती वगैरे शब्द त्या वेळी प्रथमच तिच्या कानावर पडले. त्या शब्दाचा पुरा अर्थ तिला कळला नाही. पण या शब्दांमुळे सरकारने आपल्या दादाला पकडून तुरुंगात घातले आहे हे मात्र ती कधीही विसरली नाही.

त्या मध्यरात्री कमलच्या वडिलांच्या घरात दु:खाने जो प्रवेश केला तो कायमचाच. ते लवकरच मधुमेहाचे निमित्त होऊन वारले. जिथे फुले वेचली तिथे गोवऱ्या वेचायचे जिवावर येऊन तिची आई जमिनीचे उत्पन्न असलेल्या खेडेगावी जाऊन राहिली.

पण त्या खेड्यात कमलचे शिक्षण होणे शक्य नव्हते. म्हणून तिने तिला एका मावशीकडे ठेवले. या मावशीचा नवरा दारूबाज होता. त्यामुळे घरात दररोज रात्री जे खटके उडत ते ऐकता ऐकता कमलचे कान किटून गेले. नवरा आणि राक्षस या शब्दांची तिच्या कल्पनेने पूर्वी घातलेली सांगड अधिकच घट्ट झाली.

मावशीच्या घरी तिला एकच विरंगुळा होता. काही सुचेनासे झाले की ती कादंबऱ्या वाची किंवा कविता लिही. आपणाला कविता कशा लिहिता येऊ लागल्या हे तिचे तिलाच कळत नसे. पण बागेत उडणारे फुलपाखरू पाहिले किंवा आकाशात चमकणाऱ्या चांदण्यांकडे लक्ष गेले की ती स्वत:ला विसरून जाई. मग तिला नव्या नव्या गमतीदार कल्पना सुचू लागत आणि–

किती तरी वर्षांनी तिचा दादा तुरुंगातून सुटला. तिला भेटायला तो मावशीकडे आला. तिने मोठ्या हौसेने त्याला आपली कवितांची वही दाखविली. ती चाळून तो म्हणाला, 'चुलीत नेऊन घाल ही वही, देशात बाग फुललेली नाही आग लागलेली आहे!'

तुरुंगात गांधींच्या दोन-तीन मोठ्या शिष्यांचा सहवास त्याला लाभला होता. गांधीच्या मार्गानेच देशाचे कल्याण होईल अशी त्याची खात्री झाली होती. तो एका खेड्यात आश्रम काढणार होता. चरखा चालवायचा, हरिजनांच्या मुलांना शिकवायचे, ग्रामोद्धार करायचा वगैरे अनेक गोष्टी तो बोलत होता. बायकांमध्ये या गोष्टींचा प्रसार करण्याकरिता त्याला कुणी तरी हवेच होते. कमल आनंदाने त्याच्याबरोबर गेली.

पहिले काही दिवस आश्रम हा दुसरा स्वर्ग आहे असे तिला वाटले. गोरगरिबांच्या उपयोगी पडणे, त्यांच्याशी खेळीमेळीने बोलणे आणि निसर्गाच्या सान्निध्यात सारा वेळ काढणे या गोष्टीत किती आनंद भरला आहे याचा हा पहिलाच अनुभव होता तिचा.

पण थोडे दिवस गेल्यावर आपल्या सुखात काही तरी कमी आहे असे तिला

वाटू लागले. दादाविषयी तिला आदर होता, पण त्याच्या वैराग्याच्या कल्पना तिला कशाशाच वाटत.

एके दिवशी ती गावातल्या जमीनदाराच्या घरी हळदी-कुंकवाला गेली होती. तिथे तिच्या हाताला अत्तर लावले.

ती आश्रमात परत आली त्या वेळी संध्याकाळच्या प्रार्थनेची वेळ झाली होती.

कमल दादाजवळ जाऊन उभी राहिली. प्रार्थनेकरिता तिने तोंडसुद्धा उघडले. इतक्यात त्याची भेदक दृष्टी तिच्याकडे पाहू लागली.

"वास कसला येतोय?" त्याने विचारले.

"अत्तर लावलंय हाताला!" भीत भीत कमलने उत्तर दिले.

तो गुरगुरत म्हणाला, "आधी हात धुऊन ये. चल जा."

मोठे विचित्र वेड होते त्याचे हे. कमलने कुठलीशी कादंबरी वाचायला आणली. त्याने ती आश्रमाबाहेर फेकून दिली.

"चरख्यासारखा दुसरा सोबती नाही माणसाला!" तो तिला नेहमी सांगे.

एका सुटीत त्या खेडेगावात एक तरुण आला. आपल्या मामाच्या घरी राहयला आला होता तो. तो बी. ए. च्या वर्गात होता. त्याचा आवाजही मोठा गोड होता. तो गांधींचा भक्त असल्यामुळे मधूनमधून आश्रमाकडे येऊ लागला. हळुहळू कमलची व त्याची मैत्री जमली. दोघेही संध्याकाळी फिरायला जाऊ लागली. ती नदीवर जात नि पाण्यात पाय सोडून कविता म्हणत बसत. अशा वेळी आपण एखादे सुंदर स्वप्न पाहत आहो असे कमलला वाटे.

एके दिवशी संध्याकाळी ती प्रार्थनेच्या वेळेपर्यंत परत आली नाही. 'इतका वेळ काय करीत होतीस?' म्हणून दादाने विचारलेल्या प्रश्नालाही तिला समाधानकारक उत्तर देता आले नाही. तो संतापला. त्याने तिला रात्रभर खोलीत कोंडून ठेवले.

कमल आश्रमातून निघून जायला उत्सुक झाली. याच वेळी तिची आई आजारी पडली. आयतेच निमित्त मिळाले तिला जायला.

तिच्या आईला आपले हे शेवटचे दुखणे आहे असे वाटत होते. ती साऱ्या गोष्टींची निरवानिरव करू लागली. आपल्या डोळ्यादेखत कमलचे लग्न व्हावे असा ध्यास घेतला तिने. लवकरच तिच्या मनासारखे एक स्थळ सापडले. नवरा चांगला पोलीस इन्स्पेक्टर होता. साताऱ्याला नुकतीच बदली झाली होती त्याची.

आईला वाईट वाटू नये म्हणून कमलने या स्थळाविषयी मुळीच कुरकुर केली नाही. पण आपला भावी पती पोलीस इन्स्पेक्टर आहे या कल्पनेने तिला काही विशेष आनंद झाला नाही. उलट एक प्रकारची भीतीच उत्पन्न झाली मनात. तिच्या दादाला पकडून नेणारे ते कठोर पोलीस– त्यांच्यासारखाच आपला नवराही निर्दय असणार अशी विचित्र कल्पना तिच्या मनात वरचेवर तरळून जाऊ लागली.

लग्नानंतर लवकरच कमलची नि तिच्या पतीची जी पहिली भेट झाली–

एका शब्दाने अर्थाचा अनर्थ होतो हे तिने वाचले होते. पण एका स्पर्शाने माणसाच्या आयुष्यात भयंकर फरक पडतो हा अनुभव तिला यायचा होता.

तिच्या पतीने तिचा हात हातात घेतला. फुले चुरगळावीत तशी त्या स्पर्शाने तिच्या मनाची स्थिती केली. तिच्या कल्पनेतले मृदुत्व त्या स्पर्शात मुळीच नव्हते. खेडेगावातल्या त्या तरुणाचा नदीकाठावरचा स्पर्श– सतारीच्या तारेवर बोट ठेवावे तसा तिचा हात त्याने हातात घेतला होता. त्या अनुभवाशी तिचे मन या प्रसंगाची तुलना करू लागले.

अधाशी माणसाने अन्नावर झडप घालावी किंवा टपून बसलेल्या बोक्याने खारीला पकडावे तसे काही तरी तिला वाटले, 'नवरा म्हणजे राक्षस' या लहानपणापासून ऐकलेल्या वाक्याची तिला राहून राहून आठवण होऊ लागली. ज्या शरीरसुखाच्या कल्पनेने अंगावर रोमांच उभे राहावेत, त्याची आठवण होताच तिच्या अंगावर काटा उभा राहू लागला.

नवरा पोलीस इन्स्पेक्टर असल्यामुळे त्याला अनेकदा अवेळी कामाला जावे लागे. तो अपरात्री केव्हाही परत येत असे. आपली झोपमोड होऊ नये म्हणून कमल खोलीचे दार नुसते लोटून ठेवी. पण तिला नेहमी एक विचित्र अनुभव येई. तिच्या झोपेची पर्वा नवऱ्याला मुळीच वाटत नसे. तो तिला हलवून जागी करी. नि मग?– सुखदुःखाच्या गोष्टी नाहीत, हास्यविनोद नाही, थट्टामस्करी नाही, काही नाही, नुसती शरीरसुखाची अपेक्षा.

प्लॅटफॉर्मच्या यंत्रात एक आणा टाकून तिकीट घेतात ना? लग्नाची माळ घालून बायकोही तशीच खरेदी करतात असे तिला वाटू लागले. इतरांशी गोडीगुलाबीने वागणारा नवरा एकांतात आपल्याशीच धसमुसळेपणाने का वागतो हे कोडे तिला उलगडेना; पण त्याच्याविषयीचा तिःकारा मात्र तिच्या मनात वाढू लागला. लहानपणी ऐकलेल्या कीर्तनातल्या गोष्टी राहून राहून तिच्या डोळ्यापुढे उभ्या राहू लागल्या. स्त्री आणि पुरुष यांनी एकत्रित येण्यात पाप आहे हा बालपणातला विचारही मधूनमधून तिच्या मनात बळावे. आपल्या वडील भावाच्या पावित्र्याची नि नवऱ्याच्या पशुत्वाची तिने तुलना केली नाही असा एक आठवडाही गेला नसेल!

अशाच स्थितीत तिला दिवस गेले. आई नसल्यामुळे मावशीनेच तिचे बाळंतपण केले. पुढे मावशी तिच्याबरोबर काही दिवस राह्यलाही आली.

मावशीच्या छत्रामुळे आपण सुरक्षित आहोत असे तिला प्रथम प्रथम वाटले. पण तिच्या नवऱ्याने एके दिवशी भर दुपारी जेव्हा–

त्या दिवशी रडून रडून तिचे डोळे सुजले. आपल्या गुहेत कुठल्याही स्त्रीला बळजबरीने घेऊन जाणारा रानटी माणूस नि पत्नीच्या इच्छेविरुद्ध तिच्या शरीरावर मालकी गाजविणारा आजचा नवरा यात तिला तिळभरही फरक वाटेना.

हे दुःख विसरण्याकरिता ती आपल्या मुलाचे कौतुक करण्यात दंग होऊन

जाऊ लागली. मधूनमधून ती कविता लिही. पोथ्या-पुराणे वाचण्याचाही नाद तिला लागला. बापाप्रमाणे आपणही कीर्तनकार व्हावे अशी एक इच्छाही तिच्या मनात उत्पन्न झाली.

कमलच्या नवऱ्याला तिच्या मनातल्या वादळाची दादच नव्हती. हळुहळू नवरा-बायकोचे बोलणे कमी झाले. त्याच्या बडबडीकडे ती लक्षच देईनाशी झाली. त्याच्या शरीरसुखाचे एक साधन म्हणून यापुढे जगायचे नाही असा मात्र तिने मनाशी निश्चय केला.

आपल्या या नादात गुंगत राहून ती सुखीही झाली असती; पण तिच्या नवऱ्याने नवे गुण पाघळायला सुरुवात केली.

एकदा तो अपरात्री खोलीत आला. कमल जागीच होती. कसला तरी भपकारा आला तिला. सापाचा संशय आल्यावर माणूस कधी गप्प बसेल का? तिचीही तशीच स्थिती झाली. ती मुद्दाम त्याच्या जवळ गेली. त्याच्या तोंडाला येणारी ती दारूची दुर्गंधी– कुठे तरी जाऊन जीव द्यावा असे वाटले तिला.

ती त्याच्याशी अधिक कठोरपणाने वागू लागली. हळुहळू एका नायकिणीच्या घरी नेमाने जाण्याइतकी त्याची तयारी झाली. ती बाई चांगली गाणारी होती. 'आपण तिचे गाणे ऐकायला जातो' असेच तो तिला सांगे; पण तिला ते खरे वाटेना. एके दिवशी ती चिडून त्याला म्हणाली,

"असले धंदे करण्यापेक्षा दुसरं लग्नच करा की!"

त्याने पडल्या फळाची आज्ञा घेतली नि वर्तमानपत्रात जाहिरात दिली. 'पहिल्या बायकोची या लग्नाला संमती आहे.' म्हणून खुशाल छापून दिले त्याने. ती जाहिरात पाहिल्यापासून कमल झुरू लागली. तिला नवरा हवा होता पण त्याच्यातले पशुत्व नको होते.

सवत आली की–

काय करावे हे– तिला कळेना! तिच्या डोळ्यापुढे अंधार पसरला."

लीलाबाईंनी गोष्ट इथेच सोडली होती. मला मोठी चुटपुट लागली. पुढे या विमलचे– म्हणजे गोष्टीतल्या कमलचे– काय झाले? त्या नाशिकला कुणासाठी गेल्या होत्या? तिथे जीव देण्याचा प्रयत्न कुणी केला? विमलने?

मध्यरात्र झाली होती म्हणून. नाही तर लीलाबाईंना फोन करून मी पुढची सारी हकिगत विचारली असती.

माझ्या मनात हे विचार येत असतानाच माझे हात त्या वहीची पाने चाळीत होते. चटकन एक पत्र मला दिसले. लीलाबाईंचे एखादे खाजगी पत्र चुकून या वहीत राहिले असावे असे मला वाटले. ते तसेच राहू द्यावे म्हणून मी पानसुद्धा उलटणार होतो. इतक्यात माझ्या मनात आले– लीलाबाईंनी ही सत्यकथा लिहिली

ती त्या विमलच्या माहितीवरूनच. त्या माहितीतलेच हे एखादे पत्र नसेल कशावरून? लीलाबाईंनी लिहिलेल्या गोष्टीची पुढची हकिगतसुद्धा कदाचित या पत्रावरून कळेल आपल्याला.

मोहाला अनुकूल साक्षीदारांची कधीच उणीव भासत नाही.

मी ते पत्र उघडून खालची सही वाचली मात्र! मी स्वप्नात तर नाही ना असे वाटले मला. त्या पत्राखाली सही होती 'कुंदा केळकर!'

कुंदा! रामभाऊची बायको!

विमलच्या कहाणीच्या वहीतच तिचे पत्र लीलाबाईंनी का ठेवावे?

कुंदाचीही अशीच काही करूण कहाणी आहे की काय? रामभाऊने तीन वर्षे आजारी बायकोला त्रास न दिल्याच्या ज्या गप्पा मारल्या होत्या त्या खऱ्या की खोट्या हे पाह्यची आयती संधी आली होती ही!

मी भरभर पत्र वाचू लागलो. अगदी लहान होते ते.

"मी छोटं पत्र लिहिलं आहे म्हणून रागावू नकोस. अशक्तपणानं हात कापतोय. अक्षरसुद्धा वाईट आलं आहे त्यामुळं. अगदी लहान मुलासारखं.

मी लहानच आहे आता; नाही ग लीला? क्षयासारख्या दुखण्यातून नुकताच पुनर्जन्म झालाय माझा. तेव्हा मी आता कुक्कुलबाळासारखं काही केलं तरी–

असं लिहायला लागले तर पत्र कधीच पुरं होणार नाही.

लीला, माझ्या पतीच्या औषधांनी नि हवेनंच काही मी बरी झाले नाही. तुझ्या पत्रांचासुद्धा फार उपयोग झाला.

मधूनमधून तू एका नाजुक गोष्टीविषयी लिहीत होतीस ना? तिच्याविषयी खूप सागायचंय मला तुला. आज एकच गोष्ट लिहिते.

माझ्या आजाराची कल्पना आल्यापासून त्यांनी मला कधीही त्रास दिला नाही. या तीन वर्षांत– जणू काही बहीणच होते मी त्यांची! पहिल्या पहिल्यांदा त्यांना ते कठीण वाटलं. त्यांनाच काय मलासुद्धा–

जाऊ दे ते! नाही तर याच्यावरच गोष्ट लिहायला लागशील तू. या आजारानं मला एक नवी दृष्टी दिली बघ. माणसात देव असू शकतो हे त्यानं दाखवलं. (जाळणारी वीज प्रकाशही देऊ शकते. होय ना? प्रीतीही तशीच आहे. ती उपभोगाइतकीच त्यागातही गुंग होऊन जाते.)

हे सारं मोकळेपणानं लिहिलंय मी. याच्यावर गोष्ट मात्र लिहू नकोस हं बाई! नि लिहिलीसच तर नायिकेचं नाव कुंदा ठेवू नकोस. निदान ते मंदा कर.

मुंबईला केव्हा यायला मिळत ते बघू या. अंबाबाईचा नवस फेडायला ते लवकरच कोल्हापूरला जाणार आहेत. पण त्यांच्याबरोबर येण्याइतकी शक्ती नाही आली मला अजून."

तुझी कुंदा केळकर

दुसरे दिवशी सकाळी ती वही परत करण्याच्या निमित्ताने मी डॉक्टरांच्या दवाखान्यात गेलो. डॉक्टर नुकतेच आले होते.

वही हातात घेऊन त्यांनी विचारले, "कशी काय आहे लीलाची गोष्ट?"

"थोडी अपुरी वाटली."

"तिचा पुढचा भाग परवाच घडला."

"म्हणजे?"

"त्या विमलनं जीव देण्याचा प्रयत्न केला ना?"

"का?"

"तिच्या नवऱ्यानं दुसरं लग्न केलं म्हणून!" क्षणभर थांबून ते म्हणाले,

"दोघांचं अज्ञान बाधलं शेवटी त्यांना! नाही तर माझ्या बायकोच्या त्या चुलतबहिणीची हकिगत पाहा–"

मी अधीरपणाने प्रश्न केला, "कोण? कुंदा केळकर?"

"तुमच्या ओळखीची आहे वाटतं?"

"त्यांना कधी पाहिलं नाही मी; पण रामभाऊ केळकर नि मी कॉलेजात अगदी दोस्त होतो ना? नुकताच येऊन गेला तो कोल्हापूरला."

कुंदाविषयी डॉक्टर काही तरी बोलणार होते. इतक्यात दवाखान्याच्या दारात कुणी तरी आल्यासारखे वाटल्यामुळे ते समोर पाहू लागले.

मीही मान वळवली. दारात आलेल्या व्यक्तीचे लक्ष माझ्याकडे जाताच ती चपापली. ती सुमती होती.

'पारिजातकाची फुले' ही माझी गोष्ट वाटून रागारागाने तिच्यावर चावटपणाचा शिक्का मारणारी नि उषाला पत्र लिहिणारी तिची ही मैत्रीण–

मी गोंधळात पडलो. माझे मन म्हणत होते– डॉ. साने यांच्याकडे हिचे काय काम असावे?

✦

सुमती

सुमतीच्या मुद्रेवरच्या आश्चर्याचे हां-हां म्हणता आनंदात रूपांतर झाले. पुढे येऊन मला नमस्कार करीत ती म्हणाली, ''अगदी शंभर वर्षे आयुष्य आहे हं तुम्हाला भाऊराव.''

निरनिराळ्या होराभूषणांनी व ज्योतिषमार्तंडांनी वर्तविलेली माझ्या आयुर्मर्यादेची अनेक भविष्ये क्षणार्धात मला आठवली. अठ्ठावन वर्षांच्या पलीकडे मला जिवंत ठेवण्याची त्यांच्यापैकी कुणाचीच इच्छा नव्हती! त्यामुळे एकदम आणखी बेचाळीस वर्षे बहाल करणाऱ्या सुमतीचे मी हसून स्वागत करावे यात नवल कसले?

माझ्या समोरच्या खुर्चीत ती बसत असताना मी म्हटले, ''आज माझी एक मोठी अडचण दूर झाली सुमतीबाई.''

साने व सुमती माझ्याकडे आश्चर्याने पाहू लागली.

मी गंभीरपणाने सुमतीला म्हणालो, ''आता एखादं साप्ताहिक काढायला काही हरकत नाही मला. साप्ताहिकाचा महत्त्वाचा भाग म्हणजे भविष्य! ते तुमच्याकडून मिळणार असं आताच्या तुमच्या बोलण्यावरून सिद्ध झालंच आहे. बस्! ठरलं! पहिल्या स्त्री-ज्योतिष्याचा मान माझं साप्ताहिक पटकावणार!,''

माझ्या या थट्टेला प्रत्युत्तर देण्याकरिता सुमतीने ओठ किंचित उघडलेसुद्धा होते पण साने मध्येच बोलू लागल्यामुळे तिने ते लगेच मिटून घेतले. लाजाळूच्या इवल्याशा पानांना हाताचा स्पर्श होताच त्यांचा संकोच होतो ना? तशी तिच्या ओठांची ही हालचाल मला वाटली.

साने माझ्याकडे पाहत उद्गारले, ''भविष्याइतकच सिनेमा हेही साप्ताहिकाचं महत्त्वाचं अंग आहे. त्या बाबतीतही यांची तुम्हाला मदत होईल.''

मी चकित झालो. मला वाटले– सुमती शाळा सोडून एखाद्या चित्रपट कंपनीत नटी झाली असावी. हल्ली तरुण-तरुणींना पडद्यावर येण्याचा मोह किती अनावर होत आहे याचे पुरावे माझ्यापाशीही अनेक होते. एल.एल. बी. चा अभ्यास करणारा एक विद्यार्थी 'गड्याचे काम करावे लागले तरी बेहेत्तर पण मला एकदा पडद्यावर

आणा' म्हणून मध्ये दोन वर्षे माझ्या मागे लागला होता. अगदी परवा एका प्रोफेसराच्या लठ्ठ पत्नीनींही असाच पाठपुरावा केला होता माझा. कोलंबसला नवे जग शोधून काढण्याचा ध्यास लागला होता ना? तसा या लेकुरवाळ्या जाडजूड बाईलाही एकच छंद जडला आहे– काहीही करून एकदा तरी पडद्यावर चमकायचे.

ही दोन्ही उदाहरणे क्षणार्धात डोळ्यापुढे येऊन गेल्यामुळे मी सुमतीकडे मिस्किलपणाने पाहू लागलो. चटकन एक गोष्ट माझ्या लक्षात आली. सुमती उषाची बालमैत्रीण. म्हणजे तिचे वय आज तीस-बत्तीस तरी असले पाहिजे. पण ती एखाद्या अठरा-वीस वर्षांच्या मुलीसारखी दिसत होती. तिच्या या सडपातळ बांध्यामुळेच तर नटी म्हणून तिच्याकडे एखाद्या कंपनीचे लक्ष वेधले नसेल ना?

मी निरखून पाहत आहे असे वाटताच सुमती हसून म्हणाली, "सिनेमाशी माझा संबंध आलाय खरा पण तो नटी म्हणून नाही हं!"

"मग?" मी आश्चर्याने विचारले.

ती किंचित लाजली हे पाहून साने म्हणाले, "अहो, या प्रथितयश लेखिका झाल्या आहेत आता!"

मी काही तरी थट्टा करीन असे वाटून की काय, सुमती घाईघाईने म्हणाली, "तुम्हाला अगदी शंभर वर्षे आयुष्य आहे असं मघाशी मी म्हणाले ना ते काही नुसतं तोंडदेखलं बोलणं नव्हतं. या सिनेमाच्या गोष्टीनं अगदी भंडावून सोडलंय पाहा मला. कंपनीला गोष्ट तर लवकर हवीय. मुख्य नटाखेरीज बाकीची जुळवाजुळव सुद्धा होत आली आहे. पण माझ्या मनातला गोष्टीचा गोंधळ काही अजून कमी होत नाही. आता येताना त्या गोष्टीचा विचार करीत होते मी. एकदम मला वाटलं. इतकं डोकं तापवून घेण्यापेक्षा आजच्या आज कोल्हापूरला तुमच्याकडं जावं. उषाताई फार दिवस बोलवतेय. तेव्हा तिलाही बरं वाटेल– नि आपलंही काम होईल. 'तीर्थ तोंडात नि स्वार्थ पदरात असं दुहेरी काम साधेल!' "

लगेच डॉक्टरांच्याकडे वळून ती म्हणाली, "शाळा आहे हं मला आज डॉक्टर! आता तर अगदी वेळेवर जायला हवं रोज. नाही तर सिनेमाशी संबंध आल्याबरोबर बाईचं शाळेवरचं लक्ष उडून गेलं असं गावभर–"

डॉक्टर उठलेले दिसताच वाक्य अर्धवट टाकूनच सुमतीही उठली. साने यांच्या मागून कन्सल्टिंग रूममध्ये ती गेल्याबरोबर माझे एक मन दुसऱ्या मनाला तिच्याविषयी नाही नाही ते प्रश्न विचारू लागले– सुमती तशी काही आजारी दिसत नाही. मग ती साने यांचे औषध कशाला घेते? तिचा बांधा विशीतल्या मुलीसारखा भासतो खरा, पण चेहऱ्यावर मात्र मुलीचा अल्लडपणा काही दिसत नाही. असे का व्हावे? माझी 'पारिजातकाची फुले' ही गोष्ट वाचून हिने तावातावाने उषेला पत्र पाठविले होते. पण आता हिने सिनेमासाठी जी गोष्ट लिहिली आहे ती काय अगदी

सोवळीच असेल? पंढरीच्या वारीला जाणाऱ्या साठ वर्षांच्या जोडप्याची कथा थोडीच असणार आहे ती? तिच्याही गोष्टीत थोडे प्रेमबिम काही असेलच की नाही? नाकाने कांदे सोलणारी माणसे तोंडाने मासळी खातात यांचा नवा नमुना आपल्याला आता पाह्यला मिळणार म्हणायचा!

साशंक झालेल्या मनाचे प्रश्न महाभारतातल्या यक्षप्रश्नांपेक्षाही अधिक अवघड असतात. सुमतीविषयीच्या माझ्या सर्व प्रश्नांचे समाधान साने तरी करू शकतील की काय या विचारात मी होतो. इतक्यात तीच बाहेर आली.

माझ्याजवळ येताच ती म्हणाली, "अविनाश आता शाळेत जातो ना?"

"हो, नि शाळेतून पळून सुद्धा येतो."

"म्हणजे?"

"त्याच्या शाळेत प्रार्थना असते. एकदा प्रार्थनेच्या वेळी मास्तरांनी डोळे मिटले. लगेच स्वारीने जो पोबारा केला–,"

सुमती मनापासून हसली. मीही तिच्या हसण्याला साथ दिली. लहान मुले हे दुरावलेल्या मनांना जोडणारे दुवे असतात या उक्तीची खात्री पटली मला.

"नि मंदा काय करते?" सुमतीने पुढे विचारले.

"मलमाच्या सद्र्याचा हट्ट धरून बसते!"

"मलमाचा सदरा! हे काय प्रकरण आहे बाई?"

"मुलं झाल्याशिवाय असल्या शब्दांचा अर्थ कळत नाही कुणाला!"

मी हे वाक्य सहज बोलून गेलो खरा; पण लहान मुलाला खेळवता खेळवता त्याच्या अंगावरच्या फोडाला नकळत धक्का लागला की ते जसे किंचाळले तसा काही तरी भाव सुमतीच्या मुद्रेवर उमटून गेला. तिशी उलटलेल्या एका अविवाहित स्त्रीच्यापुढे हे वाक्य आपण उच्चारायला नको होते याची मलाही जाणीव झाली. पण आता तिचा काय उपयोग होता? गोफणीने खेळता खेळता जवळच्या माणसाला दगड मारावा तसे झाले होते हे.

मात्र माझ्या पुढल्याच वाक्याने काळवंडून आलेले आभाळ एकदम निवळले. मी म्हटले, "मंदाचा मलमाचा सदरा म्हणजे मलमलीचा सदरा!"

सुमतीला काही केल्या हसू आवरेना. ती हसत हसत म्हणाली, "निराळाच शब्दकोश आहे म्हणायचा हा!"

"ते काही विचारू नका. मुलांचं सारं जगच निराळं असतं. शाळेत वर नंबर ठेवला पाहिजे म्हणून अवीला परवा सांगितलं मी. लगेच त्यानं विचारलं, 'वर म्हणजे कुठं? आभाळात?' एकदा स्वारी राजाराम कॉलेजमध्ये माझ्याबरोबर व्याख्यानाला आली होती. एका प्रोफेसरांनी गंमतीने त्याला विचारलं, 'तुला घरी पाळायला काय हवं? ससा की हरिण?' अवीनं ताडकन उत्तर दिलं,

'हत्ती हवा मला!,"

साने यांनी औषधाची बाटली सुमतीच्या हातात आणून दिली नसती तर माझे हे अवी-मंदाचे पुराण आणखी किती लांबले असते कुणाला टाऊक! बाटली तिच्या हातात देताना साने म्हणाले, "होता होईल तो जाग्रण करू नका!"

"पण लाईफमध्ये एकदाच येणारा चान्स आहे हा डॉक्टर!"

लगेच माझ्याकडे वळून सुमती म्हणाली, "अगबाई! विसरलेच होते मी! माझ्याकडे चहाला केव्हा येणार तुम्ही?"

"या खेपेला फार घाईत आहे मी."

"कितीही घाई असली तरी लगीनघाई खास नाही. तेव्हा एक तासभर तरी– आला नाहीत तर उषाताईला असं रागाचं पत्र पाठवीन–"

नाही म्हणायचे जिवावर आले माझ्या. शिवाय सुमतीने लिहिलेली ती सिनेमाची गोष्ट ऐकण्याची तीव्र इच्छा माझ्या मनात उत्पन्न झालीच होती.

तिने दिलेले स्वत:च्या पत्त्याचे छोटे कार्ड खिशात ठेवीत मी तिला पोचवायला दरवाज्यापर्यंत गेलो.

तिने विचारले, "केव्हा येता? आज संध्याकाळी सहा वाजता?"

"सहा वाजता व्याख्याने आहे माझं. आठ ते साडेआठपर्यंत येतो. मुंबईत काही चहाला काळवेळ लागत नाही.

तिला नमस्कार करून मी परत आत आलो.

साने माझ्याकडे पाहत हसत म्हणाले, "हिची नि तुमची इतकी ओळख असेल ही कल्पना नव्हती मला. मोठी इंटरेस्टिंग केस आहे ही."

"काय होतंय हिला?"

"तसं सांगायचं तर काहीच होत नाही. पण लढाईत प्रत्यक्ष जखम झाली नाही तरी माणूस गळून जातो ना? तशी झाली आहे तिची स्थिती."

डॉक्टरांच्या या अलंकारिक भाषणाचा अर्थच मला कळेना. मी आश्चर्यानं विचारले, "गरीब बिचारी मास्तरीण! लढाई कसली करणार ही कपाळाची?"

"अगदी चुकताय तुम्ही. बारा वर्षे ही लढत आली आहे!"

"बारा वर्षं! नि कुणाशी?"

"निसर्गाशी!"

"म्हणजे?"

डॉक्टरांनी टेबलाच्या खणातून एक कात्रण काढले नि ते माझ्या हातात देत ते म्हणाले, "हिची अगदी अलिकडची गोष्ट आहे ही. ही वाचून पाहा नि मग–"

मी घाईघाईने वाचू लागलो. गोष्टीचं नाव 'विकास' होते. लेखकाचे नाव मात्र कुठेच दिले नव्हते. सुमती निनावी लेखन करीत असावी हे आता माझ्या लक्षात आले. मी वाचू लागलो–

विकास

झुळुझुळु पाणी वाहू लागले. एखाद्या गायकाने आपल्या कंठातून बाहेर पडणाऱ्या मधुर स्वरात गुंग होऊन जावे, त्याप्रमाणे त्या झुळुझुळु आवाजाने पर्वतराजाची समाधी लागली.

पण त्याची ही समाधी फार वेळ टिकली नाही.

माडीवरच्या मुलीच्या पायातल्या वाळ्यांची छुमछुम त्याला प्रथम ऐकू येत होती. पण थोड्या वेळाने त्याला वाटले– कुठे तरी नर्तिकेचे नृत्य चाललेले आहे. आपणाला जो आवाज ऐकू येत आहे तो तिच्या पायातल्या पैंजणांचा!

पर्वताने डोळे उघडून पाहिले.

झुळुझुळु वाहणारे पाणी खळखळ करीत दूर चालले होते.

पर्वताने नदीला हाक मारली, 'मुली–'

नदीने वळून मागे पाहिले. तो लाटांचा फेस नव्हता तिचे हास्य होते. पर्वताने विचारले, 'कुठं चाललीस?'

'दूर दूर!'

'मला सोडून?'

'हो! इथं राहून माझ्या जीवनाचा विकास व्हायचा नाही!

नदी वेगाने धावू लागली.'

तिचे पात्र पदोपदी मोठे होऊ लागले.

कुणी तिची पूजा करू लागले.

कुणी चांदण्यात नौकाविहार करू लागले.

नदी अभिमानाने पुढे धावू लागली.

धावता धावता तिला दुरून पाण्याचा खळखळाट ऐकू येऊ लागला. तिने काठावरच्या झाडांना विचारले, "कोण गातंय?"

वृक्ष उत्तरले, 'महानदी. तू आता या महानदीला मिळशील.'

नदी जागच्या जागी थांबून रागाने उद्‌गारली, "दुसऱ्या नदीला मिळून माझ्या जीवनाचा विकास व्हायचा नाही.'

झाडावरची पाखरे किलबिलली, "महानदीतून तू समुद्राला जाऊन मिळशील!"

नदी नाक मुरडून उद्‌गारली, "समुद्र! खाऱ्या पाण्याचं ते मोठं डबकं! नि त्याला जाऊन मी मिळणार? छी: ! तिथं माझ्या जीवनाचा विकास होणार नाही!"

एक मोठे वळण घेऊन नदी दुसऱ्याच दिशेने वाहू लागली.

किती रूक्ष प्रदेश होता तो! जणू काही हिरवा रंग जगात आहे हे त्याला ठाऊकच नव्हते.

नदीचा खळखळाट ऐकताच हजारो लोक तिच्या काठावर धावत आले.

काही म्हणत होते, "देव पावला!"

काही कुजबुजत होते, "हिचे कालवे काढले की या फत्तरांना सुद्धा फुलं येतील!"

कालव्यांच्या कामाला सुरुवात होताच नदी खवळली. ती रागावून म्हणाली, "अशानं माझ्या जीवनाचा विकास कसा होईल? तिकडं तुमची शेतं पिकतील पण इकडं माझं पात्र कोरडं होईल ना?"

तिकडे महानदी, तिच्या पलीकडं समुद्र; इकडे हे कालवे काढणारे शेतकरी!

या सर्वांना चुकवून नदी धावू लागली.

पण आता तिची गती मंद झाली होती.

तिने पुढे पाहिले– एक भले मोठे वाळवंट पसरले होते. तिने उजवीकडे पाहिले– डावीकडे पाहिले– कसले तरी वादळ सुरू झाले होते. सपाट जागी भराभर वाळूच्या टेकड्या उठत होत्या.

कुणी तरी चेटकीण हे सारे करीत आहे असे तिला वाटले. ती ओरडून म्हणाली, "मला दुसरं काही नकोय! मला माझा विकास हवाय!"

दाही दिशा विकट हास्य करीत आहेत असा तिला भास झाला. पण ते राक्षसाचे हास्य नव्हते; वाळूच्या प्रचंड वावटळी होत्या.

आजकाल त्या रखरखणाऱ्या वाळवंटातून प्रवास करणाऱ्या लोकांना एक अगदी लहान असा झरा दिसतो. त्या झऱ्याच्या आजुबाजूला उगवलेली हिरवळ पाहून त्यांना मोठा आनंद होतो. त्या लुसलुशीत हिरवळीला कुरवळल्याखेरीज एकही प्रवासी पुढे जात नाही. हिरवळीच्या मृदु स्पर्शाने त्याच्या मुद्रेवर आनंदाच्या छटा चमकू लागल्या की त्या चिमुकल्या झऱ्यात लहान लहान तरंग उठतात आणि हसत हसत एकच शब्द गुणगुणू लागतात– 'विकास!'

सुमतीची गोष्ट मी वाचून संपवली असेल नसेल इतक्यात दवाखान्यात दोन-तीन माणसे आली. माझ्या मनात आले– आणखी पाच मिनिटांनी हे लोक आले असते तर? पण मांजरांपेक्षा माणसंच जगात अधिक आडवी येतात! काय करणार त्याला?

त्या अपरिचित रोग्यांवरचा माझा हा राग अगदी अयोग्य होता याची मला दुसऱ्याच क्षणी जाणीव झाली. माझे मलाच हसू आले.

माणूसप्राणी किती स्वार्थी आहे! सुमतीच्या आयुष्याचे रहस्य जाणून घेण्याची उत्कंठा मला लागली होती; नि तेवढ्यासाठी डॉक्टर साने यांच्याकडे येणाऱ्या रोग्यांनी थोडे उशिरा यायला हवे होते अशी इच्छा मी करीत होतो. त्या रोग्यांपैकी

कुणाला बरोबर दहा वाजता कचेरीत जायचे असेल, कुणाला घरी अंथरुणावर खिळलेल्या बायकोला औषध देऊन नि मुलांचे जेवण करून पुन्हा कामधंद्याला बाहेर पडायचे असेल– जगात प्रत्येकाची आपापल्यापरी अडचण असते. पण या गोष्टीची दखल घ्यायला माझे मन तयारच नव्हते.

डॉ. साने पहिल्या रोग्याची विचारपूस करताहेत इतक्यात आणखी दोन-तीन माणसे आत आली. आता आपण चंबूगबाळे आवरलेच पाहिजे अशी माझी खात्री झाली. मी जायला निघालो असे पाहताच डॉ. साने म्हणाले, ''रात्री केव्हा भेटाल?''

''आठ वाजता सुमतीकडे जायचंय मला.''

''मग? दहा वाजता?''

''हं!''

''जमलं तर एखाद्या चांगल्या इंग्रजी सिनेमाला जाऊं.''

''बराय्.''

तसं पाहिले तर कुठलेही चित्र पाहण्याची उत्सुकता मला मुळीच नव्हती. पण डॉ. साने यांची गाठ पडल्यावर सुमतीची संपूर्ण हकिगत ऐकायला मिळेल या आशेनेच मी त्यांच्या म्हणण्याला होकार दिला.

सारा दिवस राहून राहून मी सुमतीच्या त्या रूपक-कथेचा विचार करीत होतो. स्वप्नांवरून रोगाचे निदान करण्याची पद्धत मला ऐकून ठाऊक होती. पण गोष्टीवरून लेखकाच्या रोगाची परीक्षा करण्याची ही साने यांची पद्धत मोठी अजब वाटली मला!

मी एकसारखा विचार करीत होतो. या रूपक-कथेतील नदी म्हणजे स्वत: सुमती हे साने यांच्या बोलण्यावरून उघड होत होते. ही नदी महानदीला मिळायला तयार होत नाही याचा अर्थ काय! सुमतीने एखाद्या तरुणाच्या प्रेमाचा केलेला धिक्कार की वैवाहिक जीवनाविषयीची तिची उदासीनता? कथेतली नदी समुद्र खारट म्हणून त्याचा तिरस्कार करते. सुमतीच्या प्रणय जीवनात असा कुठला प्रसंग घडला असेल? एखाद्या गरीब विद्वानाने घातलेल्या मागणीला तिने वाटाण्याच्या अक्षता दिल्या असतील की–

नि शेवटी ती नदी वाळवंटात गुप्त होते. तिच्या विशाल प्रवाहाचा अगदी लहानसा भाग मात्र एका झऱ्याच्या रूपाने वाहत राहतो. आपल्या आजुबाजूला उगवलेली हिरवळ पाहून वाटसरूंना आनंद झाला की त्या झऱ्यात लहान लहान तरंग उठतात आणि हसत हसत एकच शब्द गुणगुणू लागतात– 'विकास!'

गोष्टीचा हा शेवटचा भाग म्हणजे सुमतीच्या सध्याच्या आयुष्याचे प्रतिबिंब असेल का? तो झरा म्हणजे तिच्या एकलकोंड्या आयुष्यातला उरलासुरला उत्साह नि ती हिरवळ म्हणजे तिच्या शाळेतल्या मुलींचे हास्य!

कल्पनेच्या विमानाची भ्रमंती कधीच थांबत नाही. अशा अनेक कल्पना मनात

येऊन गेल्यानंतर माझे मलाच वाटले– साने डॉक्टर असल्यामुळे त्यांनी एखाद्या कथेची अशी चिरफाड केली तर ती क्षम्य ठरेल. पण माझ्यासारख्या लेखकाने तरी कलाकृतीकडे निराळ्या दृष्टीने पाह्यला हवे. कलाकृतीत कलावंताच्या आत्मचरित्राचे प्रतिबिंब असू शकेल किंवा दुसऱ्याचा अनुभवही असू शकेल; मग उगीच हे कल्पनेचे फुगे फुगवत बसण्यात काय अर्थ आहे?

सुमतीचे पूर्वीचे आयुष्य–

तिला मी पहिल्यांदा पाहिली ती माझ्या लग्नात उषाची बालपणची मैत्रीण म्हणून. तेव्हापासूनच्या साऱ्या गोष्टी मी आठवू लागलो. त्या वेळी सुद्धा ती आता एवढीच दिसे. मात्र आज सकाळी तिच्या मुद्रेवर सुकलेल्या फुलाचा जो उदासपणा दिसला, त्याची छटासुद्धा त्या वेळी मला आढळली नव्हती. तेव्हा तिचे डोळे उमलत्या कमळाप्रमाणे दिसत होते, तिच्या मुद्रेवर प्रात:काळची प्रसन्नता हसत होती नि ती. . . इकडून तिकडे जाऊ लागली की पाहणाऱ्याला वीज लवलवल्याचा भास होत होता.

इंटरच्या का ज्युनिअरच्या वर्गात होती ती त्या वेळी. लग्नाच्या दोन-तीन दिवसात तिने उषाची तर भरपूर थट्टा केलीच, पण एक-दोन वेळा माझ्यावरही तो प्रयोग करून पाहिला तिने. लग्नाच्या गोंधळात माझ्या एका मित्राच्या खिशातली दहा रुपयांची नोट नाहीशी झाली. ती शोधशोधून तो कंटाळला. शेवटी मी त्याला म्हटले, ''अरे बाबा, गप्प बैस आता. लग्न हे एक युद्ध आहे. त्यात थोडी फार फुटाफूट व्हायची! दहाच रुपये गेले, वीस गेले नाहीत याचा आनंद मान. हवा तर सत्यनारायण कर.''

त्याच वेळी काही तरी कामाकरिता सुमती आमच्या घरी आली होती. माझे हे बोलणे ऐकून ती मोठ्याने म्हणाली, ''लढाईत शत्रू कोण नि मित्र कोण हे कळेनासे होतं ना? तसंच झालं असावं हे. तुमच्याकडच्या कुणी तरी माणसानं आमच्याकडच्या माणसाचा कोट समजून यांच्या खिशात हात घातला असावा.''

त्या वेळी आम्हा दोघांचा निरोप घेताना तिने मला बजावले होते. उषाताईला दोन वर्षांत विदुषी करायला हवी तुम्ही.

पुढे दोन-तीन वर्षांनी ती पुण्यात भेटली. तेव्हा उषाच्या विद्वत्तेत काहीच फरक पडला नाही असे पाहून तिने मला टोमणा मारला होता, (लग्न ही बायकांच्या पायातली बेडी आहे हेच खरं. कैदी तुरुंगात काम करतात नि बायका ते घरात करतात; एवढाच काय तो फरक.)

तिच्या या बोलण्यातला कडवटपणा मला त्या वेळी चांगलाच जाणवला. पण तिच्या पुस्तकी कल्पनांचे खंडन करण्याचा मात्र मी मुळीच प्रयत्न केला नाही. उद्या लग्न झाल्यावर संसाराला विद्वत्तेपेक्षा इतर गोष्टीच अधिक लागतात हे आपोआप या पोरीला कळून येईल असे मनात म्हणत मी गप्प बसलो.

पुढे दोन-तीन वेळा ती आम्हाला पुण्याला भेटली. उषा तिला कोकणात येण्याचा वारंवार आग्रह करी नि प्रत्येक वेळी 'पुढल्या वर्षी नक्की येते हं.' असं आश्वासन ती देई. पण तिचे आमच्याकडे येणे कधीच घडले नाही. त्यामुळे तिच्या आयुष्यातल्या कुठल्याही स्थित्यंतराची उषालासुद्धा कल्पना येणे शक्य नव्हते. मग माझी गोष्ट तर दूरच राहिली.

अविनाशचे बारसे पुण्यालाच झाले. त्या दिवशी सुमती मोठ्या हौसेने आली होती. पण उषाने तिच्या मांडीवर अवीला ठेवताच त्याची मान काही तिला संभाळता येईना. त्या वेळी ती घाबरून उषाला म्हणाली, ''तुझं रत्न तूच घे बाई. मी चाळीस मुलींचा वर्ग चालवून दाखवीन; पण असलं एक मूल संभाळणं काही व्हायचं नाही आपल्या हातून.''

मग त्या दोन मैत्रिणीच्या लहानपणाच्या आठवणी सुरू झाल्या. त्यातली एक मी अजूनही विसरलो नाही.

लहानपणी या दोघी मैत्रिणी घराशेजारच्या देवळात जाऊन खेळत असत. एकदा त्यांची खेळातली बाहुली आजारी पडली. उषाने ती मांडीवर घेतली; पण तिला मांडी नीट हलवून बाहुलीला झोपविता येईना. तेव्हा सुमतीने रागावून तिच्या मांडीवरची बाहुली उचलून आपल्या मांडीवर घेतली नि कुठे तरी ऐकलेले एक गाणे म्हणत आणि मांडी– खाली वर करीत तिला हळुहळू झोपविली.

ही आठवण काढून त्या वेळी दोघी मनमुराद हसल्या; पण माझ्या मनात मात्र निराळेच विचार उद्‌भवले– ''कालाय तस्मै नम:'' या वचनाचे अनेक अर्थ होतात हे त्या क्षणी मला पटले. लहानपणी निर्जीव बाहुलीवर प्रेम करणाऱ्या सुमतीला मोठेपणी एक बालजीव पाच-दहा मिनिटे मांडीवर घेऊन खेळविणे जड जावे ही घटना खरोखरीच आश्चर्यकारक नव्हती का?

पुढं आम्ही कोल्हापूरला आलो तेव्हा सुमती पुण्याची शाळा सोडून मुंबईला गेल्याचे आम्हाला कळले. ती आता लग्न करणार नाही हे उघडच दिसत होते. मात्र तिचा नि उषाचा मधूनमधून पत्रव्यवहार होत असला तरी या नाजुक गोष्टीसंबंधाने दोघींनीही मौन स्वीकारले होते.

आठवणींचा हा पाठशिवणीचा खेळ मनात सुरू होताच सुमतीचे रहस्य जाणून घेण्याची माझी इच्छा अधिकच बळावली. पण तिची माझी भेट रात्री आठ वाजता होणार होती; नि साने तर त्यानंतर माझ्याकडे दहाच्या सुमाराला येणार होते. तिथपर्यंत तर्क-कुतर्क करीत बसण्यापलिकडे मला काही करता येण्याजोगे नव्हते! स्वयंपाकघरातून खमंग वास आल्यामुळे आशाळभूतपणाने मुलाने तिकडे जावे, पण आईने दाराला आतून कडी लावून घेतलेली असावी; अगदी तस्सा विरस झाला माझ्या जिज्ञासेचा.

बरोबर आठ वाजता मी सुमतीचे घर गाठले. चौपाटी जवळच्या एका इमारतीत तिसऱ्या मजल्यावर राहत होती ती. लिफ्टमधून झटकन वर जावे म्हणून मी तिकडे वळलो. पण त्याची प्रकृती नादुरुस्त झालेली दिसली.

पण मला सुमतीचे रहस्य जाणून घ्यायचे होते.

मी भराभर पायऱ्या चढून गेलो. वाळूवरून लहान मुले घसरत येतात ना? तेवढ्या चपळतेने मी तिसरा मजला गाठला.

उजवीकडे वळताच दारावर लटकणाऱ्या पितळी पाटीकडे मी पाहिले. सुमतीचे नाव तिथे चमकत होते. पण मी सर्दच झालो. दारात सुमती माझ्या स्वागताला सज्ज असण्याऐवजी–

दाराला एक कुलूप लटकत होते!

मी येणार आहे ते विसरली असेल?

छे:! ते शक्यच वाटेना मला.

मग?

सुमतीवर चांगलीच चिडलो मी मनात. जिना उतरण्याकरिता रागारागाने मी वळलोदेखील. इतक्यात एक सहा-सात वर्षांची, पाठीवर दोन चिमुकले शेपटे सोडलेली, काळसर पण हुशार मुलगी शेजारच्या घरातून धावत पुढे आली नि माझ्याकडे पाहत म्हणाल, "तुम्हीच का खांडेकर काका?"

जन्मात न पाहिलेल्या या पुतणीला मी मान हलवून होकारार्थी उत्तर दिले.

खार जशी झाडावर चढते तशी टुणकन उडी मारून ती आपल्या घरी गेली. लगेच धावत येऊन माझ्या हातात एक किल्ली देत ती म्हणाली, "सुमतीबाईंनी बसायला सांगितलंय तुम्हाला."

कुलूप काढता काढता मी तिला विचारले, "कुठं गेल्या आहेत त्या?"

अगदी रंगात येऊन हातवारे करीत ती उत्तरली, "मोटारीत बसून गेल्या आहेत. सिनेमा लिहिताहेत त्या. आता आम्हाला खूप खूप सिनेमे फुकट पाह्यला मिळणार आहेत. तुम्हालासुद्धा सुमाताई नेतील हं." तिच्या त्या बोलण्याचे कौतुक करीतच मी खोलीचे दार उघडले.

लगेच आत येऊन बोटाने वर दाखवीत ती म्हणाली, "इथलं बटन दाबा म्हणजे दिवा लागेल."

दिव्याचा प्रकाश एकदम खोलीत पसरला. समोरच महात्माजींची दांडी यात्रेला निघालेली कृश वीरमूर्ती दिसली. सुमतीच्या भावनेचे मी मनातल्या मनात कौतुक करणार, इतक्यात महात्माजींच्या पलिकडेच कुठल्या तरुणीचा फोटो लटकत असलेला दिसला.

मी पुढे होऊन निरखून पाहिले. मर्ना लॉय मिस्किलपणाने माझ्याकडे पाहून हसत होती. दोन फोटो जवळ लावणाऱ्या सुमतीच्या स्वभावाचा मला थांगच

लागेना. माझ्या मनात आले– (वैराग्य आणि विलास ही माणसाच्या मनात किती जवळ जवळ राहतात!)

मी दुसरीकडे लावलेली चित्रे पाहू लागलो. एका चित्रात पिसारा उभारून नृत्य करणारा सुंदर मोर माझे स्वागत करीत होता. पण त्याच्या जवळच्याच चित्रात आपला विक्राळ जबडा उघडून एक सिंह उभा होता; त्याच्याकडे पाहताना हे चित्र आहे याची जाणीव असूनही माझे मन क्षणमात्र कंपित झाल्यावाचून राहिले नाही.

निसर्गाच्या दृष्यातही असाच विरोध केला गेला. एका चित्रातला मोठा गुलाब जणू काही एखाद्या गुटगुटीत बालकासारखा खिदळत आहे असा भास होत होता; पण त्याच्या जवळचेच ते दुसरे चित्र बर्फाने सारी जमीन आच्छादून टाकली आहे नि मध्येच एक निष्पर्ण झाड एखाद्या वृद्ध माणसांप्रमाणे जीव मुठीत धरून कसेबसे उभे आहे असे दृश्य होते ते.

माझ्या मनाचा विलक्षण गोंधळ उडाला. पण माझ्याबरोबरची ती चिमुरडी मुलगी माझ्या मदतीला धावून आली.

ती पोरगी सांगू लागली, "सुमाताईंचा पोपट किती छान छान बोलत होता. मला कशी गोड गोड हांक मारायचा."

कोपऱ्यातल्या रिकाम्या पिंजऱ्याकडे माझी दृष्टी गेली.

मी माझ्या छोट्या मैत्रिणीला विचारले, "सुमाताईंचा पोपट कशानं मेला?"

भुंवया उंचावीत ती उत्तरली, "तो मेला नाही. सुमाताईंनी पिंजऱ्यातून सोडून दिला त्याला एके दिवशी."

मी मनात म्हणत होतो-पाळलेल्या पोपटाला सुमतीने सोडून का द्यावे? त्याच्या कोंडमाऱ्यात तिला आपलं प्रतिबिंब दिसू लागलं होतं की काय?

पिंजऱ्या पलिकडच्या त्या दोन वस्तू-दिलरूबा नि चरखा!

सुमतीचे आयुष्य हे एक विलक्षण कोडे आहे अशी माझी खात्री झाली.

मी माझ्या बालमैत्रिणीला मुद्दामच विचारले, "सुमाताईंची तुझ्यावर फार माया आहे ना?"

मोठ्या अभिमानाने मान डोलवीत ती उत्तरली, "मला खूप खूप चॉकलेट आणून देतात त्या."

मी काही तरी बोलणार इतक्यात इकडेतिकडे पाहून नि आवाज हळू करून ती म्हणाली, "पण एखाद्या दिवशी खोलीत पाऊलसुद्धा टाकू देत नाहीत त्या मला. कुणाशी बोलत नाहीत. कडी लावून एकट्याच बसतात नि-"

जिन्यावर कुणाची तरी पावले वाजली. एखादे पाखरू भुर्रकन उडून जावे तशी ती छोकरी खोलीतून हां-हां म्हणता अदृश्य झाली.

सुमतीचा आवाज स्पष्टपणाने ऐकू येऊ लागला, "इतकी काही नाजूक नाही मी!" सुमतीच्या मागोमाग एक पोकळ हास्य ऐकू आले. मी दाराकडे पाहिले-एक

सुटाबुटातला बुटका इसम सुमतीच्या बरोबर खोलीत आला. त्याला मी तात्काळ ओळखले. सिनेमा सृष्टीतला त्रिंबकजी डेंगळे होता तो! पाच वर्षात डोअर कीपरचा मॅनेजर झालेल्या या माणसाचे चरित्र अजून कुठल्याही मासिकात कसे प्रसिद्ध झाले नाही याचे मला नेहमीच आश्चर्य वाटत असे.

मला पाहताच सुमती म्हणाली, ''एक्सक्यूज हं, भाऊराव. हे अचानक बोलवायला आले साडेसहा वाजता. मी जाणारच नव्हते; पण हे कंपनीचे मॅनेजर आले नि–''

त्रिंबकजी बोलू लागले, ''आमच्याकडे तशा चार-पाच नायिका पडून आहेत, पण यांच्या गोष्टीची नायिका यांनीच पसंत केली पाहिजे असं शेटजींचं म्हणणं आहे. म्हणून एक सुंदर गाणारी बाई दाखवायला घेऊन गेले होतो यांना. पण''

त्रिंबकजींना सुमतीने पुढे बोलूच दिले नाही. ती मध्येच म्हणाली,

''काय पण बाई शोधून काढलीत. मुलखाची छटेल दिसते मेली. माझ्या गोष्टीची नायिका धुतल्या तांदळासारखी निर्मळ आहे. हा निर्मळपणा जिच्या दृष्टीतून प्रकट होईल.''

आता त्रिंबकजींनी तिला पुढे बोलू दिले नाही. ते म्हणाले, ''मग ही भूमिका तुम्हालाच करावी लागेल, सुमतीदेवी!''

''काही तरीच बोलता!'' अशा अर्थाने सुमतीने मान वेळावली खरी पण तिच्या मुद्रेवरून या सूचनेने तिला गुदगुल्या झाल्या असाव्या असे दिसत होते.

सुमती पडद्याआड आतल्या खोलीत गेली. लगेच स्टोव्हचा आवाज ऐकू येऊ लागला. मी मॅनेजर महाशयांची बडबड ऐकत स्वस्थ बसलो. ''सुमतीदेवीसारखी कथा-लेखिका अख्ख्या दुनियेत आढळणारी नाही, त्या सिनेमात येतील तर दोन वर्षात मलबार हिलवरला एखादा बंगला खरेदी करतील.'' वगैरे मुक्ताफळे आत असलेल्या सुमतीला ऐकू जातील इतक्या जोराने तो उधळीत होता.

मात्र त्याच्या बोलण्यातून सुमती सिनेमाची कथा-लेखिका कशी झाली या गोष्टींचा उलगडा झाला मला. या कंपनीचे मालक होते एक गुजराथी गृहस्थ. त्या शेटजींची मुलगी सुमतीच्याच शाळेत शिकत होती. घरी शिकवणीला सुमतीबाईच हवी असा त्या मुलीने बापापाशी हट्ट धरला. सुमती शेटजींच्या मोटारीतून त्यांच्या घरी जाऊ लागली. तिला सिनेमा पाहण्याचा फार नाद आहे, मधूनमधून ती गोष्टीही लिहिते, हे शेटजींना लवकरच कळले. धंद्याच्या दृष्टीने त्यांना काही तरी स्टंट हवाच होता! कथा-लेखिका म्हणून एका बाईचं नाव मिळालं तर त्याची खूप जाहिरात करता येईल, या कल्पनेने त्यांनी सुमतीला गोष्ट लिहिण्याचा फार आग्रह केला. नाही नाही म्हणत तिने जी गोष्ट लिहिली ती त्यांना पसंत पडली. फक्त एकाच बाबतीत शेटजींचे नि तिचे अजून एकमत होत नव्हते.

सुमतीच्या कथेत नायिका विवाहित नायकावर प्रेम करते, एका विलक्षण

योगायोगामुळेच त्या दोघांना एकाच खोलीत एक रात्र काढावी लागते आणि या गोष्टीचा फायदा घेऊन नायिकेचे हितशत्रू तिला जगातून उठविण्याचा प्रयत्न करतात असा भाग होता. ती दोघे एकाच खोलीत रात्र काढत असली तरी ती एकमेकांना स्पर्शसुद्धा करीत नाहीत असे सुमतीने दाखविले होते. पण शेटजींना ते मान्य नव्हते. लोकांचा संशय दृढ व्हावा म्हणून नायकाच्या अंथरुणात नायिकेच्या डोक्यातील गुलाबाचे फूल किंवा आकडा पडलेला दाखवावा. तो आकडा सकाळी नोकराला सापडावा नि मग नायिकेविषयी संशय पसरत जावा अशी कथानकाची गुंफण त्यांना हवी होती. सुमतीचा याला तीव्र विरोध होता. तिच्या नायिकेचे नायकावरचे प्रेम केवळ मानसिक असल्यामुळे, शेटजींना हवा असलेला बदल लोकप्रिय होण्यासारखा असला तरी तो करायला ती तयार नव्हती. नायिकेच्या पवित्र प्रेमावरच कथानकाचा उठाव अवलंबून असल्यामुळे ती नायकाच्या अंथरुणापाशी जाते किंवा त्याला स्पर्श करते, असे दाखविण्याने कथेचा आत्माच नाहीसा होतो असे तिचे म्हणणे होते.

हे सारे सांगून त्रिंबकजी मला म्हणाले, ''हे पहा भाऊसाहेब, सुमतीदेवी तुमचं खास ऐकतील. तेव्हा त्यांची गोष्ट वाचून त्यांना सांगा की त्या नायिकेला नायकाच्या अंथरुणावर जाऊन बसू दे थोडा वेळ. त्याला एकदम फिट आली नि म्हणून ती त्याच्याजवळ गेली असं दाखवलं तरी चालेल; पण''

त्रिंबकजी डोअरकीपरचे मॅनेजर झाले तसे लवकरच मॅनेजरचे कथा-लेखकही होणार असे मला त्यांच्या या बोलण्यावरून वाटू लागले.

माझे मन मात्र सुमतीच्या कथानकातल्या वादग्रस्त प्रसंगापेक्षा एका निराळ्याच गोष्टीचा विचार करू लागले. मानसिक प्रेम-पवित्र प्रेम. यत्किंचितही शारीरिक आकर्षण नसलेले प्रेम-सुमतीला या काव्यमय कल्पनेविषयी इतका मोह का वाटावा? आता तिची तिशी उलटून गेली आहे. एवढ्या वयात कोणत्याही पुरुषाचे तिला कधी आकर्षण वाटलेच नाही की आपले या बाबतीतले अपयश लपवून ठेवण्याकरिता ती आत्मवंचना करीत आहे?

डॉक्टर साने यांचे सकाळचे शब्द मला आठवले, ''लढाई! लढाईत प्रत्यक्ष जखमा झाल्या नाहीत तरी माणूस गळून जातोच ना?''

सुमती ट्रे घेऊन बाहेर आल्यामुळे माझे विचारचक्र जागच्या जागी थांबले. चहा घेता घेता ती मला म्हणाली, ''आजचा चहा तुम्हाला फार महाग पडणार आहे!''

मी हसत हसत उत्तरलो, ''काही हरकत नाही. बायकोच्या मैत्रिणीचा आहे हा चहा. तेव्हा हिशोबानं वागून काही निभाव लागणार नाही इथं.''

मी हे बोलून गेलो खरा; पण मला जे बोलायचे होते ते हे नव्हते. मला म्हणायचे होते, 'तुमचं लग्न ठरलं असतं तर पाच-पन्नास रुपयांचा आहेर आम्हाला करावा लागलाच असता की! त्यापेक्षा तर हा चहा महाग पडणार नाही ना?''

चहाचे घोट घेता घेता मध्येच सुमती उठली. टेबलावरून एक जाडजूड पण सुंदर नोटबुक उचलून ते माझ्या हातात देत ती म्हणाली, "नोटबुकाच्या आकारावरून घाबरून जाऊ नका हं! हे सारं भारूड वाचण्याची शिक्षा काही मी तुम्हाला देत नाही. ही खूण घातली आहे ना? तिथं माझ्या सिनेमाच्या गोष्टीचा सारांश आहे. तेवढा वाचा नि उद्या संध्याकाळी–"

"उद्या संध्याकाळी मला सवड नाही. चार-पाच मित्र येणार आहेत माझ्याकडे."

"येईनात बिचारे! फोनवरनं दोन मिनिटं तुम्ही माझ्याशी बोलाल की नाही! फक्त एकच शंका विचारायचीय मला. तुमच्या फोनचा नंबर तेवढा द्या म्हणजे."

त्रिंबकजींनी डोळ्याने मला खुणावले. पण ते लक्षातच आले नाही असे दाखवीत मी एका चिठ्ठीवर फोनचा नंबर टिपून ती सुमतीला दिली.

चहा होताच सुमती म्हणाली, "शेटजींच्याकडं जाऊन नायिकेच्या बाबतीत आताच्या आता काही तरी नक्की ठरवायचंय. तेव्हा-एक्सक्यूज हं. नि हे पहा, भाऊराव-परवाचे दिवशी सकाळी मुहूर्ताला यायला हवं तुम्ही. बाकी तुम्हाला काही आग्रह करायला नको म्हणा. तुमच्या बायकोच्या मैत्रिणीचंच आहे. तेव्हा–"

घाईघाईनं आरशापुढे जाऊन ती केशभूषा करू लागली. पण लगेच मागं वळून ती म्हणाली, "परवा मुहूर्ताला केव्हा जायचं ते उद्या फोनवरनं सांगेनच तुम्हाला!"

नवे खेळणे मिळाले की लहान मुलाला जो आनंद होतो तो तिच्या रोमरोमात नाचत होता. चित्रपटसृष्टी ही मयसभा आहे हे कटुसत्य सांगून तिचा विरस करणे अगदी जिवावर आले माझ्या. मी सहज उठून इकडेतिकडे पाहू लागलो. मधला पडदा दूर करून आतल्या खोलीतही डोकावून पाहिले मी. चांगली प्रशस्त होती ती. मी तिला विचारले, "भाडं काय देता तुम्ही?"

"तीस!"

"एकट्याच राहता एवढ्या जागेत?"

"दुसरं माणूस आणायचं कुठून?" तिनं हसत उत्तर देण्याचा प्रयत्न केला. पण बोलता बोलता तिच्या हातातले पावडरीचे फूल खाली गळून पडले. मी निरखून पाहिले-तिचा हात थरथर कापत होता.

घरी येऊन घाईघाईने मी जेवलो नि सुमतीचे नोटबुक उघडले. तिची खूण खूप पुढे होती. पण त्या सिनेमाच्या गोष्टीखेरीज आणखी काय काय तिने लिहिले आहे हे पाहण्याची मला इच्छा होतीच की.

लहान मोठ्या रूपक-कथा होत्या त्या. मला सकाळच्या तिच्या त्या नदीच्या गोष्टीची आठवण झाली. साने यांची त्या गोष्टीवरची मल्लीनाथीही आठवली. सुमतीच्या मागच्या आयुष्यावर या कथांनी कदाचित प्रकाश पडेल असे मला वाटू लागले. मी भराभर एकेक गोष्ट वाचायला सुरुवात केली.

पहिल्या गोष्टीचे नाव होते, 'मेघमाला!'

अनेक चातक त्या मेघमालेतल्या जलबिंदूंकडे उत्कंठेने पाहत असतात. पण ती त्या सर्वांचा धिक्कार करते आणि त्यांना सांगते-"माझा जन्म तापलेल्या धरणीला शांत करण्याकरिता आहे, तिला फुलविण्याकरिता आहे. तुमच्यासारख्या क्षुद्र पांखरांच्या क्षणिक सुखाकरिता नाही."

गोष्ट वाचून होताच मी विचार करू लागलो. स्त्रीचे जीवन पुरुषाच्या क्षणिक सुखाकरिता नाही; ते समाज सेवेसारख्या उच्च ध्येयाकरिता आहे. अशा कल्पना सुमतीच्या मनात घोळत होत्या. तेव्हाची तर ही गोष्ट नसेल ना?

मी गोष्टीच्या खालची तारीख पाहिली : १ जून १९३३.

आठ वर्षापूर्वी ही गोष्ट सुमतीने लिहिली होती आणि आज सकाळी मी वाचलेली ती नदीची गोष्ट! 'तिची ही अगदी अलिकडची गोष्ट आहे' असे डॉक्टर म्हणाले होते. माझ्या मनात आले-मृगजळामागे धावणाऱ्या हरिणीसारखी तर सुमतीची स्थिती झाली नसेल ना? (ऐन विशीत माणसाची छापील पुस्तकांवर नि त्यातल्या त्यात उच्च उच्च तत्त्वांवर विलक्षण अंधश्रद्धा असते. जगात जीवन हे एकच विश्वसनीय पुस्तक आहे याची त्याला त्या वेळी जाणीवही असत नाही. असावी तरी कुठून? हे पुस्तक नेहमीच अप्रकाशित असते.)

मधली काही पाने सोडून मी सुमतीची एक गोष्ट वाचू लागलो. खाली लेखनकाल १७ मार्च १९३६ दिला होता. या गोष्टीचे नाव होते 'कमलिनी!'

या कमलिनीकडे भृंग येतो. तिलाही तो आवडतो. ती त्याला आपल्या अंत:करणात जागा देते. पण 'आपल्या रसाला मात्र स्पर्श करायचा नाही' म्हणून त्याला निक्षून सांगते. भृंगाला वाटते-आज ना उद्या कमलिनीला आपली दया येईल, ती आपला रस चाखू देईल; पण कमलिनी आपला हट्ट सोडत नाही. शेवटी भृंग कंटाळून तिला सोडून निघून जातो. कमलिनी मनाशी म्हणते, 'पुरुषांची जातच लबाड.'

नदीच्या स्वच्छ पाण्यात अगदी तळाशी पडलेली वस्तूसुद्धा स्पष्ट दिसते ना? अगदी तस्से या गोष्टीत सुमतीच्या जीवनाचे प्रतिबिंब मला दिसू लागले. कुणा तरी तरुणावर तिचे प्रेम बसले असावे. परिचय वाढत गेल्यानंतर त्या तरुणाने हस्तस्पर्शाची किंबहुना चुंबनाचीही अपेक्षा केली असावी नि मानसिक प्रेम, पवित्र प्रेम इत्यादी कल्पनांच्या जाळ्यात गुरफटलेल्या या वेड्या पोरीने त्याची निराशा केली असावी.

मी मधली दहा-बारा पाने सोडून १९३८ मधली एक गोष्ट वाचू लागलो. रूपक-कथा नव्हती ती. पण–

'वनभोजन' हे गोष्टीचे नाव!

'शाळेतल्या काही मुली आपल्या आवडत्या मास्तरणीच्या बरोबर वनभोजनाला जातात. मुली झाडावर चढतात, विहिरीत पोहतात, फुगड्या खेळतात नि शेवटी जेवायला बसल्यावर चार दिवस उपाशी असल्याप्रमाणे खाऊ लागतात.

मास्तरीणबाईंचा घास मात्र हातातच रेंगाळत राहतो. तिला समोरच्या झाडावर

बसलेले एक पक्ष्यांचे जोडपे दिसते. चोचीत चोच घालून ते क्रीडा करीत असते.

तिच्या डोळ्यापुढे नुकताच पाहिलेला एका झोपडीतला शेतकऱ्याचा संसार उभा राहतो. वीतभर जागा, पाच-दहा मडकी नि चार-दोन रकटी-हेच काय ते त्या झोपडीतले वैभव. पण नवरा मोट सोडून झोपडीत भाकरी खायला येतो तेव्हा दारात त्याची कारभारीण एक उघडे-नागडे मूल घेऊन उभी असते. नवरा त्या मुलाचा मुका घेण्याकरिता म्हणून पुढे होतो नि एकदम आपल्या कारभारणीचाच–

तिची ती लाज-तिचा तो आनंद–

मास्तरीणबाईंचा घास हातातून गळून खाली पडतो.

ही गोष्ट सुमतीला स्वतःच्या आयुष्यावरून सुचली असावी यात शंकाच नव्हती.

पुढच्या गोष्टीविषयीचे कुतूहल माझ्या मनात अनावर झाले. पण मी ती वाचू लागणार इतक्यात दारावरची घंटा वाजली.

मी जाऊन दार उघडले. डॉ. साने आले होते. सुमतीच्या गोष्टी वाचता वाचता ते चित्रपटाला जाण्याकरिता आपल्याकडे येणार आहेत ही गोष्ट मी अजिबात विसरून गेलो होतो.

आत येताच डॉक्टर म्हणाले, ''आजच्या सगळ्या चित्रपटांची चौकशी केली मी. पण मला हवं होतं ते चित्र कुठंच नाही!''

''कुठलं चित्र?'' मी उत्सुकतेने विचारले.

''No Flesh. No Spirit.' ते पहिल्यांदा लागले तेव्हा इथं फारसं आवडलं नाही कुणाला. गल्लाभरू असं काहीच नव्हतं त्यात. पण त्याचं कथानक मात्र इतकं हृदयंगम होतं-कोल्हापूरला येईल तेव्हा ते अवश्य पाहा हं.''

खुर्चीवर बसून डॉक्टरांनी सिगारेट पेटविली, दोन-तीन धूम्रवलये निर्माण केली नि मग ते म्हणाले, ''दुसऱ्या कुठल्या तरी सिनेमाला जाऊ या का?''

''हं.'' मी म्हटले

''मग कपडे करा ना. दहा होत आले.''

''तो सिनेमा आपण इथंच पाहिला तर?''

''म्हणजे?''

सुमतीच्या नोटबुकाकडे बोट दाखवीत मी म्हटले, ''सुमतीच्या रूपक-कथा वाचीत होतो मी आत्ता. तुम्ही म्हणालात तशी इंटरेस्टिंग केस आहे खरी ही. तिची सारी हकिगत सांगा ना मला.''

डॉक्टरांनी शांतपणाने हातातली सिगारेट संपविली. मग क्षणभर माझ्याकडे रोखून पाहत ते म्हणाले, ''एक अट आहे हं मात्र माझी!''

''कुठली?''

''मी सांगतोय त्या गोष्टीवर कादंबरी-बिदंबरी लिहायची नाही. प्रोफेशनल

सिक्रेट सांगणार आहे मी तुम्हाला.''

मी होकारार्थी मान हलविली.

''डॉक्टर समोरच्या कॅलेंडरकडे पाहत बोलू लागले-

सुमती माझ्या दवाखान्यात प्रथम आली त्याला सात-आठ महिने तरी सहज झाले असतील. मी रोगांचा मानसिक दृष्टीनेही विचार करतो असं तिला कुणी तरी सांगितलं होतं. म्हणून मुद्दाम माझा सल्ला घेण्याकरिता ती आली. तिला पहिल्यांदा तपासली तेव्हा मी स्वत:च गोंधळून गेलो. छातीची धडधड नि हाता-पायांच्या तळव्यांना येणारा घाम यांच्याखेरीज विकृतीचं कुठलंच लक्षण मला दिसेना. पण या दोन्ही गोष्टी अगदी साध्या आहेत. डॉक्टर तपाशीत आहे या कल्पनेतसुद्धा ही लक्षणं अनेकांना होतात. त्यातून सुमती तर तरुण स्त्री होती. ती नर्व्हस नसलेच म्हणून कुणी सांगावं? तिचा विश्वास संपादन केल्याखेरीज मला विकृतीचं निदान करणं अगदी अशक्य होतं.

तिला चित्रपट फार आवडतात असं कळताच एक-दोनदा मी तिला घेऊन चित्रपट पाहयला गेलो. इंग्रजी चित्रपटातल्या चुंबनाच्या प्रसंगी ती एकदम आपले ओठ आवळून घेते एवढं माझ्या लक्षात आलं. पण असल्या बाबतीत 'ता'वरून ताकभाताचा तर्क करणं धोक्याचं असतं. मी तिला नेहमी संध्याकाळी येऊन औषध घेऊन जायची सूचना केली. मधूनमधून दवाखान्यात दुसरं कुणी नसलं म्हणजे ती माझ्याशी मोकळेपणाने बोलत बसे. त्या बोलण्यात वाटेल ते विषय येत-गांधीवाद, ज्योतिष, सेक्स नि टोमॅटोमधले व्हिटॅमिन्ससुद्धा!''

आपल्या या विनोदावर खूष होऊन डॉक्टर स्वत:च हसले; अर्थात मीही हंसलो. मात्र मी एक शब्दसुद्धा बोललो नाही. नुकताच कुठे कथानकाला रंग भरू लागला होता. त्याचा भंग करण्यात काय अर्थ होता?

डॉक्टर पुढे सांगू लागले, ''एके दिवशी आत्महत्येवरचं एका मानसशास्त्रज्ञाचं पुस्तक माझ्या टेबलावर मी मुद्दाम ठेवलं. तिनं ते सहज उचलून पाहिलं. आमचं दोघांचं आत्महत्त्येविषयी बोलणं सुरू झालं. मी मुद्दामच म्हटलं, 'आत्महत्या ही एक वेडाची लहर आहे!' तिनं उत्तर दिलं, 'मुळीच नाही. शहाण्या सुरत्या माणसांच्या मनातसुद्धा आत्महत्येचे विचार कधी कधी येतात.' हे शब्द तोंडातून गेल्यावर आपण गप्प बसायला हवं होतं हा भाव तिच्या मुद्रेवर उमटला. जणू काही तो मला दिसलाच नाही असं दर्शवीत मी पुढे बोलू लागलो. बोलता बोलता आपल्या स्वत:च्या मनामध्ये आत्महत्येचे विचार घोळत होते हे तिला कबूल करावंच लागलं.

हे विचार तिच्या मनात येण्याचं कारण मी शोधू लागलो. पैशाच्या दृष्टीने ती सुखी होती. घरची तर कसलीच काळजी नव्हती तिला. तीन मिळवते भाऊ असलेल्या बहिणीवर घराचा कसला भार पडणार?

राहून राहून माझ्या मनात एकच गोष्ट येऊ लागली. हिचा प्रेमभंग झाला असावा. पण ते तिला विचारायचं कसं? 'तुम्हाला काही विचित्र स्वप्नं वगैरे पडतात का?' असं मी एक-दोनदा तिला विचारलं; पण तिनं त्या प्रश्नाचं उत्तर देण्याची टाळाटाळच केली. तिला लिहिण्याचा नाद आहे हे माझ्या लक्षात आलं, तेव्हा एका नवीन पद्धतीनं मी तिच्या विकृतीचं निदान करण्याचं ठरविलं. अभिजात लेखकालासुद्धा आपल्या आवडीनिवडी नि सुखदु:ख बाजूला ठेवून अनेकदा लेखन करता येत नाही. त्या दृष्टीनं मी सुमतीच्या गोष्टी वाचू लागलो. हळुहळू माझी खात्री झाली की ही मुलगी अकारण निसर्गाविरूद्ध लढत आली आहे. मी तिला सरळ लग्न करण्याचा सल्ला दिला. त्यामुळे काही दिवस माझ्यावर मोठा घुस्सा झाला होता तिचा! पण शेवटी माझं निदान बरोबर आहे हे तिला कबूल करावंच लागलं.

एकदा तापानं आजारी असताना मी मुद्दाम तिच्या समाचाराला गेलो. भावनाशील माणसं आजारात अधिक बडबडी होता. गोष्टीवरून गोष्टी निघाल्या नि तिचं सारं पूर्व आयुष्य मला कळून चुकलं.

तिची पूजा करावी की कीव करावी हेच मला कळेना.''

पाणी पिण्याकरिता डॉक्टर मध्येच उठले. मला मात्र चित्रपटाचे मध्यंतर अगदी योग्य वेळी करणाऱ्या लेखकासारखे त्यांचे हे गोष्ट सांगण्याचे कौशल्य वाटले.

पाणी पिऊन डॉक्टर बोलू लागले–

''शरीराच्या दृष्टीनं ती आतापर्यंत पवित्र आहे यात शंकाच नाही. पण हे पावित्र्य राखण्याकरिता तिनं आपली सर्व मानसिक शक्ती खर्च केली आहे.''

आतापर्यंत तिच्यावर तीन पुरुषांनी प्रेम केलं आहे. त्यातल्या दोघांवर तिचंही प्रेम होतं. पण त्यातलं कुठलंच प्रेम सफल होऊ शकलं नाही.

प्रीतीनं तिच्या आयुष्यात प्रथम प्रवेश केला ती कॉलेजात असताना. कुठल्याही विद्यार्थ्याचं तिला आकर्षण नव्हतं. पण ती ज्युनियरला असताना कॉलेजातल्या संमेलनाच्या नाटकात मुलींनी काम करायचं ठरलं. सुमतीनं हौसेनं पुढाकार घेतला. नायिकेच्या कामाकरिता तिचीच निवड झाली. त्यांचं नाटक बसविण्याकरिता एक प्रख्यात नट आला होता. त्याचं रूप आणि गोड आवाज यांची तिच्यावर मोहिनी पडली. लहानपणापासून तिला गाण्याचा नाद होताच. त्यामुळं या आकर्षणात भर पडली.

आयत्या वेळी नाटकात काम करणारा विद्यार्थी आजारी पडला नि नाटक बसविण्याकरिता आलेल्या त्या नटालाच ते काम करावं लागलं. त्याच्याबरोबर काम करताना सुमतीला विलक्षण आनंद झाला. नायक नायिकेला लग्नाचं वचन देतो असा एक प्रसंगा होता त्या नाटकात. त्या वेळच्या सुमतीच्या अभिनयाला सर्वांच्या टाळ्या पडल्या. सुमतीनं त्या वेळी जो भाव दर्शविला होता तो केवळ अभिनय नव्हता. तिला आवडणाऱ्या त्या नटाच्या हस्तस्पर्शानं तिच्या हृदयवीणेतून

मधुर संगीत उमटू लागलं होतं.''

प्रेमाचा विषय आला की डॉक्टरसुद्धा कवी होतो हे शब्द माझ्या अगदी जिभेवर आले होते. पण डॉक्टरांच्या कथाप्रवाहाला खंड पडू नये म्हणून मी ते आतल्या आत गिळले.

माझ्याकडे पाहून स्मित करीत डॉक्टर म्हणाले, ''तो परत जायला निघाला तेव्हा सुमतीनं त्याची एकांतात गाठ घेतली. तिच्या उत्कट प्रेमाची त्याला कल्पना आली. विरहाच्या प्रेमानं वेडावून जाऊन त्यानं तिचं चुंबन घेतलं.

अशा वेळी नाटकात किंवा चित्रपटात हटकून कुणी तरी तिसरं आत येतं. सुमतीच्या बाबतीत तसं काहीच घडलं नाही. पण तिचा निरोप घेऊन निघून गेल्यावर त्या नटानं तिला पत्रावर पत्रं पाठवायला सुरुवात केली. त्याच्या प्रत्येक पत्रात त्या चुंबनाचा हटकून उल्लेख असे.

सुमतीनं ती पत्रं जपून ठेवली. योगायोगानं ती तिच्या चुलत्याच्या हाताला लागली नि मग–मग हिंदू कुटुंबात काय होतं ते सांगायलाच नको. भिकारड्या नटावर प्रेम केल्याबद्दल तिच्या घरातल्या सर्व माणसांनी तिला धारेवर धरलं. तो एखादा आय.सी.एस. असता तर झाल्या गेल्या गोष्टीत त्यांना काही वावगं वाटलं नसतं.

तिच्या चुलत्यांनी त्या नटाला एक भयंकर पत्र लिहिलं नि त्याच्या खाली सक्तीनं सुमतीची सही घेतली.

त्याला विसरून जाणं सुमतीला पहिल्यांदा फार कठीण गेलं. पण समाजसेवेचं उच्च ध्येय पुढं ठेवून ती अभ्यास करू लागली नि एम.ए.ला पहिल्या वर्गात आली.

पुढं पुण्याला मास्तरीण झाल्यावर तिला एक निराळाच अनुभव आला. तिच्या शाळेत येणाऱ्या एका श्रीमंत मुलीच्या घरी ती जाऊ लागली. ती मुलगी मातृहीन होती. थोडा परिचय होताच तिच्या पोक्त वडिलांनी सरळ सुमतीला मागणी घातली.

प्रितीचा एक कटु अनुभव तिनं आधीच घेतला होता. या दुसऱ्या अनुभवानं तर तिला शिसारीच आणली. प्रिती ही मानवी जीवनातली विकृती आहे अशा दृष्टीनं ती प्रेमाकडे पाहू लागली. उच्च ध्येय, समाजसेवा, जीवनाच्या उदात्त कल्पना ही भाषा दोन-तीन वर्षं तिच्या जिभेवर एकसारखी नाचत होती.

पण–

(माणसाला मरण चुकविता येत नाही असं म्हणतात. प्रेमाच्या बाबतीतही ते तितकंच खरं आहे. मृत्यूला चुकविण्याकरिता परीक्षितानं खूप प्रयत्न केले; पण बोरातल्या अळीचं रूप घेऊन मृत्यूनं त्याला शेवटी गाठलंच! प्रीति ही तशीच आहे. माणूस सप्तपाताळात लपून बसला तरी त्याला ती शोधून काढते.)

या नियमाला सुमती तरी कुठून अपवाद असणार? तिचे एक सहकारी शिक्षक चांगले रसिक होते. ही आपल्या रूपक-कथा त्यांना दाखवू लागली. त्यांनी

सुचविलेल्या सुधारणा तिलासुद्धा मान्य कराव्या लागत. या निमित्तानं दोघांचा स्नेह वाढत गेला. त्या गृहस्थांचं लग्न झालं होतं. एक-दोन मुलंही होती त्याला. त्यामुळं सुमतीला व त्याला एकमेकांच्या सहवासात निर्वेध काळ काढणं शक्य नव्हतं पण मराठी वाङ्मयाचा सविस्तर इतिहास लिहिण्याची स्फूर्ती त्याला एकदम झाली. सुमतीलाही ती कल्पना पसंत पडली. स्वतंत्र खोली घेऊन काम करायला सुरुवात केली त्यांनी. रात्री अकरा अकरा वाजेपर्यंत ती दोघं तिथं बसत. लोकांना आधीच कुटाळकीची हौस असते. त्यात अविवाहित तरुणी विवाहित पुरुषाबरोबर रात्री अकरा अकरा वाजेपर्यंत एकांतात बसू लागल्यावर मग काय? रॉकेलच्या कारखान्याला आग लागावी तसं झालं.

सुमतीनं लोकांकडे कधीच लक्ष दिलं नाही. पण काही दिवसांनी तिला एक गोष्ट चुकून कळली. ती म्हणजे मराठी वाङ्मयाचा इतिहास मास्तरांच्या सहवासापेक्षा अधिक रूक्ष आहे ही! आपलं प्रेम नुसतं मानसिक राहावं म्हणून ती खूप धडपडली. ती नियमानं विवेकानंदांचे ग्रंथ वाचू लागली. तो मास्तरही सज्जन असल्यामुळे बरेच दिवस साध्या दर्शन सुखावरच त्यानं समाधान मानलं. पण एके दिवशी घरात त्याचं नि बायकोचं भांडणं झालं. त्या मन:स्थितीत त्यानं मर्यादेचा थोडासा अतिक्रम केला. सुमती एकदम संतापली. पुन्हा त्याचं तोंड पाहृयचं नाही अशी प्रतिज्ञा करून तिनं नोकरीचा राजीनामा दिला.''

सुमती पुण्याची चांगली नोकरी सोडून मुंबईला का आली हे कोडे आता मला उलगडले. मी डॉक्टरांना उत्सुकतेने विचारले, ''ती इथं आल्यावर पुढं काय झालं?''

''दुसरं काय होणार? काही दिवस चरखा घेऊन सूत काढलंन तिनं. काही दिवस दिलरुबा वाजविण्यात गेले. पण शेवटी माणसाच्या मनाचं संगीत चरख्यात नाही नि दिलरुब्यातही नाही ते प्रेमात आहे हे तिला कळून चुकलं. शाळेत ती लोकप्रिय झाली. पण शाळेचं काम म्हणजे उसाचा चरक, ही पुण्याला अंधुकपणे तिच्या मनात येणारी कल्पना हळुहळू बळावतच गेली.

पुढं तिला फिट्स येऊ लागल्या. त्या कमी झाल्यावर प्रकृती पूर्ववत व्हावी म्हणून ती माझा सल्ला घ्यायला आली.''

''नि तुम्ही तिला सिनेमाची गोष्ट लिहायचा सल्ला दिलात. छान! रोग्याला औषध द्यायचं की त्याला कुपथ्य करायला सांगायचं?''

''खरं सांगू तुम्हाला, भाऊराव! सुमती विलक्षण हुशार आहे. तिची इच्छाशक्ती नि कर्तृत्वशक्ती या दोन्हींना प्रकट व्हायला योग्य क्षेत्रच मिळालेले नाही. एखाद्या बुद्धिमान माणसाचा संसार करूनसुद्धा चांगली समाजसेवा केली असती तिनं. पण लग्नाचा विचार आता तिला पटतच नाही. नि तिच्या बुद्धीच्या नि भावनांच्या शक्तीला गुंतवून ठेवणारं उदात्त असं काही तिच्या आयुष्यात आलेलं नाही! तेव्हा

तिच्या लेखनाला प्रोत्साहन देण्याचं मी ठरविलं. माझ्या आग्रहामुळंच ती आपल्या कथा छापायला लागली. कुणी ना कुणी गोष्ट आवडल्याचं सांगितलं की तिला फार आनंद होतो. दोनदोन दिवस त्या नादात गुंगत राहते ती. सिनेमाच्या गोष्टीचा तर टॉनिकसारखा उपयोग झाला तिला. त्या कामाला लागल्यापासनं आपण आजारी आहोत हे विसरूनच गेली आहे ती!''

दुसरे दिवशी संध्याकाळी फोनवरून सुमती माझ्याशी बोलायला लागली तेव्हा तिच्या स्वरात इतका उत्साह नि आनंद भरला होता की डॉक्टरांचे रात्रीचे शब्द माझ्या कानात घुमू लागले–'आपण आजारी आहोत हे विसरूनच गेली ती!' माझ्या मनात आले– पण हा विसर कृत्रिम आहे, क्षणभंगुर आहे. संसारातल्या जोडीदाराच्या सहवासात, मुलाविषयीच्या वात्सल्यात किंवा एखाद्या ध्येयाच्या पूजनात माणसाला जो विसर पडतो तो–

सुमती मला पुढे विचार करू द्यायला कुठे तयार होती? ती फोनवरून म्हणत होती,

''सकाळी साडेआठला तयार राहा हं. साडेआठ म्हणजे साडेआठ! कळलं का? शेटजींचा फोन येईलच तुम्हाला. पण मी मुद्दाम बजावतेय. नाही तर काही तरी सबब सांगाल नि कुठं तरी पळून जाल.''

''मुहूर्त केव्हाचा आहे?'' मी विचारले.

''दहा अठराला.''

''मग इतक्या लवकर कशाला जायचं तिथं?''

''अय्या! तुम्हाला सांगायचं विसरलेच की!''

मी ऐकू लागलो.

''उद्या मेकअप आहे माझा!''

''मेकअप?''

फोनवरून माझ्या स्वरातले आश्चर्य तिला जाणवले असावे.

ती हसत हसत म्हणाली,

''इतकं नवलसं वाटलं तुम्हाला? सुशिक्षित स्त्रियांनी ही करिअर आता घ्यायलाच हवी. नाही का?''

मी मनात म्हटले– या विषयावर दोन तास व्याख्यान देण्याइतकी माझी तयारी आहे. पण– विनाकारण फोनला त्रास देण्यात काही मतलब नाही.

सुमती सांगत होती, ''काल रात्री शेटजी म्हणाले, दुसरी चांगली नटी मिळत नाही तर तुम्हीच काम करा. परवा अगदी उत्तम मुहूर्त आहे. त्यांचा आग्रह मला मोडवेना. दुसऱ्या कुणी तरी काम करून आपल्या गोष्टीचा विचका करण्यापेक्षा– अय्या! एक गोष्ट विसरतच होते की!''

गौरीहरापुढे बसलेल्या वधूच्या मनाचा जसा गोंधळ उडावा तशी सुमतीची स्थिती झाली होती हे उघड दिसत होते.

किंचित थांबून तिने विचारले, ''माझी सिनेमाची गोष्ट वाचलीत ना?''

''हो.''

''तिच्यातला तो खोलीतला प्रसंग–''

''हं.''

''शेटजींना त्यात बदल हवा आहे. नायिकेच्या डोक्यातला आकडा नायकाच्या अंथरुणात सापडून संशयाला सुरुवात झाली तर फार बहार होईल असं ते म्हणतात.''

मी म्हटले, ''पण आकडा तिथं पडायला काही कारण हवं ना? मात्र मलासुद्धा तुम्ही लिहिलेला काही भाग पटत नाही.''

''म्हणजे?''

सुमतीच्या स्वरात आश्चर्य आणि भीती याचे विचित्र मिश्रण झाले होते.

''लहानपणापासून प्रेम असलेली दोन माणसं अनेक वर्षांनी एकमेकांना भेटतात नि एकांत असूनसुद्धा त्यांच्या मनात चंचल विचार मुळीच येत नाही ही अगदी विचित्र गोष्ट आहे.''

''बराय. उद्या समक्षच चर्चा करू त्याची.''

मी सहज प्रश्न केला, ''नायिका तुम्ही झालात पण नायकाचं काम कोण करणार आहे?''

''मोतीलाल, पृथ्वीराज वगैरेंची चौकशी करीत होते शेटजी; पण चित्र मराठीतच निघालं पाहिजे असा माझा हट्ट आहे. म्हणून दोन-तीन मराठी नटांशी वाटाघाटी सुरू केल्या आहेत त्यांनी. कुणी का नायक होईना! मी नायिका होणार हे अगदी निश्चित.''

बोलणे संपताच तिने जे हास्य केले ते लहान मुलाच्या खिदळण्यासारखे वाटले मला!

माझ्या कानात घुमणारे तिचे ते हास्य दुसरे दिवशी सकाळी आठ वाजता ती माझ्याकडे कंपनीच्या गाडीतून आली तेव्हा तिच्या मुद्रेवरही चमकत होते. छे:! नुसते चमकत नव्हते, अगदी नाचत होते.

स्टुडिओच्या दारातच शेटजींचा आमचे स्वागत केले. मी कल्पना केल्याइतके त्यांचे पोट मोठे नसल्यामुळे माझा त्यांच्या कर्तबगारीविषयीचा बराच अनुकूल ग्रह झाला.

सुमती मोटारीतून उतरताच शेटजी हर्षाने तिला म्हणाले, ''हे पाहा सुमतीबेन, आपलं चित्र अगदी फसक्लास होणार. आज नायक कुणाला करायचं या काळजीत

होतो आम्ही– पण काल संध्याकाळी भगवान गोपाळकृष्ण आमच्या मदतीला धावून आला– रुबाब आहे, गळा आहे सारं काही आहे या माणसाला. तुमच्या मराठी नाटकात चांगलं नाव कमावलं होतं म्हणे यानं.''

बोलता बोलता आम्ही शेटजींच्या कचेरीपाशी आलो. व्हरांड्यातल्या खुर्चीवर पाठमोरा बसलेला एक इसम आमची चाहूल लागताच उठला. त्याने सहज वळून पाहिले.

या माणसाला आपण कुठे तरी पाहिले आहे अशी माझी खात्री झाली.

शेटजी सुमतीला म्हणत होते, ''हे तुमचे जोडीदार बंडोपंत आपटे!''

मी सुमतीकडे पाहिले. ती एकदम निश्चल झाली होती नि वेड्याप्रमाणे बंडोपंतांकडे पाहत होती.

मी बंडोपंतांकडे पाहिले. तोही गोंधळून सुमतीकडे पाहत होता. डॉक्टरांनी सांगितलेल्या सुमतीच्या प्रणय जीवनाची मला एकदम आठवण झाली. तिच्या आयुष्यातला तो नट म्हणजे हा बंडोपंतच असेल का?

पण हा विचार करायला मला अवसरच मिळाला नाही.

सुमतीच्या हाताच्या मुठी एकदम घट्ट झाल्या. तिच्या नजरेत विलक्षण शून्यता आली. तिला फिट् येत होती. पुढल्याच क्षणी तिचा तोल गेला. मी तिला सावरून धरले म्हणून बरे; नाही तर–

शेटजी 'पाणी पाणी' म्हणून ओरडले!

◆

बंडू

सुमतीला भोवळ आली असावी अशा समजुतीने शेटजींनी पाणी मागविले खरे पण डोळ्यांना पाणी लावून शुद्धीवर येण्याइतका तिचा आजार साधा नाही याची मला कल्पना होती.

डॉक्टर साने यांच्या बोलण्यात तिला मध्ये फिट्स येत होत्या असे आलेच होते. त्या दिवशी दवाखान्यात 'जागरणं-बिगरणं करू नका हं' म्हणून त्यांनी तिला बजावल्याचेही माझ्या लक्षात होते. शिवाय सिनेमाच्या गोष्टीच्या नादात तिच्या हातून अतिरिक्त श्रम झाले असण्याचाही संभव होता. त्यामुळेच तिला ही फिट् आली असावी असे मला वाटले. नाजुक प्रकृती म्हणजे काय, तारेवरची कसरतच! थोडेसे अलीकडे-पलीकडे झाले की तोल गेलाच म्हणून समजावे.

साध्या पाण्याने काम भागत नाही असे दिसताच शेटजींनी शेजारच्या डॉक्टरांना बोलावले. त्यांच्या प्रयत्नांना यश येऊन मध्ये सुमतीने डोळे उघडलेदेखील; पण डोळे उघडून पाहता पाहता बंडोपंतांकडे तिची नजर वळली मात्र एखादी जखम एकदम उघडी व्हावी नि तिच्यातून होणाऱ्या रक्तस्रावामुळे माणसाची शुद्धी जावी अगदी तशी स्थिती झाली तिची. डॉक्टरांनी पुन्हा उपचार सुरू केले. शेटजी हळूच त्यांच्या कानाला लागले. डॉक्टरांनी त्यांना काय सांगितले ते आम्हाला ऐकू आले नाही. पण रोग्याला त्रास होऊ नये म्हणून आम्हा सर्वांना पलिकडल्या खोलीत घेऊन जाता जाता ते उद्‌गारले, ''ज्योतिषी कसला? हजाम आहे लेकाचा!''

मराठीत अगदी अस्सल वाक्प्रचार आत्मसात करण्यात शेटजींनी प्राविण्य संपादन केले होते यात शंका नाही. पण त्यांच्या मराठीवरच्या प्रभुत्वाचे कौतुक करण्याची ही वेळ नव्हती.

मी त्यांना विचारले, ''कुठल्या ज्योतिष्यानं हा मुहूर्त दिला तुम्हाला?''

''परवा सट्ट्याच्या वेळी सांगितलंन ते अगदी अक्षरन्‌अक्षर खरं ठरलं, म्हणून तर सुमतीबेनची पत्रिका त्याला मुद्दाम नेऊन दाखवली नि मुहूर्त काढायला सांगितला.

चार दिवस घोळ घालून दोनशे रुपये घेतले लेकानं. असा फस्टक्लास मुहूर्त पुन्हा पाच-दहा वर्षांत मिळणार नाही असं छातीला हात लावून बोलला गाढव! म्हणून तर मी ही घाई केली. गोष्ट तयार नव्हती– नायिका नव्हती–नायक नव्हता-काही नव्हतं. पण मुहूर्त फुकट जाऊ नये म्हणून इतकी गडबड केली मी. हे बंडोपंत इथं आल्याचं रात्री आठला कळलं. रात्रीच्या रात्री त्यांना गाठलं. रात्री बारा वाजता करारावर यांची सही झाली–''

डॉक्टर आत आल्यामुळे शेटजींना सिनेमा पुराणातल्या या नव्या अध्यायाची पोथी मध्येच थांबवावी लागली.

शेटजींनी विचारले, ''काय डॉक्टर, काही होप्स आहेत का?''

डॉक्टर हसत उत्तरले, ''तशी काही सीरियस केस नाही. लवकरच शुद्धीवर येतील त्या. पण चार-आठ दिवस एखाद्या नर्सिंग-होममध्ये ठेवले पाहिजे त्यांना. त्यांचे फॅमिली डॉक्टर कोण आहेत हे कळळं तर केस त्यांच्या हवाली करून–''

मी मध्येच म्हणालो, ''डॉक्टर साने.''

डॉक्टर व शेटजी साने यांना फोन करायला निघून गेले. खोलीत मी नि बंडोपंत– बंडोपंत कसला? माझा बालमित्र बंडू आपटे– असे दोघेच उरलो.

क्षणभर बोलावे की बोलू नये या विचारात तो पडलेला दिसला. पण शेवटी मनाचा निश्चय करून तो म्हणाला, ''मला ओळखलंत का भाऊसाहेब?''

''तू मला ओळखतोस की नाही या काळजीत पडलो होतो मी!'' हसत हसत मी उत्तरलो.

एकवचनात काय विलक्षण जादू असते. त्याच्या मुद्रेवरचा परकेपणा क्षणार्धांत मावळला. तो मोकळेपणाने हसत म्हणाला, ''राजाला सारे लोक ओळखतात. पण राजा काही साऱ्या लोकांना–''

मी त्याला मध्येच थांबवून म्हटले, ''हे पाहा, बंडू, हा लोकशाहीचा काळ आहे. राजा नि रंक हे शब्द आता लवकरच जुने होतील. फार तर शब्दकोशात राहतील ते! तेव्हा–''

''तसं नाही भाऊसाहेब!''

''माफ कर हं, बंडू! आणखी एक डोस पाजायचाय मला तुला. माझं नाव भाऊ आहे. हे साहेबाचं शुक्लकाष्ठ माझ्या नावापुढं हल्ली लागलंय खरं; पण तुझ्यासारख्या लहानपणाच्या सोबत्यानं तरी तो अत्याचार माझ्यावर करू नये अशी माझी इच्छा आहे.''

''बरं बुवा!'' असे उद्‌गार काढून तो कुठल्या तरी विचारात गढून गेला.

त्याच्याकडे पाहता पहाता 'मानवी जीवन ही अतर्क्य वळणे घेणारी नदी आहे' या उक्तीची मला आठवण झाली. सव्वीस-सत्तावीस वर्षांनी आम्ही दोघे एकमेकांना भेटत होतो नि ते कुठे? तर एका गुजराथी कंपनीच्या स्टुडिओत.

माझे मन भूतकाळात धावू लागले. मी नि बंडू शाळेत अगदी एका बाकावर बसत होतो नि भर उन्हातून हातात हात घालून क्रिकेट मॅच पाहयला सांगलीहून बुधगावला जात होतो. इंग्रजी शाळेतल्या आमच्या तालीम मास्तरांनी 'जो कुणी तालीम चुकवील त्याची तंगडी धरून युनिव्हर्सिटीतून त्याला बाहेर काढीन' अशी एकदा आम्हा सर्वांना धमकी दिली होती. मधल्या सुटीत बंडू त्यांच्या या धमकीची नक्कल इतकी हुबेहूब करी की हसता हसता आमची मुरकुंडी वळे. साऱ्याच मास्तरांच्या नकला तो उत्तम करी. पण त्यातल्या त्यात तालीम मास्तर, देवधरशास्त्री नि अलूरकर यांच्या त्याच्या नकला अगदी बहारीच्या असत.

माझी नि त्याची विशेष दोस्ती होण्याचे कारण त्याचे पाठांतर नि गोड गळा! 'भारती जडा सुधीही मंदधी बने,' 'सज्ज करूनि चाप मदन येत मागुनी' इत्यादी पदांपासून 'होई विजयी तू रंभे शुभांगे अनंग-रंग-ढंगे' या पदापर्यंत साऱ्या नाटकातील गाणी त्याला तोंडपाठ येत असत. गाण्याचे अंग त्याला उपजतच होते. त्यामुळे अभ्यास चांगला नसूनही आमच्या कंपूला तो हवाहवासा वाटे.

एखाद्या मोहळातून थेंब थेंब मध ठिबकावा त्याप्रमाणे एकेक गोड आठवण माझ्या मनाला आपल्या हळुवारपणाने सुखावून जाऊ लागली.

मात्र बंडू समोर गप्पच बसलेला दिसला मला. म्हणून मी त्याला म्हटले,

"बुधगावच्या वाटेवरची ती सात चिंचांची झाडं आठवतात का तुला?"

त्याने हसत उत्तर दिले, "न आठवायला काय झालं? एकदा मॅच संपल्यावर आपण रमत गमत परत यायला लागलो होतो. ती झाडं यायच्या आधीच काळोख पडला. थोड्या वेळानं त्या झाडाजवळून आपण जाऊ लागलो. तेव्हा तू म्हणालास, 'भुतासारखी दिसताहेत ही झाडं!''

इतकी वर्षे हे वाक्य बंडूच्या लक्षात कसे राहिले याचे मला आश्चर्य वाटले.

क्षणभर थांबून एक सुस्कारा टाकीत बंडू म्हणाला, "ते दिवस काही परत येणार नाहीत आता; आपल्या वर्गातली त्या वेळची मंडळी किती हुशार होती! नाही? बुवा गोसावी-रामभाऊ जोशी-रघुनाथ बखले–"

तो मध्येच थांबला. त्या थांबण्यात बोलण्यापेक्षाही अधिक अर्थ होता. त्याची निराश दृष्टी म्हणत होती– "माझ्या वर्गातला बुवा गोसावी आज प्रांतिक काँग्रेस कमिटीचा अध्यक्ष झाला आहे, रामभाऊ फर्ग्युसन कॉलेजात नामांकित प्रोफेसर आहे, रघुनाथ बखले भारतसेवक-समाजाचा सभासद म्हणून काम करीत आहे! नि मी मात्र–"

त्याला उदास करणारा हा विषय बदलण्याच्या दृष्टीने मी हसत विचारले, "या शेटजींचे आभार मानले पाहिजेत मला. कुठं सापडलास तू काल त्यांना?"

"चार-पाच दिवस झाले मला नागपूरहून येऊन. इथल्या कुठल्या तरी सिनेमा

कंपनीत काम मिळतंय का पाहत होतो. काल रात्री नशीब उघडलं असं वाटलं पण–''

सिंधू आपटेची सारी हकिगत ठाऊक असूनही मी मुद्दाम प्रश्न केला, ''तुझी बायका मुलं कुठं आहेत?''

''देवाला ठाऊक!'' तो हताशपणाने उद्गारला. नंतर आवंढा गिळून तो सांगू लागला: ''माझी पहिली बायको फार दिवस जगली नाही. एक कीट माग ठेवून ती निघून गेली. आईवेगळ्या तान्ह्या मुलीची आबाळ होऊ नये म्हणून मी त्या मुलीला आजोळी ठेवली. तिथलाच लळा लागलाय तिला. पुढं काही दिवसांनी दुसरं लग्न केलं मी. एखाद्या विधवेला सुखी करावी म्हणून मुद्दाम पुनर्विवाह केला. पण ती बायको माझ्याशी भांडून नुकतीच निघून गेली. दोन्ही मुलंही तिच्या बरोबरच आहेत. काही-काही पाश नाही मला आता. सडाफटिंग आहे मी! हवं तिथं राहावं, हवं तसं वागावं–''

माझ्या मुद्रेवरून त्याचे हे शेवटचे बोलणे मला आवडले नाही हे त्याच्या लक्षात आले. तो म्हणाला, ''हे पाहा, भाऊ, ज्याचं जळतं त्यालाच कळतं. या दुसऱ्या बायकोला फुलासारखी वागवली मी. पण त्याचं फळ मला काय मिळालं? फुलाचा वास कुठंच नाही. त्याच्या काट्यांनी काढलेलं रक्त मात्र–'' मध्येच थांबून तो दुसरीकडे पाहू लागला.

नकळत अभिनयपूर्वक तो बोलू लागला होता. त्याची ही शेवटची वाक्ये ऐकून मी मात्र गोंधळात पडलो. सिंधू आपटेचं ते आत्मवृत्त खरे की आता बंडू माझ्यासारख्या बालमित्राला जे हृद्गत सांगत होता ते खरे? तिची हकिगत वाचताना तर तिचा दुसरा नवरा शुद्ध पशू असला पाहिजे अशी माझी समजूत झाली होती!

पण–

मी बंडूकडे पाहिले. लहानपणीइतकाच तो आताही सालस दिसत होता.

डॉ. साने यांची चिठी घेऊन एक नोकर मला बोलवायला आल्यामुळे ''पाच मिनिटात आलोच हं!'' असे बंडूला सांगून मी बाहेर आलो.

साने यांनी मला एका बाजूला नेऊन विचारले, ''सुमतीबरोबरच तुम्ही इथं आलात की–''

''मला घेऊनच ती आली ना!''

''गाडीत ती तुमच्याशी काय काय बोलत होती?''

''दुसरं काय बोलणार? तिच्या गोष्टीची चर्चा करीत होतो आम्ही.''

''तिच्या गोष्टीवर तुम्ही फार कडक टीका केलीत का?''

''छे:! उलट अवास्तव स्तुतीच केली मी! मात्र एका गोष्टीसंबंधानं तुमची चूक होतेय असं मी तिला पुन:पुन्हा बजावलं.''

''कुठली गोष्ट?''

“मानसिक प्रेमाविषयीची तिची कल्पना. स्त्री-पुरुषांच्या सुखात मनाच्या मीलनाइतकाच शरीराच्या मीलनाचाही भाग असतो हे–”

“हे ऐकून काही तिला शॉक बसणार नाही. माझ्या तोंडून हजारदा ही गोष्ट ऐकली असेल तिनं.”

डॉक्टर विचारात पडलेले दिसले.

मी मध्येच म्हटले, “मला दुसराच संशय येतोय!”

“कसला?”

“तिच्याबरोबर नायकाचं काम करायला शेटजींनी जो नट आणला होता त्याला पाहून–”

साने अधीर दृष्टीने माझ्याकडे पाहू लागले.

“त्याची नि तिची पूर्वीची ओळख– किंबहुना प्रेम असावं!”

“कुठं आहे तो?”

“पलिकडच्या खोलीत बसलाय!”

“पण असल्या नाजुक गोष्टींविषयी तो माझ्याशी मोकळेपणानं बोलायला तयार कसा होईल?”

“तो माझा बालमित्र आहे. शिवाय तुमचा एक रोगीही आहे!”

“म्हणजे?”

“त्याची बायको त्याला सोडून निघून गेली आहे. त्या सदूभाऊचीच बहीण आहे ती! तेव्हा–”

सुमती शुद्धीवर आल्याचे कळल्यामुळे डॉक्टर लगबगीने तिकडे गेले.

डॉ. साने यांच्यासारख्या परक्या माणसापुढे आपल्या वैवाहिक जीवनाची कहाणी सांगायला बंडू पहिल्यांदा तयारच होईना. मी त्याच्याशी खूप वाद घातला. केवळ अज्ञानामुळे संसारसुखाचा सत्यनाश झाल्याचे अनेक दाखले दिले नि शेवटचा उपाय म्हणून त्याची बायको कोल्हापूरला असून या बाबतीत मला भेटली होती असेही सांगितले. तेव्हा कुठे डॉक्टरांना आपले रहस्य सांगायला तो तयार झाला.

साने यांनी सुमतीला नर्सिंग होममध्ये पाठविण्याची व्यवस्था केली. बंडूची सारी हकिगत त्यांनी शांतपणाने ऐकणे जरूर होते. त्या दृष्टीने रात्रीचीच वेळ सोयिस्कर असे ठरले.

डॉ. साने, मी व बंडू रात्री नऊ वाजता मोटारीतून बाहेर पडलो. दूर कुठे तरी समुद्रावर जाऊन बसायचे ठरविले होते आम्ही.

ब्लॅक आऊटमुळे रात्र फार झाल्यासारखे भासत होते. आम्ही समुद्रावर पोचलो

तेव्हा ओहोटीमुळे वाळवंटाचा मोठा भाग उघडा पडलेला दिसत होता. आतापर्यंत बंडू साने यांच्याशी एक शब्दसुद्धा बोलला नव्हता. त्यामुळे तो डॉक्टरांच्याशी मोकळेपणाने बोलेल की नाही याची मला शंकाच वाटू लागली होती. त्याने तोंडाला कुलूप घातले की माझा हा सारा खटाटोप फुकट जाणार होता.

पहिली पाच-दहा मिनिटे अशीच गेली. आम्ही तिघेही हाताने वाळूशी काही तरी चाळे करीत नि मधूनमधून एखादे जुजबी वाक्य बोलत बसलो होतो. पण मुख्य मुद्द्याचा विषय मात्र—

कंटाळून मी समुद्राकडे पाहिले. लहान लहान लाटा किंचित पुढे येऊ लागल्या होत्या. भरती सुरू झाल्याची लक्षणे होती ही.

मी बंडूकडे पाहिले. त्याचे ओठही हलू लागले होते.

खाली पाहत तो म्हणाला, ''डॉक्टर, सकाळी भाऊ म्हणाला— शरीराची जखम उघडी टाकल्यानं चिघळते; पण मनाची जखम उघडी केल्यानंच बरी होते. मलाही ते खरं वाटलं. म्हणून माझी कहाणी तुमच्यासमोर सांगायचं मी कबूल केलं त्याच्यापाशी; पण सांगायची वेळ आल्याबरोबर मात्र—''

मी बंडूच्या खांद्यावर हळूच हात ठेवून म्हटले, ''अगदी संकोच बाळगू नकोस तू. जे काही सांगायचं असेल ते मोकळेपणानं सांग.''

डॉक्टरांनीही दृष्टीने त्याला धीर दिला.

त्याच्या हाताचा वाळूशी चाळा चाललेलाच होता. आता त्या चाळ्याला एका घराचे स्वरूप आले होते. त्या घराकडे बोट दाखवीत तो म्हणाला,

''(माणसाचं सुख या वाळूच्या घरासारखं असतं हेच खरं. ते केव्हा कोसळून पडेल— अगदी लहानं कारणसुद्धा पुरतं त्याला!) जाऊ दे ते. मी तुम्हाला माझी सारी हकिगतच सांगतो. म्हणजे झाल्या गेल्या गोष्टीत माझा दोष किती आहे हे तुम्हालाच ठरवता येईल.''

तो क्षणभरच थांबला. दूरवर पाहण्याचा प्रयत्न करणाऱ्यासारखी त्याची नजर झाली होती.

भरतीच्या लाटा जोरजोराने येऊ लागल्या होत्या.

बंडू सांगू लागला, ''शाळेत काही मोठा हुशार विद्यार्थी नव्हतो मी. माझा कल होता नकला करण्याकडे नि गाण्याकडे. त्यात पहिला नंबर पटकाविला असता मी. पण माझे मामा होते बडे वकील! त्यांना मूलबाळ काही नव्हतं. त्यांची मोठी इच्छा होती की मी एल्. एल्. बी. होऊन त्यांची वकिली पुढं चालवावी. इंग्रजी चौथीतून पाचवीत जाताना ज्याच्या नाकी आले तो रडतराऊ एल्. एल्. बी. कसा होणार ही शंका त्यांना कधीच आली नाही. मी नेहमी मनात म्हणे— विहिरीत पोहायला घाबरणारा कृष्णामाईच्या पुरात उडी टाकून पैलतीराला कसा जाईल?''

त्याच्या या दाखल्याची मला मोठी गंमत वाटली. बालपणीचे संस्कार मनावर

कसे कोरल्यासारखे असतात.

“पण मामांच्यापुढं हे बोलायची सोयच नव्हती. अगदी जमदग्नीचा अवतार होते ते. आईही त्यांचीच री ओढी. तिचा बिचारीचा काय दोष होता त्यात? आपल्या मुलानं मोठा वकील होऊन खोऱ्यानं पैसे ओढावेत अशी कुठली आई इच्छा करणार नाही?

मला मात्र राहून राहून वाटे– मक्याच्या मळ्यात द्राक्षं होत नाहीत. शाळेतलं ते जगाम-जगम, नि ए स्क्वेअर्ड मायनस् बी स्क्वेअर्ड, यांनी तर माझं डोकं अगदी पिकून जाई; पण वडील लहानपणी वारलेले, बरोबरीचं किंवा जवळचं दुसरं कुणी नाही तेव्हा मनातल्या गोष्टी सांगायच्या तरी कुणाला? आईची माझ्याविषयीची आशा खोटी आहे हे मला कळत होतं. पण मी मनात नेहमी म्हणे– लहानपणी मी किरकिर करू नये म्हणून आईनं मला अफूच्या गुंगीत ठेवलं असेल. आता तिनं कुरकुरू नये म्हणून आपणही तिला आशेच्या गुंगीत ठेवायला हवं!

पण माझी ही इच्छा सफल व्हायची नव्हती.

इंग्रजी सहावीच्या परीक्षेत मी नापास झालो. मला खालच्या इयत्तेतच राहावं लागलं. निकालाच्या दिवशी रात्री मी खूप उशिरा घरी परत आलो. मला वाटलं– मामा झोपले असतील. पण ते जागेच होते. त्यांनी एकदा जो आपल्या तोंडाचा पट्टा सुरू केला– मला वाटतं, तरवारीच्या पट्ट्यापेक्षाही जिभेचा पट्टा अधिक वाईट. साध्याभोळ्या जीवांचे बळी घेण्यात हा दुसरा पट्टाच अधिक तरबेज असतो!”

भरतीच्या लाटांचा खळखळाट आता चांगलाच ऐकू येऊ लागला होता. मी मनात म्हटले– बंडू आता अगदी बोलण्याच्या रंगात आलाय.

समोरचे वाळूचे घर हाताने मोडून टाकीत बंडू म्हणाला,

“मामांचं ते बोलणं माझ्या अगदी जिव्हारी लागलं. या घरात पुन्हा पाणीसुद्धा प्यायचं नाही, असा निश्चय केला मी. त्या दिवशी रात्री न जेवताच मी निजलो.

दुसरे दिवशी पहाटे आईच्या ट्रंकेतील पाच रुपये घेऊन मी गुपचूप घरातून बाहेर पडलो. मामांनी माझा खूप शोध केला. पण माझा पत्ता त्यांना कधीच लागला नाही.

मी एका बुवाच्या बरोबर खानदेशात गेलो. तिथे एका चांगल्या हरिदासानं मला पाहिलं. त्यालाही मागं साथ करणारा पोरगा हवाच होता. गाणं शिकवायचं कबूल करून त्यानं मला आपल्याबरोबर फिरवायला सुरुवात केली. त्याच्याबरोबर फिरता फिरता माझी गाणं शिकण्याची भूक अधिक वाढत गेली. चार कटाव, पंचवीस दिंड्या नि दोनशे आर्या पुन:पुन्हा म्हणून माझं काही समाधान होईना. नागपूरला एक बडे मुसलमान गायक आहेत अशी बातमी मला लागली. एके दिवशी मी त्या हरिदासाच्या हातावर तुरी दिल्या नि तडक नागपूर गाठलं.

त्या खांसाहेबांची शागिर्दी मी कशी केली हे सांगत बसलो तर एक ग्रंथच

होईल. 'गायनविद्या ही सोन्याची खाण आहे' असं म्हणतात. मिळकतीच्याच नव्हे तर इतर दृष्टीनीही ते खरं आहे.

सोन्याच्या खाणीतलं सोनं जसं मातीत मिसळलेलं असतं त्याप्रमाणं गायनविद्या ही अनेक मोहांशी संलग्न झालेली असते. पण मी कुठल्याही मोहाला बळी पडलो नाही. विद्या हस्तगत करण्याचा कैफ मला इतका भयंकर चढला होता की कुठल्याही व्यसनाकडे मी ढुंकूनसुद्धा पाहिलं नाही.''

बंडू विसावा घेण्याकरिता क्षणभर थांबला. माझ्या मनात आले– बंडूला कुठलेही व्यसन नाही. मग त्याने शरीरसुखाच्या बाबतीत बायकोवर जुलूम का करावा? असल्या बाबतीत दारूबाज नेहमी अतृप्त असतो व त्यामुळेच बाटल्यामागून बायाही त्याच्या आयुष्यात प्रवेश करतात. पण बंडूसारख्या सात्त्विक माणसाने–

लाटांचा खळखळाट वाढत होता. बंडूही आता झरझर बोलू लागला होता.

''त्या दिवसांची आठवण झाली की अजून मन कसं प्रसन्न होतं. गाणं शिकायच्या नादात भूक, तहान फार काय– आईचं अस्तित्वसुद्धा मी विसरून गेलो होतो. ती सात-आठ वर्षं केव्हा निघून गेली हे मला कळलंसुद्धा नाही.

पुढं मामा वारल्याचं मी वर्तमानपत्रात वाचलं तेव्हा कुठं माझ्या त्या मोठ्या स्वप्नातून मी जागा झालो. आईची चौकशी करण्याकरिता मी परत आलो.

पण मधल्या काळात विलक्षण घडामोडी झाल्या होत्या. पन्नाशीची झुळूक लागल्यावर आमचे मामा एका बाईच्या नादाला लागले. त्यांनी पाण्यासारखा पैसा मिळवला होता. पण एखादं धरण फुटावं ना? तशी त्यांच्या त्या पैशाची स्थिती झाली. वृद्धापकाळातल्या व्यसनामुळं गावात त्यांची नाचक्कीही फार झाली.

मी आलो तेव्हा आई वैतागून काशीला जायला निघाली होती. तिचं उरलं-सुरलं आयुष्य समाधानात जावं म्हणून मी तिला म्हटलं,

''तू सुखानं राहा तिथं. दर महिन्याच्या पहिल्या तारखेला वीस रुपयांची मनीऑर्डर अगदी नेमानं मिळत जाईल तुला.''

आईला दिलेलं हे वचन पार पाडण्याकरिता लगेच मी एका नावाजलेल्या संगीत नाटक मंडळीत नोकरी धरली. आई काशीला निघून गेली. मात्र जाता जाता तिनं मला एक शपथ घ्यायला लावली. मामांच्या उदाहरणामुळे तिनं धास्तीच घेतली होती. तिच्या पायावर हात ठेवून मी कबूल केलं की, मी लवकरच लग्न करीन नि जन्मात परस्त्रीकडे कधीही ढुंकून पाहणार नाही.

आपल्या प्रौढ नि प्रतिष्ठित भावाची एका बाईच्या पायी काय दुर्दशा झाली हे तिनं पाहिलं होतं. नाटक कंपन्यांचा तर असल्या बाबतीत बदलौकिकच असतो. म्हणून तिनं घातलेली शपथ मलाही योग्य अशीच वाटली.

मी लग्नाचा विचार करू लागलो पण जिथं तिथं एक गोष्ट माझ्याआड येऊ लागली– लौकिकदृष्ट्या मी नाटकी होतो.

नाटक कंपनीतल्या पहिल्या दोन वर्षांत समाजाच्या ढोंगी स्वभावाचा अनुभव मला पुरा पुरा आला. समाजातला एकही प्रतिष्ठित माणूस मला आपली मुलगी द्यायला तयार नव्हता. मात्र हेच सभ्य लोक सहकुटुंब माझं काम पाहायला येत होते. माझ्या गाण्यांना वन्समोर देत होते नि माझे शृंगाराचे प्रवेश मिटक्या मारीत बघत होते!''

बंडूचा स्वर आता बराच उंचावला होता. अकारण सोसलेल्या अपमानाची आठवण होऊन तो तळमळून बोलत होता. माझ्या मनात आले– आजचे मानवी जीवन सर्वच बाजूंनी ढोंगी झाले आहे. बंडूला त्याचा नुसता धक्काच लागला. पण कित्येकांना त्याच्या लाथा खाव्या लागत आहेत नि कोट्यावधी लोक तर त्याच्या पायदळी तुडविले जात आहेत. त्यांचा आक्रोश–

बंडू पुढे बोलतच होता–

''शृंगाराच्या प्रवेशांची गोष्ट ओघानंच आली म्हणून बोलतो. कलेसाठी कलावंताला प्रसंगी किती जबर किंमत द्यावी लागते याची कल्पना करमणूक म्हणून तिच्याकडं पाहणाऱ्यांना यायची नाही. कुठल्याही रस असला तरी भूमिकेशी समरस होताना माझ्या भावनांवर इतका ताण पडे की काम करण्यापूर्वी नि केल्यानंतर अगदी वेड्यासारखी स्थिती होऊन जाई माझी. त्यातून ते शृंगाराचं काम असलं म्हणजे तर माझ्या मनाचा क्षुब्धपणा अधिकच वाढे. नाटक संपल्यावर पहाटेपर्यंत झोप येत नसे मला. कल्पना स्वैर सोडायची, उत्कट अनुभव समरसतेनं जगून दाखवायचे नि इतकं करून हे एका क्षणात विसरून जायचं ही गोष्ट दिसते तितकी सोपी नाही. अनेक कलावंत लहरीच नव्हे तर व्यसनीसुद्धा असतात याचं कारण त्यांच्या भावनांवर पडणारा हा ताणच असला पाहिजे. बिचारे तापलेलं डोकं शांत करण्याकरिता किंवा पडलेला ताण विसरून जाण्याकरिता कशाचाही आश्रय घेतात.''

साने मध्येच म्हणाले, ''माझ्या संशोधनाला फार उपयोग आहे तुमच्या या बोलण्याचा. चालू द्या पुढं तुमचं.''

बंडू क्षणभर लाजल्यासारखा झाला. पण लगेच तो म्हणाला,

''स्वत:विषयी कितीही बोललं तरी माणसाला पुरंच होत नाही; पण– आता मुद्द्याच्याच गोष्टीकडे वळतो मी.

नाटक कंपनीत चांगला पगार मिळत होता मला. पण एकाही प्रतिष्ठित माणसानं आपली मुलगी मला दिली नाही. माझी स्थिती मात्र दिवसेंदिवस केविलवाणी होऊ लागली. मला कुठलंही व्यसन नव्हतं. परस्त्रीकडं वाईट दृष्टीनं पाहणं हे पाप आहे हे मला कळत होतं. आईनं घातलेली शपथ पावलोपावली माझ्या कानात घुमत होती. पण–

माझ्या मनात नाही नाही ते विचार येऊ लागले. शरीर नि मन यांचा एक विचित्र झगडा सुरू झाला. मन उठल्या सुटल्या पावित्र्याचा पुरस्कार करी. शरीर म्हणे–

तुझं पावित्र्य तुझं तुलाच लखलाभ असो. ज्याला जेवायची जरूर पडत नाही तो भुकेसाठी कधीच चोरी करणार नाही. पण जो भुकेनं तडफडत असेल तो चोरी पवित्र आहे की अपवित्र आहे याचा तात्त्विक विचार करीत बसणार नाही.

उन्हाळ्यात धुळीच्या वावटळी उठतात ना? तसे असले विचार माझ्या मनात एकसारखे थैमान घालू लागले.

याच वेळी एका कॉलेजातून मला बोलावणं आलं. त्यांना संगीत नाटक करायचं होतं. मीही महिनाभर रजा घेऊन कुठं तरी मन:स्वास्थ्यासाठी जाणार होतोच. कॉलेजाच्या उत्साही जगात आपल्याला बरं वाटेल म्हणून मी ते काम पत्करलं.

तो एक महिना मी फार आनंदात काढला. पण दुर्दैवी माणसाचा आनंद कधी फार दिवस टिकत नाही. त्या एका महिन्यात नायिकेचं काम करणाऱ्या मुलीला नि मला एकमेकांविषयी विलक्षण ओढ वाटू लागली. शेवटी एकांतात निरोप घेताना चुंबन घेण्याचा मोह मला अनावर झाला.

तिचं नाव मी तुम्हाला सांगू शकत नाही; पण ती मुलगी मोठी गोड नि हुशार होती. तिचं माझ्यावरचं प्रेम क्षणिक होतं की काय कुणाला ठाऊक! पण मला मोह पडावा इतकं ते उत्कट होतं यात शंका नाही.

मी निघून गेल्यावर तिच्या काकांना या गुप्त गोष्टीचा सुगावा लागला. त्यांनी मला तिच्या सहीचं असं विचित्र पत्र पाठविलं की–

माझी चूक मला क्षणार्धात कळून चुकली. मी कलावंत असलो, महिना दीडदोनशे रुपये मिळवीत असलो तरी मी एक य:कश्चित नट होतो. पत्नी म्हणून सुशिक्षित मुलीची अपेक्षा मी करणं हा प्रतिष्ठित समाजाच्या दृष्टीनं गुन्हा होता.

मी लवकरच एका गरीब भिक्षुकाच्या मुलीशी लग्न केलं. माझी ही बायको सुस्वरूप नव्हती नि कुरूपही नव्हती. पण तिच्या सहवासात मी सुखी झालो. माझ्या मनाला एक प्रकारची शांती मिळाली. आठवड्यातून तीन दिवस जागृत होणाऱ्या चित्रविचित्र भावनांचा उच्छृंखलपणा नि त्याच्यामुळं उत्पन्न होणारा माझ्या मनाचा अस्वस्थपणा त्या भोळ्याभाबड्या जीवाच्या प्रेमळ स्पर्शानं नाहीसा होई. मी नेहमी तिला थट्टेनं म्हणे, 'तू भिक्षुकाची मुलगी असलीस तरी तुझ्या ओठात मद्याचा कलश आहे. एकदा तो माझ्या ओठाला लागला की माझी सारी दु:ख विसरून जातो मी!''

मी असं काही तरी बोलू लागलो म्हणजे ती म्हणे, ''हे घर आहे; थेटर नव्हे. असली भाषणं नाटकातच शोभून दिसतात.''

एका पुरुषाच्या रूक्ष आयुष्याला आपण किती ओलावा आणला आहे नि आपल्या स्पर्शानं त्याचा तोल आपण कसा सावरीत आहोत याची तिला कल्पनाच नव्हती. ती त्या वेळी माझ्या आयुष्यात आली नसती तर मी कदाचित दारूच्या

पेल्याला स्पर्श केला असता, कदाचित वेश्येच्या घराची वाटही चालू लागलो असतो. ती साधी होती– भोळीभाबडी होती– पण माझ्या आयुष्यातली देवता होती. माझ्या दुर्दैवानं आठवण म्हणून एक मुलगी माग ठेवून ती देवाघरी निघून गेली.''

बंडूने डोळ्यात उभे राहिलेले पाणी पुसले. लगेच कृत्रिम हास्य करून तो म्हणाला, ''त्या वेळी वैराग्याचा मोठा झटका आला मला! पहिल्या बायकोच्या स्मरणातच उरलेलं आयुष्य घालवायचा मी संकल्प केला. आठवण म्हणून तिची आवडती पातळ जपून ठेवली. तिच्या डोक्यातल्या आकड्यावर मी अश्रूंचा अभिषेक करू लागलो. तिचा एक लहानसा फोटो होता तो मोठा करून घेऊन माझ्या बैठकीच्या खोलीत लावला. मी मनात म्हणत होतो– सीतेच्या स्मरणात प्रभु रामचंद्रानं नाही का आयुष्य काढलं? आपणही तसंच–

एका गोष्टीचा विसर पडला होता मला. प्रभु रामचंद्र एखादाच असतो. बंडू आपटे मात्र घरोघर सापडतात.

पहिल्या पत्नीच्या स्मृतीसुखात उरलेलं आयुष्य घालवण्याचा माझा संकल्प पार पडला नाही. (संकल्प नि सिद्धी यांच्यामध्ये ईश्वरी इच्छा उभी असते.) असं गडकऱ्यांनी म्हटलं आहे. पण मला नाही ते खरं वाटत. संकल्प नि सिद्धी यांच्यामध्ये माणसाचं दुबळं मनच येतं असा माझा अनुभव आहे.

माझ्या दुबळेपणाची कहाणी सविस्तर सांगू लागलो तर तुम्हाला कंटाळा येईल. पण एक गोष्ट मात्र सांगितल्यावाचून राहवत नाही. मन ताब्यात ठेवण्याचा मी खूप प्रयत्न केला. पण मी दुबळा होतो म्हणून म्हणा किंवा पदोपदी भावना प्रक्षुब्ध करणाऱ्या धंद्यात मी पडलो होतो म्हणून म्हणा, मला त्या कामात यश आलं नाही. मला वाटतं जगात शेकडा नव्वद टक्के लोक माझ्यासारखेच असतात. प्रवाहाबरोबर त्यांना पोहता येतं. पण प्रवाहाच्या विरुद्ध पोहण्याची पाळी आली की त्यांचे हातपाय गळून जातात.''

साने यांनी होकारार्थी मान हलविली.

बंडू पुढे सांगू लागला, ''उगीच पाल्हाळ लावत नाही आता. मुंबईला आमच्या कंपनीचा मुक्काम होता. त्या मुक्कामात गोपाळराव मराठ्यांची नि माझी ओळख झाली. गृहस्थ मोठा रसिक आहे. कंपनीतल्या वातावरणात मला नेहमीच गुदमरल्यासारखं होई; म्हणून मी गोपाळरावांच्या घरी जाऊ-येऊ लागलो. तिथं त्यांच्या विधवा बहिणीची नि माझी ओळख झाली. तिचं नाव सिंधू. मास्तरीण होती ती.

लहानपणापासून सामाजिक सुधारणेच्या बाबतीत काही तरी करावं असं मला वाटे. नाटक कंपनीत शिरल्यावर ती इच्छा अधिकच तीव्र होऊ लागली. पण मला करता येण्याजोगे काहीच नव्हतं. सिंधू दृष्टीला पडताच माझ्या या इच्छेनं उचल खाल्ली. तिच्याही मनात लग्नाचा विचार घोळत होताच; पण भावापाशी तो बोलून कसा दाखवायचा हे कोडं पडलं होतं तिला. शेवटी आंधळ्याला पांगळा भेटला नि

आमचं लग्न झालं.

लग्नानंतरचे ते पहिले सुखाचे दिवस– ते आठवले की वाटतं, (दुर्दैव माणसाशी नेहमी हुतुतूचा डाव खेळत असतं. सुखाचं रूप घेऊन ते आपल्या अगदी जवळ येत. पण आपण त्याला कवटाळायला गेलो की ते हळुहळू मागं जाऊ लागतं. शेवटी आपण त्याच्या आटोक्यात जातो नि तिथं आपलं खरं स्वरूप प्रकट करून ते आपल्यावर उलटतं!'')

त्याचे बोलणे ऐकून मला हसू आले. ते पाहून ते म्हणाला, ''तुझी पुस्तकं वाचूनच असं बोलायला शिकलोय मी! काही चुकबिक असली तर बघून घे!''

मी म्हटले, ''चूक कसली आलीय? प्रत्येक माणूस आपापल्यापरी कवी असतो हे मनात येऊन हसलो मी.''

बंडू पुढे सांगू लागला:

''सिंधूची नोकरी मुंबईत होती. मला तर धंद्यामुळं गावोगाव फिरावं लागे. शिवाय नवऱ्याला दोनशे रुपये पगार मिळत असताना बायकोने नोकरी करावी हे मला पटत नव्हतं. मी तिला नोकरी सोडायचा सल्ला दिला.

तुम्हाला कदाचित खरं वाटणार नाही, पण पहिल्या बायकोइतकंच सिंधूवरही मी उत्कट प्रेम केलं. एक खेळणं मोडल्यावर मूल दुसरं घेऊन खेळू लागत. त्याचं पहिल्या खेळण्यावरचं प्रेम काही खोटं असत नाही. पण तेवढंच प्रेम ते दुसऱ्या खेळण्यावर करू शकतं. म्हातारी माणसं एक देव सोडून दुसऱ्याची पूजा करू लागतात, पण त्यांची मनातली भक्ती तशीच कायम असते. तरुणपणी माणूस जे प्रेम करतो तेही असंच असतं.

आई एखाद्या लहान मुलाचं कोडकौतुक करते ना? तसे लग्न झाल्यावर सिंधूचे लाड केले मी! काही म्हटल्या काही कमी पडू दिलं नाही मी तिला. मात्र आई मायेनं मुलाला जसं नटवते तसे त्याचे पापे घेऊन त्याला पुरेपुरेही करून सोडते! मीही तसाच वागत होतो. सिंधू हसली की मला चांदणं फुलल्यासारखं वाटे. ती आजारी पडली की माझ्याभोवती काळोख दाटे. तिचं पाहणं-तिचं हसणं-तिचं बोलणं सारंच मला प्रिय होतं. तिच्या सहवासात किती लवकर उजाडलं असं मला नेहमी वाटे. फुलाचं अत्तर करून त्यांचा सुगंध कायम टिकवितात ना? प्रणयाचे उन्मादक अनुभवही असेच दीर्घकाल टिकवता येत असते तर–''

एक क्षणभर थांबून तो बोलू लागला. आता त्याच्या स्वरात एक प्रकारची आर्तता जाणवू लागली होती.

''त्या वेळी आमच्या कंपनीत एक सुंदर मुलगी नायिकेचं काम करीत असे. शृंगाराच्या प्रवेशात मी तिच्याकडं नुसतं पाहिलं की थेटरात टाळ्यांचा कडकडाट होई. सिंधूला त्या पोरीचा उगीचच मत्सर वाटे. 'माझा अभिनय हे नाटक आहे' असं मी तिला वारंवार बजावून सांगे. पण तिची कधीही पुरी खात्री होत नसे. बिचारीला

हे ठाऊकही नव्हतं की आमच्या एकांतातल्या प्रणयाची मी त्या प्रवेशात नक्कल करीत असे.

या मत्सराचा मोठा असा स्फोट मात्र कधीच झाला नाही कारण सिंधूपासून मी कुठलीही गोष्ट कधीच चोरून ठेवली नाही. एका गोष्टींत मी तिला फसवलं होतं खरं! पण–''

त्याने स्मित केले. पती-पत्नींच्या भांडणाचा एखादा महत्त्वाचा धागा आता हाताला लागणार या कल्पनेने मी उत्सुकतेने ऐकू लागलो.

बंडू म्हणाला, ''लग्नापूर्वी तुमचं शिक्षण किती झालंय असं तिनं मला सहज विचारलं होतं. ती स्वत: मास्तरीण होती. मी मॅट्रिकसुद्धा नाही हे कळलं तर कदाचित ती मला नकार देईल असं भय वाटलं मला. म्हणून 'मी मॅट्रिक आहे' असं खोटच सांगितलं तिला मी त्या वेळी.''

किंचित थांबून त्याने समुद्राकडे पाहिले. लाटांवर लाटा उसळू लागल्या होत्या. तो घाईघाईने सांगू लागला. आमच्या संसारात कुठलीही उणीव नव्हती. दोन मुलंही झाली आम्हाला. दिनूच्या वेळी ती नुसती आनंदात नाचत होती. मात्र मनूच्या वेळचं बाळंतपण तिच्या प्रकृतीला तितकंसं मानवलं नाही. डॉक्टरांनी सांगितलेली सर्व औषधं मी तिला दिली. पण तिनं जी धास्ती घेतली ती घेतलीच. ती मुद्दाम माझ्यापासून दूर दूर राहू लागली.

तिच्या या वागणुकीनं मी चिडखोर होऊ लागलो.''

किंचित हसून तो म्हणाला, ''मधली एक महत्त्वाची गोष्ट सांगायची राहिलीच की! नाटकाच्या धंद्याला झपाट्याने उतरती कळा लागली होती. आमची कंपनी लवकरच बंद झाली. सिंधूसाठी नागपूरला मी खटपट केली. तिला यश आलं. तिथं तिला मास्तरणीची नोकरी मिळाली.

ती शाळेत गेली म्हणजे मी मुलांना संभाळीत असे. कुठल्या तरी सिनेमा कंपनीत प्रवेश मिळतो की काय हेही मी पाहत होतो. पण पुण्या-मुंबईसारख्या काही नागपूरला कंपन्या नाहीत. त्यामुळं मला पुष्कळ दिवस बेकारच राहावं लागलं.

बेकार माणसाला स्वत:चाच राग येत असतो. निखारा फुलला की स्वत:ला जाळून घेतो ना? रागानं त्याचीही अशीच स्थिती होते. पण माझं हे दु:ख सिंधूच्या कधीच लक्षात आले नाही. पुरुषानं आपलं दु:ख सांगून बायकोच्या हळव्या मनाला त्रास देऊ नये अशा समजुतीनं मीही ते तिला कधी सांगितलं नाही.

परिस्थितीबद्दल माझी मुळीच तक्रार नव्हती. पण तिच्या वागणुकीबद्दल मात्र–

ती मुलांवर केवढी माया करी! पण तिनं नुसतं जवळ यावं म्हणून माझ्या डोळ्यांनी कितीही लाचारी दर्शविली तरी–

सांगायची लाज वाटते. पण आता सांगतोच. नुसत्या मुलांवर प्रेम करून माझं समाधान होत नव्हतं. मला सिंधू हवी होती. तिचं मन हवं होतं. नुसतं मन नाही;

शरीरही हवं होतं मला.

ती माझ्याकडं दुर्लक्ष करू लागली. माझ्यातल्या रानटीपणाला तिनं डिवचलं. तिच्या इच्छेची पर्वा न करता मी–

मला रानटी म्हणा, पशू म्हणा राक्षस म्हणा, वाटेल ती नावं ठेवा! पण (सामान्य माणसाच्या सुखात शरीरसुखाचाच भाग फार मोठा आहे. ते सुख मिळालं नाही म्हणजे तो भुकेलेल्या हिंस्त्र पशुप्रमाणं वागू लागतो असं मला वाटतं.

हळुहळू आम्ही मनानं एकमेकांपासून दूर जाऊ लागलो नि शेवटी– नागपूरला नुकत्याच स्थापन झालेल्या एका सिनेमा कंपनीत मला काम मिळालं होतं. पाच-सहा दिवस मी आऊट-डोअरला गेलो होतो. त्या सहा दिवसात चित्रातल्या शृंगाराच्या नदीत नुसता डुबत होतो मी! मी नागपूरला परत आलो तो मुख्य नटीच्या गाडीतून. नि तेही अगदी मध्यरात्री. गाडीत मालकाला पुढं बसवून तिनं मला मुद्दाम आपल्यापाशी मागं बसवून घेतलं होतं. तिचा हा पगार वाढवून घेण्याचा डाव होता की मला जाळ्यात ओढण्याची युक्ती होती हे मला कळणं शक्य नव्हतं. पण उन्मादक सौंदर्याच्या सहवासात मनाचा नि शरीराचा तोल संभाळणं किती कठीण असतं याचा मी त्या दिवशी पूर्ण अनुभव घेतला.

सिंधूनंच घराचे दार उघडून मला आत घेतलं.

"जेवायचंय का?" म्हणून तिनं मला विचारलं.

मी मानेनं नाही म्हणताच तिनं सरळ आपल्या खोलीचा रस्ता धरला.

माझ्या खोलीत जाऊन मी अंथरुणावर पडलो खरा. पण माझं मन भडकून गेलं होतं– क्षणाक्षणाला माझ्या शरीराचा बेचैनपणा वाढत होता. सिंधूच्या मिठीनंच हा दाह शांत होईल हे मला ठाऊक होतं.

तिच्या खोलीत जाऊन मी तिला जागी केली. तिची कुणी मैत्रीण रात्री राहायला आमच्या घरी आली असेल ही कल्पनाही नव्हती मला. तिनं बोट दाखवलं तेव्हा कुठं माझं तिकडं लक्ष गेलं.

पण–

माझं मन माझ्या ताब्यात नव्हतं. कुठल्याही भुकेनं पिसाळलेल्या माणसात नि पशुत अंतर उरत नाही हेच खरं.

मी तिला जवळ जवळ ओढीतच माझ्या खोलीत नेली. ती सुटून जाण्याकरिता धडपड करीत होती; पण मी तिला सोडली नाही.

याच वेळी मनू एकदम झोपेत ओरडला. तिची ती मैत्रीण जागी झाली. मनूला घेऊन ती माझ्या खोलीकडे धावतच आली.

पुढं काय सांगायचं? दुसऱ्या का तिसऱ्या दिवशी माझ्याशी एक शब्दही न बोलता मुलांना घेऊन सिंधू चालती झाली. आता ती माझ्याकडं कधीही परत येणार नाही."

"का येणार नाही?" साने उद्गारले.

बंडू आश्चर्याने त्यांच्याकडे पाहू लागला.

साने यांनी समुद्राकडे बोट दाखविले.

आम्ही आलो तेव्हा वाळवंटाचा केवढा तरी भाग उघडा पडला होता. पण आता त्याच भागात समुद्राच्या लाटा पाठशिवणीचा खेळ खेळत होत्या.

◆

नमूताई

बंडूचे समाधान करण्याकरिता समुद्राच्या भरतीकडे बोट दाखविण्यात साने यांनी समयसूचकता दाखविली खरी; पण राहून राहून माझे मन म्हणत होते– कोशात सिंधू म्हणजे समुद्र हा अर्थ असला तरी बंडूची सिंधू काही सुखासुखी त्याच्याकडे परत येणार नाही! (माणसाचे मन समुद्रासारखे असेल; पण त्याच्या रागालोभाचे नियम काही समुद्राच्या भरती-ओहोटीइतके सोपे नाहीत.

साने यांच्या निमंत्रणाप्रमाणे आम्ही दोघेही दुसरे दिवशी सकाळी त्यांच्या घरी चहाला गेलो. चहा झाला. वर्तमानपत्रातल्या ताज्या बातम्यांची चर्चा संपली. डॉक्टरांची दवाखान्यात जायची वेळ होत आली. ते कपडेसुद्धा करू लागले. बंडूला सल्ला देण्याच्या बाबतीत साने टाळाटाळ करणार असे मला वाटू लागले. अंत:पुरातले उत्तराचे शौर्य रणांगण दिसताच कुठल्या कुठे नाहीसे झाले. डॉक्टरांनी रात्री बंडूला दिलेले आश्वासनही तसेच–

आरशासमोर उभे राहून टाय बांधता बांधता मध्येच मागे वळून साने म्हणाले,

‘‘हे पाहा बंडोपंत, युरोपातलं महायुद्ध नि तुमचं नवरा-बायकोचं भांडण यांच्यात विलक्षण साम्य आहे!’’

साने बंडूची थट्टा करताहेत की काय हे मला कळेना. त्यांची थट्टा अगदी निर्दयपणाची वाटली मला. तिकडे त्याच्या संसारसुखाला आग लागली होती आणि डॉक्टर इकडे–

साने यांनी फिरत्या शेल्फमधून पिवळा पुठ्ठा असलेले एक पुस्तक चटकन उचलले, झर्रकन त्यातले एक पान काढले नि एका वाक्यावर बोट ठेवून मला मोठ्याने वाचायला सांगितले. मी वाचू लागलो–

"It seems clear that those who denounce birth-control hereby. . . whether intentionally or not is immaterial. . . increase the possibilities of war."

माझे हे वाक्य संपताच साने हसत म्हणाले: ‘‘हा लेखक म्हणतो– संतती-

नियमनाच्या अभावी सध्याच्या जगात युद्ध होत राहणार यात शंकाच नाही. माझंही तेच म्हणणं आहे. पण ही युद्ध नुसत्या राष्ट्राराष्ट्रात होणार नाहीत. घरोघर नवरा-बायकोतसुद्धा होतील!''

मी कुतुहलाने साने यांच्याकडे पाहू लागलो. बिचारा बंडू तर भांबावूनच गेला होता. साने म्हणाले, (''स्त्रीच्या जीवनाच्या कल्पना आता विजेच्या वेगानं बदलताहेत. अष्टपुत्रा सौभग्यवतीचा काळ फार मागं पडला आहे. मुलींची लग्न प्रौढपणी होऊ लागली. त्यांच्यावर कुटुंब पोषणाची जबाबदारी पडू लागली. त्यांना नवी नवी सामाजिक ध्येयं आकर्षित करू लागली. अशा स्थितीत मुलांचं लटांबर त्यांना नकोस झालं तर त्यात नवल कसलं?'')

ब्रशाने कोट साफ करीत ते पुढे म्हणाले, (''स्त्री ही क्षणाची पत्नी नि अनंत काळाची माता आहे',) असं अत्र्यांचं का दुसऱ्या कुणाचं वाक्य आहे ना? त्यात आता बदल करायला हवा. स्त्री ही पत्नी आहे, माता आहे सर्व काही आहे. क्षणापुरती नाही अगदी जन्मभर! पण या सर्वांआधी ती माणूस आहे ही गोष्ट मात्र पुरुषानं यापुढं लक्षात ठेवली पाहिजे. आपल्याला किती मुलं हवीत हे तिनंच ठरवायला हवं. तिची शरीरप्रकृती, कुटुंबाची सांपत्तिक परिस्थिती, तिच्या आवडीनिवडी, तिची ध्येयं इत्यादी गोष्टींकडं पुरुषानं यापुढं दुर्लक्ष केलं तर संसार हे तिला नंदनवन वाटणार नाही; सहारा वाटेल!''

डॉक्टरांचा पोषाख झाला होता. ते बंडोपंताकडे वळून हसत म्हणाले,

''मी काय म्हणतो ते तुमच्या लक्षात आलं ना?''

बंडूने होकारार्थी मान हलविली.

कोल्हापूरला परत येताना बालपणच्या आठवणी काढून बंडूशी बोलत बसण्यापेक्षा मी स्वत:च्याच तंद्रीत अधिक गुंग झालो होतो. तो पोलीस इन्स्पेक्टर नि त्याची बायको विमल– माझा मित्र रामभाऊ नि त्याची पत्नी कुंदा– पळून गेलेला दुर्दैवी सदूभाऊ नि त्याची ती व्यभिचारी बायको– शरीरसुखाच्या बाबतीत पावित्र्याच्या भलत्याच कल्पनांना बळी पडलेली सुमती– पुन:पुन्हा ही माणसे माझ्या डोळ्यांपुढे नाचत होती. विमल, कुंदा, सदूभाऊ नि त्याची बायको यांच्यापैकी एकालाही मी जन्मात पाहिले नव्हते. पण जणू काही त्यांचा नि माझा फार दिवसांचा परिचय आहे असा मला भास होत होता. माझ्या डोळ्यापुढं त्यांच्या मूर्ती नाचत होत्या. त्यांच्या अंतरंगातली दु:खे मला ऐकायला मिळाल्यामुळेच की काय ही सारी माणसे अगदी आपल्या जवळचीच आहेत असे मला वाटू लागले होते.

मध्येच मला नमूताईंची आठवण झाली. डॉ. साने यांनी सांगितलेली तिची सारी हकिगत आठवली. माझ्या मनात आले– नमूताईने प्रामाणिकपणाने आत्मवृत्त लिहिले तर ते किती परिणामकारक होईल. घाणेरड्या चिखलांतून एखाद्या दिवशी

कमळाच्या कळीने हळूच वर डोकावून पाहावे, तसे सध्यांचे तिचे उदात्त जीवन होते. किती पवित्र! किती निर्मल! एके काळी याच बाईने शरीरसुखाच्या बाबतीत आपल्या आजारी नवऱ्याला छळले होते हे कुणाला तरी खरे वाटेल काय? साने यांनी केलेले ते तिचे वर्णन– कर्ज वसुलीकरिता दारात धरणे धरून बसणारा पठाणसुद्धा इतका क्रूर नसेल. क्षयाने नवरा अंथरुणाला खिळलेला. पण एक दिवस काही ही बाई त्याच्यापासून दूर झाली नाही. त्याच्या खोलीबाहेर झोपली नाही!

शरीरसुखाची चटक ही दारूसारखी असते. मग अट्टल दारूबाजाने एका क्षणात दारू सोडावी तसा हा चमत्कार नमूताईच्या आयुष्यात कसा झाला? या बाबतीत तिने कुणाला गुरू केले?

काही केल्या हे रहस्य मला उलगडेना.

लहानपणी आगगाडीतून जाताना झाडे धावतात कशी हा प्रश्न एकसारखा मला सतावून सोडी. आज दुसराच प्रश्न माझ्या मनाला बेचैन करून सोडीत होता. नमूताईसारखी माणसे एकदम बदलतात कशी?

बंडूला त्याच्या मेव्हण्याच्या घरी पोचवून मी घराकडे आलो तरी हाच विचार माझ्या मनात घोळत होता. (अन्न नि प्रेम या दोन गोष्टींत माणसाला शरीराची गुलामगिरी पत्करावी लागते हे निसर्गाला धरूनच आहे. पण उद्याचा माणूस आजच्यापेक्षा खराखुरा सुसंस्कृत व्हायचा असेल, उद्याची मानवजात आजच्यापेक्षा अधिक सुखी व्हायची असेल तर शरीराच्या या गुलामगिरीतून मुक्त होण्याचा मार्ग सामान्य माणसाला समाजाने दाखविला पाहिजे.)

आज तो मार्ग ही अरूंद पाऊलवाट असेल, काही तुरळक व्यक्तीच त्या वाटेने जात असतील, पण भविष्यकाळी या पाऊलवाटेचे रूपांतर राजमार्गात होणार नाही कशावरून?

अशी कुठली पाऊलवाट नमूताईंना दिसली होती?

मनात हे विचार घोळवीतच मी घरात आलो.

एकीकडे मी चहा घेत होतो नि दुसरीकडे मध्यंतरीच्या चार-पाच दिवसातले टपाल चाळीत होतो.

मध्येच मी उषाला विचारले, ''कंपनीतनं कुणी आलं होतं का माझ्याकडं?''

''कुणी नाही. मात्र–''

ती नाव आठवू लागली.

कुणी तरी व्याख्यानबिख्यानाच्या कामाकरता येऊन गेले असेल अशा समजुतीने मी म्हणालो,

''कुणी का असेना? येईल पुन्हा.''

उषा एकदम म्हणाली– ''एक बाई आल्या होत्या.''

''बाई?'' मी विचारात पडून उद्‌गारलो.

"तुम्हालाच भेटायचंय" असे म्हणाल्या.

"तुझ्या ओळखीच्या नाहीत का?"

"अं हं! त्यांचं नाव मात्र टिपून ठेवलंय मी."

तिने कपाटातून एक चिठ्ठी काढून माझ्या हातात दिली. त्या चिठ्ठीवरचे नाव पाहताच मला आश्चर्याचा मोठा धक्का बसला–

"नमूताई!"

उषा म्हणाली, "तुम्ही आज येणार आहात हे सांगितलंय मी त्यांना. आज संध्याकाळी पाच वाजता येणार आहेत त्या."

संध्याकाळी पाच वाजता! अरे बाप रे! आता कुठे सकाळचे नऊ झाले होते. अजून घड्याळातल्या या मठ्ठ तासकाट्याला आठ तासांचे अंतर काटायचे होते. मी विचार करू लागलो– नमूताईंचे माझ्याकडे काय बरे काम असेल? त्यांच्या आयुष्याचे रहस्य आपल्याला कळेल तर– पण साध्या ओळखीवर असल्या गोष्टी कुणी कुणाला विचारील का? नि कुणी विचारल्या तरी आपल्या मनाचा चोरकप्पा दुसऱ्याला कुणी उघडून दाखवील का?

एक गोष्ट एकदम माझ्या लक्षात आली. नमूताई अनाथ मुलांच्या आश्रमाच्या व्यवस्थापिका आहेत. आपण त्या आश्रमाला अजून काहीच मदत केलेली नाही त्या कामाकरिताच त्या आल्या असाव्यात. देणगी-वर्गणी-वगैरे वगैरे.

संध्याकाळचे पाच थोडे उशिरा वाजले म्हणून काही फारसे बिघडणार नाही असे मनात म्हणत मी नित्यक्रमाला लागलो.

प्रवासाच्या शिणामुळे असेल किंवा बाहेर रणरणणाऱ्या उन्हामुळे असेल, चाराचे ठोके कानावर पडले तरी मी काही डोळे उघडले नाहीत. मला गाढ झोप लागली नव्हती; पण डोळ्यावरची झापडही काही केल्या कमी झाली नव्हती. पहाटेच्या असल्या गुंगीला साखरझोप म्हणतात ना? मग तिसऱ्या प्रहरच्या या गुंगीला चहाझोप म्हणायला काही हरकत नाही. कारण पडल्या पडल्या डोळे मिटून घेऊन मी मनात म्हणत होतो– आता खालून चहाचे बोलावणे आले की उठायचे.

जवळच नव्या घराचे बांधकाम चालले होते. तिथल्या गवंड्यांची दगडावरची अखंड टिकटिक मला ऐकू येत होती. झाडावर आपल्या चोचीने लयबद्ध प्रहार करणाऱ्या सुतार पक्षाची मला आठवण–

खण-खण् खणण्! दारावरची घंटा एकदम वाजली. इतक्या उन्हातून कोण आले असावे याचा मला तर्कच करता येईना. मोलकरीणबिलकरीण असेल म्हणून मी डोळे मिटून पडून राहिलो.

"नमूताई आल्या आहेत त्या."

या उषाच्या शब्दांनी माझे डोळे एकदम उघडले. मी चटकन उठलो चूळ भरली

नि उषाला म्हटले,

“त्यांना वरच पाठवून दे.”

इतक्या उन्हात आश्रमाच्या कामाकरिता बाहेर पडणाऱ्या नमूताईंचे कौतुक वाटले मला. चटकन अण्णासाहेब कर्व्यांची आठवण झाली. पण लगेच मनात आले– शरीराविषयीची ही बेपर्वाई या बाईने कुठे संपादन केली? हिचे पूर्वीचे आयुष्य तर–

दाराबाहेरूनच नमूताईंनी मला नमस्कार केला. त्या आत आल्यावर मी त्यांना खुर्चीवर बसायचा आग्रह केला; पण त्या खालीच बसल्या. गादीवरही नाही, नुसत्या सतरंजीवर.

संस्थेला मदत मागण्याचे काम किती कठीण आहे याची मला स्वानुभवाने पूर्ण कल्पना आहे. त्यामुळे नमूताई प्रथम इकडल्या तिकडल्या गोष्टी सुरू करतील असे मला वाटले. पण मैदानावर उतरल्याबरोबर धीट खेळाडू अगदी पहिल्याच चेंडूला धाव काढतो ना? त्याही मुद्द्याकडे तशाच वळल्या.

“एक मागणी करायला आलेय मी!”

“तुमची मागणी मान्य आहे मला!”

माझ्या या उत्तराने त्या क्षणभर चकित झाल्या. असल्या बाबतीत त्यांचा नेहमीचा अनुभव निराळा असावा. कितीही सुशिक्षित माणूस असो, वर्गणी मागायला कुणी आले की फंडाचा सुळसुळाट झाल्याची तक्रार करतो, युद्धामुळे काड्यांच्या पेट्यासुद्धा किती महाग झाल्या आहेत याचा पाढा वाचतो, देशाला स्वावलंबनाशिवाय तरणोपाय नाही असे व्याख्यान सुनावतो नि शेवटी नाईलाज झाला म्हणजे ज्या कामाकरता माणूस आला असेल त्याच्या सहानुभूतीने पण सवडीने विचार करण्याचे आश्वासन देतो! मी तसे काहीच केले नाही, हेच बहुधा नमूताईंच्या आश्चर्याचे कारण असावे.

त्या हसून म्हणाल्या, “आता तुम्हाला आपला शब्द मागं घ्यायला देणार नाही हं मी!”

साध्या वर्गणीच्या बाबतीत शब्द मागे घ्यायचा प्रश्न येतो कुठे हेच मला कळेना. मी म्हटले, “तुमचा वार्षिक वर्गणीदारच करा ना मला!”

त्या हसत म्हणाल्या, “ते तर करूच हो. पण आज काही वर्गणीसाठी आले नाही मी तुमच्याकडं!”

“मग?”

“एक दुसरीच मागणी आहे माझी! थोडी विचित्र आहे! पण–”

त्या एकदम थांबल्या. जे सांगायचे आहे ते कसे सांगावे या विचारात पडल्या होत्या त्या. पण रस्ते फुटण्याच्या जागी माणूस क्षणभर गोंधळला तरी मार्ग निश्चित होताच तो जसा झरझर चालू लागतो तशा त्या लगेच बोलू लागल्या:

"तुमची 'पारिजातकाची फुलं' ही गोष्ट वाचली की परवा. फार आवडली ती मला! वाङ्‌मयाबिङ्‌मयातलं मला काही कळत नाही फारसं! पण चांगलं वाङ्‌मय म्हणजे कडू औषधही नाही नि गोड चॉकलेटही नाही असं नेहमी मला वाटतं! मी तुम्हाला एकच विनंती करायला आले आहे– आमच्या आयुष्याच्या नि संसाराच्या असल्या खूप खूप गोष्टी तुम्ही लिहायला हव्यात! बायकांना त्यांचा किती उपयोग होतो हे–"

मी मधेच काही तरी बोलेन असे त्यांना वाटले असावे. पण मी गप्पच आहे असे पाहून त्या म्हणाल्या,

"आश्रमात माझ्या मदतीला एक बाई आली आहे मुंबईहून. अनाथ म्हणून पहिल्यांदा ती मुंबईच्या शाखेत आली होती. तिथं ती मन लावून शिकली नि कल्पनेपेक्षाही अधिक सुधारली म्हणून काम करायला इथं पाठविलीय तिला. एका पंधरवड्यात सारी मुलं तिला 'आई, आई' म्हणून बिलगायला लागलीत बघा! मला अगदी हेवा वाटायला लागला आहे म्हणानात तिचा."

"अशी बाई तर अवश्य पाहिली पाहिजे!" मी उद्‌गारलो.

"त्या बाईलाही तुम्हाला पाह्यचंय!"

"मला?"

"हो. 'पारिजातकाची फुले' ही तुमची गोष्ट वाचून ती मला म्हणाली, ही गोष्ट मला दहा वर्षांपूर्वी वाचायला मिळाली असती तर माझ्या आयुष्याला वाईट वळण लागलच नसतं!"

(स्वत:चा चेहरा कुणाला कुरूप दिसतो का? तशी आपली स्तुतीही खोटी वाटत नाही कुणाला!)

पण स्तुतीपेक्षाही माझ्या मनाला अधिक आनंद झाला तो दुसऱ्याच एका गोष्टीने! नमूताईसारख्याच दुसऱ्या एका स्त्रीचे जीवन जाणून घेण्याची ही संधी माझ्यापुढे आयती चालून आली होती!

नमूताई मला म्हणाल्या, "मग केव्हा येता आश्रमात?"

मी म्हटले, "आश्रमात आलो नि त्या बाईला पाहिलं, तरी ती ज्या वादळातून पार पडली आहे त्याची कल्पना कशी येणार मला!"

"तिनं त्या हकिगतीचं एक छोटं टांचण करून माझ्याकडं दिलं आहे. तुमच्यासारख्यांनी त्याचा उपयोग करावा नि त्या प्रकाशात इतर दुर्दैवी बायकांना आपल्या उद्धाराचा मार्ग दिसावा अशी तिची फार फार इच्छा आहे!"

अजून ऊन उतरले नाही आणि आपण चहाही प्यालो नाही या गोष्टी मी एका क्षणात विसरून गेलो. कपडे करून नमूताईंच्याबरोबर जाण्याकरिता मी उठलो देखील–

इतक्यात उषा चहाचे तीन पेले घेऊन आली.

चहा घेता घेता नमुताई म्हणाल्या, "प्रत्येकाला आपण चांगलं व्हावं असं

वाटतं. तसं व्हायला लागणारी थोडीशी शक्तीसुद्धा असते त्याच्यापाशी. पण ती प्रकट व्हायला अनुकूल परिस्थितीच मिळत नाही. या बाईच्या आयुष्यावरून अगदी पुरपुर पटलं हे मला.''

नमूताई नकळत आपल्याच आयुष्याचं रहस्य सांगत आहेत असे मला वाटले. कुणी तरी एखादा कुलूप लावलेला डबा आपल्या स्वाधीन करावा, त्यात अमुक अमुक वस्तू आहेत म्हणून सांगावे, पण त्या वस्तू आपण डोळ्यांनी पाहिलेल्या नसाव्यात नि डबा देणाऱ्याने किल्ली दिली नसल्यामुळे डोळ्यांनी खात्री करून घेण्याची सोयही नसावी. नमूताईंच्या बाबतीत माझी अशीच स्थिती झाली होती. म्हणून मी मुद्दामच म्हटले,

''मागं साने आले होते तेव्हा ते तुमच्याविषयी असंच काही तरी बोलत होते!''

नमूताई नुसत्या हसल्या. पण त्या हसण्यात गूढ अर्थ भरलेला होता. मला अगदी राहवेना.

मी पुन्हा म्हटले, ''साने यांनी तुमची सारी हकिगत सांगितलीय मला.''

''एक टीप आहे माझी. त्या हकिगतीतला महत्त्वाचा भाग चुकीचा आहे.''

मी अगदी कळस बांधायला निघालो होतो पण नमूताईंच्या एका वाक्याने माझा सारा पायाच खचला.

अधिक वेळ मला संशयात ठेवण्यात अर्थ नाही असे वाटूनच की काय, नमूताई म्हणाल्या, ''जगात दिसतं तसं नेहमीच असतं असं नाही. साने यांची अशीच फसगत झालीय माझ्या बाबतीत. त्यांचे माझ्यावर नि माझ्या पतीवर फार उपकार झाले आहेत. म्हणून मी त्यांच्यावर कधी रागावले नाही नि त्यांची चूक त्यांच्या पदरात घालण्याचा प्रयत्नही केला नाही.

त्यांना माझं बालपण ठाऊक नव्हतं; नाही तर– लहानपणापासून मुलांची मला मनस्वी आवड. शेजारीपाजारी आपली लहान मुलं आणून आमच्या घरी सोडीत. चार-चार तास ती माझ्याबरोबर हसतखिदळत राहत.

लग्न झाल्यावर तर माझा जीव वेडावून गेला. द्वारकेहून घरी परत येणाऱ्या सुदाम्याला सोन्याची नगरी पाहून जो आनंद झाल असेल तोच–

पण माझी ती गोड स्वप्नं खरी व्हायची नव्हती. माझे पती लवकरच क्षयानं आजारी पडले!''

साने यांच्या हकिगतीत चूक कुठे आहे हे जाणण्याची इच्छा अगदी असह्य झाली मला. नमूताई गंभीरपणाने सांगू लागल्या:

''डॉक्टरांचा गैरसमज व्हावा अशा काही गोष्टी त्या वेळी झाल्या हे मात्र खरं! त्या आजारात माझ्या पतीच्या समाचाराकरिता साने आमच्याकडे वरचेवर येत. मला दररोज जागरणं होत होती हे त्यांना पाहवेना. एकदा ते असेच आले होते. दोन दिवस तरी मला विसावा मिळावा म्हणून पतीच्या शुश्रूषेकरिता त्यांनी त्यांच्या

खोलीत झोपायचं ठरवलं. पण मी त्यांना तसं करू दिलं नाही. त्यांनी माझ्याकडे इतक्या विचित्र दृष्टीने पाहिले की ती नजर मी अजून विसरले नाही. पण माझाही काही इलाज नव्हता त्याला.''

मी व उषा आश्चर्याने नमूताईंकडे पाहू लागलो. विकारवश होऊन माणूस अनेक गोष्टी करतो हे खरे पण जणू काही आपल्या हातून चूक घडलीच नाही असे दाखविण्याकरिता निलाजरेपणाने त्या गोष्टीचे वर्णन करणे हे–

नमूताई पुढे सांगू लागल्या–

''त्या दिवशी रात्री माझ्या पतींनी संतापून 'आता तरी छळू नकोस मला!' हे शब्द एवढ्या मोठ्याने उच्चारले की ते बाहेर साने यांनासुद्धा ऐकू गेले असावेत!

त्यामुळं तर माझ्या राक्षसीपणाविषयी त्यांची खात्रीच झाली. पुढं त्यांनी आम्हाला आपल्या घरी नेऊन ठेवलं नि रात्री मला माझ्या पतीच्या खोलीत जायची बंदी केली. मीही चिडून गेले नि त्यांच्यावर भलताच आळ घेतला.''

नमूताईंना वेड लागले आहे की त्या स्थितप्रज्ञ झाल्या आहेत हेच मला कळेना. स्वत:विषयींच्या असल्या गोष्टी शांतपणाने सांगायच्या म्हणजे–

त्या म्हणाल्या, ''साऱ्या लोकांनी मला बोलून घेतलं त्या वेळी! नवऱ्याला मारणारी राक्षशीण म्हणून तर मी दररोज शिव्या खात होते. मात्र त्या शिव्या खाताना मनातल्या मनात मला आनंद होत होता.

जगाला वाटत होतं– मला शरीरसुखाचा मोह सोडवला नाही. पण खरी गोष्ट अगदी उलटी होती. माझ्या पतीनाच मोह सोडवत नव्हता. शरीरापेक्षाही त्यांचं मन दुबळं झालं होतं. त्यांच्या शेवटच्या दुखण्यात त्यांना दुखवणं माझ्याही जिवावर आलं! एवीतेवी शेवट एकच व्हायचा! मग– मधूनमधून मी त्रागा करी. नाही असं नाही; पण त्याचा काहीच उपयोग होत नसे. लगेच ते संतापून मरणाच्या गोष्टी बोलू लागत, नि 'आता तरी छळू नकोस मला' म्हणून माझ्या अंगावर–''

या विचित्र जुन्या आठवणीने नमूताईंच्या पापण्यांच्या कडा ओलसर झाल्या. त्या किंचित रुद्ध कंठाने म्हणाल्या, ''त्या वेळी मला मोह पडला होता तो एकाच गोष्टीचा– कदाचित आपल्याला मूल होईल! त्यांची आठवण म्हणून आपण ते–''

झटकन उठत त्या म्हणाल्या, ''अगबाई! शाळेची मुलं परत यायची वेळ झाली. तुम्ही येताय ना माझ्याबरोबर?''

मी कोट चढवण्याकरिता उठलो. खिडकीतून माझी नजर सहज बाहेर गेली. ऊन रखरखत होते. पण त्या उन्हातच तीन-चार कुंड्यातल्या गुलाबांवर सुंदर कळ्या डुलत होत्या.

आश्रमाच्या आवारात मुले नुकतीच खेळू लागली होती.

नमूताई मला आत घेऊन गेल्या. स्वयंपाकघराच्या खोलीत एक बाई मुलांच्याकरिता फोडणीचे पोहे करीत होती. नमूताईंनी माझ्याकडे अर्थपूर्ण दृष्टीने पाहिले. जिची हकिगत आपल्याला आता वाचायला मिळणार ती बाई हीच अशी माझी खात्री झाली.

नमूताई कागद घेऊन आल्या.

भयंकर उकडत होते. कोट काढून ठेवून मी ते कागद वाचू लागलो:

''माझ्या पापाची कहाणी फार मोठी आहे. पण मी ती सारी सांगत बसत नाही. लहानपणापासून मी लाडात वाढले. खायचं, प्यायचं नि मजा करायची एवढ्याकरिताच माणसाचा जन्म आहे या कल्पनेतच मी लहानाची मोठी झाले. माझ्या दुर्दैवानं वयाच्या दहाव्या वर्षी स्त्री आणि पुरुष यांच्या एकांताविषयी माझ्या मनात कुतूहल उत्पन्न झालं.

ते असं झालं. एके दिवशी मला एक भयंकर स्वप्न पडलं. मी घाबरून उठले नि माझ्या वडिलांच्या खोलीकडे धावत गेले. त्या खोलीला आतून कडी होती. मी दार ठोठावलं. वडील चिडून ओरडले. ते दार उघडणारच नव्हते, पण मी जोरजोराने ओरडू लागले. माझ्या मुस्कटात मारण्याकरिता म्हणून त्यांनी रागारागानं दार उघडलं.

ते उघडल्याबरोबर माझ्या दृष्टीला जे दृश्य पडलं– वडिलांच्या खोलीत आमची स्वयंपाकीणबाई थरथर कापत उभी होती.

इतक्या अपरात्री ती वडिलांच्या खोलीत काय करीत होती याचा मी रात्रभर विचार केला. पण ते कोडं काही मला सुटलं नाही.

दुसरे दिवशी मी गड्याला ही गोष्ट सांगितली. ती ऐकून तो पहिल्यांदा हसतच सुटला. मग त्यानं मला ज्या गोष्टी सांगितल्या–

पुढं एक-दोन वर्ष तसल्या गोष्टी ऐकण्यातच मला आनंद वाटू लागला.

आमच्या शेजारचा विनू कुठल्याशा नाटक कंपनीत होता. तो मधूनमधून घरी येई. तो झाडून साऱ्या नाटकातली पदं मला म्हणून दाखवी. मी ती पाठ करू लागले.

अशी दोन-तीन वर्षे गेली. विनू गावी आला की एकसारखा माझ्याभोवतीच घुटमळत असे. नाटकात प्रेम कसं करतात हे दाखविण्यासाठी त्यानं मला एकदा घट्ट पोटाशी धरलं. मला त्याचा राग आला. पण त्याबरोबरच त्यानं पुन्हा तसंच मला जवळ घ्यावं असंही वाटलं.

शाळा नाही, काम नाही, काही पाहयला नाही, काही वाचायला नाही अशा स्थितीत मी पंधरा-सोळा वर्षांची झाले.

बाबांनी माझं लग्न करून टाकलं. माझं सासर गरीबच होतं. त्यामुळं मी अधिकच शेफारून गेले.

लग्न करतात ते शरीरसुखासाठी एवढंच मला ठाऊक होतं. माझ्या पतींनी एकसारखं माझ्याभोवती राहावं नि माझ्या लहरीप्रमाणं नाचावं असं मला वाटे. तसं होईना, तेव्हा चिडून मी वारंवार माहेरी जाऊ लागले. पुढं तर पुष्कळ दिवस मी माहेरीच होते. बेकार झालेला विनू गावातच होता. त्याचं नि माझं फाजील रहस्य झालं, ते वाढत गेलं नि–

मला दिवस गेले तेव्हा मी आजारीपणाचं सोंग केलं. माझे पती आले. पण ते माझ्या सोंगानं फसले नाहीत. माझं पाप त्यांना कळून चुकलं. मी बाळंतीण होण्यापूर्वीच ते कुठं बेपत्ता झाले.

ते मूल जगलं नाही. सासरी जायचं मला कारणच नव्हतं; विनूचं नि माझं संघट्टन अधिक अधिक होऊ लागलं. मधूनच एखादे वेळी मी चुकतेय असं मला वाटे; पण माझं मन काही केल्या मला आवरत नसे.

पुन्हा मला दिवस गेले. पण ही वेळ बिकट होती. माझे पती परागंदा झाल्याची बातमी गावाला काही नवीन नव्हती. जमिनीच्या वादामुळं सारे गावकरीही माझ्या वडिलांच्या विरुद्ध झाले होते. मला दिवस गेल्याची कुणकुण गावकऱ्यांना लागली. लगेच गावातून अधिकाऱ्यांना निनावी पत्रं गेली. वरून हुकूम आले. पोलीस पाटलांनी चारचौघांसमक्ष माझ्या वडिलांना बजावलं, 'संभाळून राहा. गर्भपात करण्याच्या भानगडीत पडाल तर–'

त्या दिवशी माझ्या वडिलांनी डोक्यात राख घातली. माझी चूक मला कळत होती. पण मी वाईट व्हायला एका दृष्टीनं माझे वडीलच–

माझ्या आयुष्याचा सत्यानाश करणारं ते घरच नव्हे तर हे जगसुद्धा सोडून जायचं मी ठरवलं.

पण घरी बसून आत्महत्येचा बेत करणं निराळं नि अंधाऱ्या रात्री नदीच्या डोहात उडी घेणं निराळं. मध्यरात्री मी डोहाच्या काठावर जाऊन किती तरी वेळ उभी राहिले होते. पण–

पहाट होऊ लागली तशी मी गाव सोडून निघाले.

महिनाभर मी भिकारणीप्रमाणं गावोगाव भटकत होते. या दिवसात माझी दया येऊन चार-दोन आणे देणारे पुरुष मला भेटले नाहीत असं नाही. पण पुष्कळ पुरुषांनी हात पुढं केला तो मला मदत करण्याकरिता नाही. तर माझा हात धरून मला नरकात आणखी खोल खोल ढकलण्याकरिता.

एका संभावित गृहस्थाला मी हवी होते. पण मला पुढं होणारं मूल संभाळायला मात्र तयार नव्हता. जगाने मांडलेला हा प्रेमाचा बाजार पाहून माझे मन विटून गेले. पुन्हा आत्महत्येचे विचार माझ्या मनात येऊ लागले.

एके दिवशी एका गावात मोठी समारंभाची तयारी चाललेली दिसली. मी एका हमालाला विचारलं, 'कुठला राजाबिजा येणार आहे वाटतं आज?'

त्यानं मान हलविली.

'कुठला?'

'साऱ्या हिंदुस्थानचा!'

हिंदुस्थानचा राजा विलायतेत राहतो असं मी ऐकलं होतं. म्हणू मी मुद्दाम त्याला विचारलं,

"साहेब आहे ना तो?"

त्याने नकारार्थी मान हलविली. तो हसला नि आपल्या कामाला निघून गेला.

संध्याकाळी सारं गाव समारंभाच्या जागी लोटलं. त्या दिवशी सकाळपासून मला काही खायला मिळालं नव्हतं. भीक मागूनसुद्धा जग आपल्याला जगू देत नाही मग जगायचं तरी कशाला? असं एकसारखं माझं मन म्हणत होतं.

माझे पाय लटपटत होते. पण पुराबरोबर काडी वाहत जावा तशी गर्दीबरोबर मीही त्या समारंभाच्या जागी जाऊन पोचले.

थोड्याच वेळात मोटार वाजली. हजारो लोकांनी जयघोष केला, "महात्मा गांधी की जय!" माझ्या अंगावर आनंदाचा काटा उभा राहिला.

गांधींचं नाव मी ऐकलं होतं. पण त्यांना कधीच पाहिलं नव्हतं मी.

गांधी आले. डोळे भरून मी त्यांच्याकडे पाहिलं. कंबरेभोवती एक साधा पंचा, हातात एक काठी नि डोळ्यांना चष्मा–

माझ्या मनात आलं– लाखो माणसांच्या मनाचा हा राजा किती साधा आहे!

गांधी बोलू लागले. ते हिंदीत बोलत होते. दुसरा माणूस लगेच त्याचं मराठी करून सांगत होता. तापून गेलेल्या जमिनीला पावसाच्या सरीनं ओलावा मिळावा तशी माझी स्थिती झाली.

त्यांचं सारं बोलणं मला कळलं नाही. पण एक गोष्ट मात्र माझ्या हृदयावर कोरली गेली– (माणसाचा जन्म नुसत्या सुखासाठी नाही; कर्तव्यासाठी आहे. सेवेसाठी आहे. ज्याला सेवा करावयाची असेल त्याला सारं जग मोकळं आहे. सेवेचं सुख हेच अमर सुख आहे. कितीही गोड पक्वान्नं खाल्ली तरी जिभेची कधी तृप्ती होत नाही! स्त्री-पुरुषांनी कितीही शरीरसुख उपभोगलं तरी त्यांचं कधीही पूर्ण समाधान होणार नाही! याच सुखाच्या मागं माणूस लागला की तो पशू होतो. सेवेतल्या सुखाची गोडी ज्याला कळली तो देव होऊ लागतो.)

सभेची गर्दी ओसरल्यावर गांधीजी जिथं उभे होते त्या जागेची धूळ मी घेतली नि कपाळाला लावली. अजून अंगारा म्हणून ती धूळ मी माझ्यापाशी ठेवली आहे. दुसरे दिवशी मी मुंबईची वाट धरली. एका आश्रमानं मला आश्रय दिला. माझं हे दुसरं मूलही जगलं नाही. मला वाईट वाटलं. पण मनात म्हटलं– मी स्वतःच आता एक लहान मूल झाले आहे– माझा पुनर्जन्म झाला आहे, मागच्या जन्मीचं सारं पाप या जन्मात धुऊन काढणार आहे मी! आता मी खूप शिकणार, खूप खूप सेवा करणार."

नमूताई माझ्यासमोर येऊन केव्हा उभ्या राहिल्या होत्या कुणाला ठाऊक!

माझे वाचन संपताच मी वर पाहिले. त्या माझ्याकडे हसत पाहत होत्या.

"किती गुंग झाला होता तुम्ही!" त्या उद्गारल्या.

मी नुसता हसलो. पण लगेच मी विचारले, "या बाईचं नाव मला कळेल का?"

स्वर किंचित हळू करून त्या म्हणाल्या, "इथं ते गोपाळराव मराठे आहेत ना? त्या थेटरचे मॅनेजर? त्यांची ही भावजय!"

मी आनंदाने बाहेर पाहू लागलो. वळवाची सर कोसळत होती. माझ्या मनात आले– (ऊन नि पाऊस– निसर्ग फुलायला दोन्ही हवीत. शरीर नि मन– माणसाचा विकास व्हायला दोन्ही हवीत!)

पाऊस आल्यामुळे आवारातली मुले आत येऊन किलबिल करीत होती.

"आई, आई!" हे त्यांचे शब्द वारंवार माझ्या कानावर येऊ लागले. मी ऐकू लागलो.

"तू म्हणत होतीस तेच गाणं हवं आम्हाला!"

मुलांनी आईपाशी हट्ट धरला होता.

एक गोड सूर ऐकू येऊ लागला,

"घरी एकच पणती मिणमिणती
म्हणू नको, उचल, चल लगबग ती"

माझ्याच ओळी होत्या या! त्या लिहिताना मला जो आनंद झाला होता तोच पुन्हा आज त्या ऐकताना झाला.

माझे मन म्हणत होते– या ओळीचा एक नवा अर्थ आज आपल्याला कळला. (माणसाचे मन हेच त्याचे खरे घर आहे. त्या घरात नेहमी एक पणती तेवत असते. ती मिणमिणत असेल, ती वाऱ्याने विझून जाते की काय असा भास होत असेल; पण तिची ज्योत अमर आहे.)

✦